இலங்கைத் தமிழ்நாவல் இலக்கியம்
ஒரு வரலாற்று திறனாய்வுநிலை நோக்கு

இலங்கைத் தமிழ்நாவல் இலக்கியம்

ஒரு வரலாற்று திறனாய்வுநிலை நோக்கு

தேவகாந்தன் (பி. 1947)

இலங்கையின் வடமாகாணம் சாவகச்சேரியில் பிறந்தவர். 1968இல் *ஈழநாடு* தேசிய நாளிதழின் ஆசிரியர் குழுவில் இணைந்து பணியாற்றினார். யுத்த நிலைமை காரணமாக இலங்கையிலிருந்து 1984இல் புலம்பெயர்ந்து தமிழ்நாட்டில் வசித்த காலத்தில் *இலக்கு* சிற்றிதழை நடத்தினார். ‘கனவுச்சிறை’, ‘மகாநாவல்’ உட்பட பன்னிரண்டு நாவல்கள், இரண்டு குறுநாவல் தொகுப்புகள், ஐந்து சிறுகதைத் தொகுப்புகள் இதுவரை வெளியாகியுள்ளன. ‘கன்னத்தில் முத்தமிட்டால்’, *‘In the Name of Buddha’* ஆகிய சினிமாக்களில் பங்கேற்றதோடு, கனடாவில் ‘ஒம்னி’ தொலைக்காட்சியில் சிறிதுகாலம் கடமையாற்றித் தன் அனுபவத்தின் எல்லைகளை விரித்துக்கொண்டார். தமிழ்நாடு அரசு நாவல் பரிசு, திருப்பூர் தமிழ்ச் சங்கம் லில்லி தேவசிகாமணி சிறுகதைப் பரிசுகள் உட்பட, கனடா இலக்கியத் தோட்டம் நாவல் பரிசு, தமிழர் தகவல் சாதனை விருதுகளையும் பெற்றிருப்பவர். தற்போது கனடாவில் வசித்துவருகிறார்.

மின்னஞ்சல்: *bdevakanthan@yahoo.com*

ஆசிரியரின் பிற நூல்கள்

நாவல்

- லங்காபுரம்
- கதாகாலம் (மகாபாரதத்தின் மறுவாசிப்பு)
- யுத்தத்தின் முதலாம் அதிகாரம்
- விதி
- நிலாச் சமுத்திரம்
- உயிர்ப் பயணம்
- கனவுச்சிறை
- கந்தில் பாவை
- கலிங்கு
- நதிமேல் தனித்தலையும் சிறுபுள்
- கலாபன் கதை
- மேகலை கதா

குறுநாவல்

- திசைகள்
- எழுதாத சரித்திரங்கள்

சிறுகதை

- காலக் கனா
- இன்னொரு பக்கம்
- நெருப்பு
- ஆதித்தாய்
- லவ் இன் த ரைம் ஒஃப் கொரொனாவும் சில கதைகளும்

கட்டுரை

- நுண்பொருள்
- எதிர்க் குரல்கள்
- காற்று மரங்களை அசைக்கின்றது

தேவகாந்தன்

இலங்கைத் தமிழ்நாவல் இலக்கியம்
ஒரு வரலாற்று திறனாய்வுநிலை நோக்கு

காலச்சுவடு பதிப்பகம்

● அன்பார்ந்த வாசகருக்கு,

வணக்கம்.

காலச்சுவடு நூலை வாங்கியமைக்கு நன்றி.

நூலின் உள்ளடக்கம், உருவாக்கம், அட்டைப்படம் இன்ன பிற அம்சங்கள் பற்றிய உங்கள் கருத்துகளையும் ஆலோசனைகளையும் காலச்சுவடு வரவேற்கிறது. தகவல், எழுத்து, வாக்கியப் பிழைகள் தென்பட்டால் கட்டாயம் தெரிவித்து உதவுங்கள். நூல் தயாரிப்பில் கடும் குறைபாடு இருப்பின் மாற்றுப் பிரதி உங்களுக்குக் கிடைக்கக் காலச்சுவடு ஏற்பாடு செய்யும்.

மின்னஞ்சல்: *publisher@kalachuvadu.com*

காலச்சுவடு நாகர்கோவில் தலைமையகத்துக்கும் கடிதம் அனுப்பலாம்.

தங்கள்

எஸ்.ஆர். சுந்தரம் (கண்ணன்)
பதிப்பாளர் — நிர்வாக இயக்குநர்

இலங்கைத் தமிழ்நாவல் இலக்கியம் ஒரு வரலாற்று திறனாய்வுநிலை நோக்கு♦ இலக்கிய விமர்சனம் ♦ தேவகாந்தன் ♦ © பா. குமாரசாமி ♦ முதல் பதிப்பு: அக்டோபர் 2021♦ வெளியீடு: காலச்சுவடு பப்ளிகேஷன்ஸ் (பி) லிட்., 669, கே.பி. சாலை, நாகர்கோவில் 629001

காலச்சுவடு பதிப்பக வெளியீடு: 1014

ilankait tamiznaaval ilakkiyam Oru Varalaattru Thiranaaivu Nilai Nokku ♦ Literary Criticism ♦ Author: Devakanthan ♦ © B. Kumarasamy ♦ First Edition: October 2021 ♦ Language: Tamil ♦ Size: Demy 1x8 ♦ Paper: 18.6 kg maplitho ♦ Pages: 208

Published by Kalachuvadu Publications Pvt. Ltd., 669, K.P. Road, Nagercoil 629001, India ♦ Phone: 91-4652-278525 ♦ e-mail: publications @kalachuvadu.com ♦ Printed at Print Point Offset Printers, Nagercoil 629001

ISBN: 978-93-91093-25-9

10/2021/S.No.1014, kcp 3226, 18.6 (1) ass

பொருளடக்கம்

முன்னுரை:
ஈழத்து நாவல் இலக்கிய வரலாற்றை மீள வரைதல்:
தேவகாந்தனின் பிரதியை வாசித்தல் — 9

என்னுரை — 27

தோற்றுவாய் — 29

1. மேற்கில் ஒரு புத்திலக்கிய வடிவத்தின் தோற்றப்பாடு — 33
2. நாவல் வடிவச் செழுமையும் அர்த்த வியாபகமும் கொள்ளல் — 43
3. புத்திலக்கிய வடிவத்தின் காவியத் திசை நகர்வு — 50
4. நாவலை வரவேற்க தீவிலிருந்த மரபுத் தடங்கல் — 63
5. முதல் மூன்று இலங்கைத் தமிழ் நாவல்கள் — 74
6. இலங்கைத் தமிழ்நாவல் வரலாற்றின் கால வகைமைப்பாடு — 87
7. 1895–1925: மத இலக்கியத் தோற்ற காலம் — 91
8. நாவலாக்கத்தின் வீச்சு குறைந்தது — 98
9. இலங்கை இடதுசாரியச் சிந்தனை — 109
10. பல்குணிக் காலம் (1956–1983) — 116
11. புலம்பெயர் இலக்கியம் – வரையறை — 137
12. தமிழ்நாட்டில் இலங்கை அகதிகளின் இலக்கியம் — 144

13 புலம்பெயர்ந்தோர் படைப்புக்கள்	150
14. புலத்தின் படைப்புக்கள்	166
15. போரிலக்கியம்	173
16. பரீட்சார்த்த நாவல்கள்	181
17. நிறைவுரை	189
அனுபந்தம்	196
உசாத்துணைகள்	206

முன்னுரை

ஈழத்து நாவல் இலக்கிய வரலாற்றை மீள வரைதல்: தேவகாந்தனின் பிரதியை வாசித்தல்

ஈழத்தில், பாடசாலை உயர்தர வகுப்பிலும் பல்கலைக்கழகக் கல்வியிலும் 'தமிழ் இலக்கிய வரலாறு' என்ற கற்கை, முக்கியமான பாட அலகாகவும் பாட நெறியாகவும் 1940களிலேயே ஆரம்பிக்கப்பட்டுவிட்டது. பேராசிரியர் வி. செல்வநாயகம் எழுதிய 'தமிழ் இலக்கிய வரலாறு', அப்பாடப் போதனையின் மூலநூலாக அமைந்தது. அவரின் வாழ்நாளில் அந்நூல் நான்கு பதிப்புகளைக் கண்டது. ஒவ்வொரு பதிப்பும் திருத்தப்பட்டுப் பதிப்பிக்கப்பட்டதாயினும், ஈழத்து இலக்கிய வரலாறு பற்றி அந்நூல் கண்டுகொள்ளவே இல்லை என்பது துரதிர்ஷ்டமானது. ஈழத்துப் புலவர் மரபில் பதினைந்து பெயர்கள் பிரஸ்தாபிக்கப் பட்டிருக்கின்றனவே தவிர, நவீனஇலக்கியம் குறித்து அவர் அந்நூலில் எதுவுமே பேசவில்லை. ஆனால், அவர் வாழ்ந்த காலத்திலேயே குறைந்தது ஐம்பது சிறுகதைத் தொகுப்புகளும், நூற்றுக்கும் மேற்பட்ட நாவல்களும் வெளியாகியிருந்தன.

1970களின் பின்னரேயே, 'ஈழத்து இலக்கிய வரலாறு' பற்றிய கற்கை, இலங்கைப் பல்கலைக்கழகத்தின் முக்கியப் பாடநெறியாக அமைந்தது. பேராசிரியர் க. கைலாசபதி, ஈழத்து

இலக்கிய வரலாறு ஒரு கற்கைநெறியாகக் கொழும்புப் பல்கலைக்கழகத்தில் அமைவதற்கு வழிவகுத்தார். அதன் பின்னரே, ஈழத்து இலக்கிய வரலாறு குறித்தும், ஈழத்து எழுத்துக்களைக் குறித்துமான ஆய்வுகள் முனைப்புப் பெறத் தொடங்கின. இதன் தொடர்ச்சியாக, யாழ்ப்பாணப் பல்கலைக்கழகத்திலும் கிழக்குப் பல்கலைக்கழகத்திலும் ஈழத்து இலக்கிய வரலாறு பற்றிய கற்கையும் ஆய்வும் ஆழமான கவனத்தைப் பெற்றன. இதன்பேறாக, ஈழத்து இலக்கிய வரலாறு செழுமை பெற்றது. ஈழத்து இலக்கிய வரலாறு குறித்த ஆய்வுகளில், இலங்கையின் தாய்த் தமிழ்த்துறையான பேராதனைப் பல்கலைக்கழகத் தமிழ்த்துறை, இத்துறையில் மிகக் கனதியான பங்கினை நல்கியுள்ளது.

ஈழத்து இலக்கிய வரலாறு குறித்த புலமை ஆய்வுகள், பல்கலைக்கழக ஆய்வு முயற்சிகளுக்கு இணையானதாக, ஈழத்துச் சுயாதீனப் புலமையாளரிடமிருந்தும் வெளிப்பட ஆரம்பித்தன. ஈழத்து இலக்கியப் படைப்புகளின் தொகுப்பு, பதிப்பாக்கச் செயற்பாடுகள், வரலாற்று எழுத்தியலுக்கான விரிவானதும் பலமானதுமான அடித்தளத்தை ஏற்படுத்தின. இதன் நல்லறுவடைகளில் ஒன்றாக, தமிழ் நாவல் இலக்கியத்தின் நூற்றாண்டு விழாவைத் தமிழகம் கண்டுகொள்ளாமல் இருந்தபோது, அந்த நாவல் நூற்றாண்டு விழா, யாழ்ப்பாணப் பல்கலைக்கழகத்தில், பேராசிரியர் க. கைலாசபதியின் தலைமையில், காத்திரமான ஆய்வரங்காக நடந்தேறியதையும் குறித்தல் தகும்.

2

ஈழத்தின் தமிழ் நாவல் இலக்கிய வளர்ச்சியைப் பொறுத்தவரை, சில்லையூர் செல்வராஜன் எழுதிய 'ஈழத்தில் தமிழ் நாவல் வளர்ச்சி' *(1967)* எனும் நூல், நுணுக்கமான ஆய்வுகள், தரவுகள் சகிதம் ஈழத்துத் தமிழ் நாவல் இலக்கியத்தின் கையிருப்பைத் தொகுத்துத் திரட்டித்தந்த முதல் நூலாகும். க. கைலாசபதியின் 'தமிழ் நாவல் இலக்கியம்' *(1968)* நவீன புனைகதை இலக்கியத்தில் பரந்த அங்கீகாரத்தைப் பெற்ற நூலாகக் கருத்தப்பட்டது. 'படைப்புக்கும் சமூகத்திற்குமான உறவு முதன்முதலாகத் தமிழ் மொழியில் கைலாசபதியால்தான் அழுத்தம் பெற்றது' என்று சுந்தர ராமசாமி குறித்தது, கைலாசபதியின் 'தமிழ் நாவல் இலக்கியம்' பற்றியேயாகும். நா. சுப்பிரமணியன் எழுதிய 'ஈழத்துத் தமிழ் நாவல் இலக்கியம்' *(1978)*, ஈழத்தின் நாவல் இலக்கிய வளர்ச்சியை மேலுமொரு கட்டத்திற்கு இட்டுச்சென்ற புலமை ஆய்வாகும்.

தமிழ் நாவல் நூற்றாண்டு விழாவை முன்னிட்டு, 1977இல் நா. சுப்பிரமணியன் தொகுத்தளித்த 'ஈழத்துத் தமிழ் நாவல்கள்: நூல் விபரப்பட்டியல் (1885–1976)' ஈழத்து நாவல் வரலாற்றில் முதன்முயற்சியான, முக்கிய மைல்கல்லாகும். நாவல்களை நுணுகி வாசித்து, அவை குறித்த விபரங்களை இடம், பொருள் விளக்கமளித்து (annotate) புலமைத் திறத்துடன் வெளிவந்த, முதலாவது ஈழத்துத் தமிழ் நாவல் விபரப்பட்டியலாக அது அமைந்தது. என். செல்வராஜா தொகுத்தளித்த 'ஈழத்தின் தமிழ் நாவலியல் – ஓர் ஆய்வுக் கையேடு' (2020) இற்றைவரை வெளியான அனைத்து நாவல்களையும் பற்றிய ஒரு தகவல் களஞ்சியமாக அமைகிறது. ஆயினும், இந்நூலின் தலைப்பு 'ஈழத்தின் தமிழ் நாவலியல்' என்பது பொருந்தாது, ஏனெனில் இது ஈழத்தின் தமிழ்நாவல் வளர்ச்சி பற்றிய கற்கை நெறியன்று. இது ஒரு நூல் விபரப் பட்டியலே ஆகும். இவற்றைவிட, தனித்தனி நாவலாசிரியர்கள் பற்றிய ஆய்வேடுகளும் கட்டுரைகளும் அறிமுகக் குறிப்புகளும் வெளிவந்துள்ளமையும் நோக்கத்தக்கது.

மேற்குறித்த பின்னணியில், தேவகாந்தன் கனடாவிலிருந்து எழுதியிருக்கும் 'இலங்கைத் தமிழ் நாவல் இலக்கியம்' என்ற இந்நூல், உலகில் நாவல் தோன்றிய காலத்திலிருந்து, மிக விரிந்த படுதாவில், ஈழத்து நாவல் வளர்ச்சியைப் பரிசீலிக்கிறது. இந்திய ஆரம்பகட்ட நாவல்களைக் கவனத்திற்கொண்டு, ஈழத்து நாவல்களை அணுகும் முதல் நூலாகவும் இந்நூல் விளங்குகிறது. தற்காலத் தமிழின் சிறந்த நாவலாசிரியர்களில் ஒருவரான தேவகாந்தனின் கூர்மையான விமர்சனப் பார்வையை இந்நூலில் அவதானிக்க முடிகிறது.

3

இருபதாம் நூற்றாண்டின் உன்னத இலக்கியப் பாணியமாக (Genre) நாவல் வடிவத்தை நாவாரக் கூவி வரவேற்றார், ரஷ்யச் சிந்தனையாளரான பக்தின் (M.M. Bakhtin). காப்பியத்தோடு ஒப்பிடும்போது, நாவல் மட்டுமே, தனது உருவாக்கத்தின்போதே தன்னை வளர்த்துக்கொண்டு, தன்னை முன்னெடுத்துச்செல்லும் ஒரே வடிவம் என்று, பக்தின் தனது 'The Dialogic Imagination' என்ற நூலில் விவரிக்கிறார். நாவல் ஒருபோதும் பூரணமாவதில்லை; முடிவுக்கு வருவதில்லை. ஏனைய இலக்கியப் பாணியங்கள் அனைத்துமே ஏறத்தாழ, முன்முடிவுகளோடு தீர்மானிக்கப்பட்டு, நிலைப்படுத்தப்பட்ட வடிவங்களுக்குள், ஆசிரியர் தனது கலை அனுபவங்களை வார்த்துநிரப்பும் ஒன்றாக அமைகின்றன. காவியம் என்பது அதன் முழு வளர்ச்சியையும் பூரணப்படுத்திக் கொண்டுவிட்டது. எழுத்தைவிட, நூலைவிட அனைத்து

இலக்கியப் பாணியங்களிலும் நாவலே இளமையானது. நாவல் எழுத்தாக வளரும்போதே யதார்த்தத்தைப் பிரதிபலித்து நகர்கிறது. எது தொடர்ந்து வளர்ந்துகொண்டிருக்கிறதோ, அதுவே அச்செயன் முறையில் வளர்ச்சி, அபிவிருத்தி என்பதைக் கிரகித்துக்கொள்கிறது. புதிதாய் மலரப்போகும் உலகை நோக்கிச் செல்லும் திசைவழியில் நாவல் பயணிப்பதால்தான், நாவல் வடிவம் முதன்மைவாய்ந்த இலக்கியப் பாணியமாகத் திகழ்கிறது என்கிறார், பக்தின். அதனால்தான் நாவலை அணுகும்போது, இலக்கியக் கோட்பாட்டின் போதாமை துலாம்பரமாகத் தெரிகிறது என்கிறார். நடைமுறை உலகின், யதார்த்தத்தின் சகல சாளரங்களையும் திறந்துவைத்து, உலகோடு உச்சபட்சத் தொடர்பைப் பேணும் புதிய வலயத்திற்குள் நாவல் நுழைகிறது.

நாவலின் பன்முக மொழிக்கூறுகளை (heteroglossia) பற்றி பக்தின் அழுத்தம் தருகிறார். ஒரு பிரதியின் மொழிக்குள் பன்முகப்பட்ட மொழிக்கூறுகள் பொதிந்திருப்பது பற்றிப் பேசும்போது, இது மொழியியல் தோற்றப்பாடு அல்ல என்கிறார், பக்தின். மாறாக, உலகை வெவ்வேறு வகையில் மதிப்பிடுவதிலும், அதனைக் கருத்தியலாக்குவதிலும், உலகை அனுபவித்துப் பார்ப்பதிலும், மொழி எவ்வாறு பன்முகக் குரலை வெளிப்படுத்துகிறது என்பதனையே நாம் நோக்க வேண்டும் என்கிறார், அவர். நவீன நாவல் வடிவம் மட்டுமே தனி மொழிக்குள் புதைந்திருக்கும் பன்முக மொழிக்கூறுகளை வெளிக்கொணரக்கூடிய சக்திகொண்ட இலக்கியப் பாணியம் ஆகும். தனித்த மொழிக்குள் வெவ்வேறுபட்ட பேச்சுமொழிகள் முட்டியும் மோதியும், அதேசமயம் ஒருங்கிணைந்தும் இடைவெட்டியும் செயற்படும் தன்மையில்தான், நாவல் தன் வலிமையைப் பெறுகிறது என்பார், பக்தின். ஒரு நாவலில் பல்வகைக் கதாமாந்தர்களின் பேச்சு, நாவலில் வரும் எடுத்துரைஞரின் கூற்று, ஆசிரியரின் கூற்று போன்ற பல்வேறு குரல்கள் ஒலிக்கின்றன.

எல்லா மொழிகளுமே பல்வேறு குரல்களைத் தங்களுக்குட் கொண்டிருக்கின்றன. சமூகப் பேச்சுவழக்கு, ஒரு குழுவாகச் செயற்படும்போது வெளிப்படும் குணாம்சங்கள், தொழில்முறை *jargons*, இனப் பொதுவியல்பான மொழி (*genetic language* – அதாவது, நாரைகள் எல்லாம் வெண்மையானவை என்று பொதுமைப்படுத்தும் மொழியாடல்), ஒரு குறிக்கோளைப் பரப்பும் சார்புவகைச் சொல்லாடல் (*tendentious language*), அதிகாரபூர்வமான மொழிகள், பல்வேறு வகைப்பட்ட குழாங் களின் மொழிகள், கடந்துபோய்க்கொண்டிருக்கும் பாணிகள்

சார்ந்த மொழி என்று அவை பலதிறத்தானவை. இவ்வாறு பன்முகப்பாங்கான குரல்களின் வெளிப்பாடுதான் நாவலை இலக்கியப் பாணியமாக நிர்ணயம் செய்கிறது என்கிறார், பக்தின்.

பக்தின் கல்வியறிவற்ற ஒரு விவசாயியை உதாரணம் காட்டுகிறார். அந்த விவசாயி, தேவாலயத்தில் பிரார்த்தனையின் போது பாவிக்கும் மொழியும், தனது குடும்பத்தினருடன் பேசும்போது அவர்களின் பேச்சுவழக்கில் பாவிக்கும் மொழியும், ஒரு கேளிக்கைக் கொண்டாட்டத்தின்போது அவர் பாடும் பாடல்களின் மொழியும், உள்ளூராட்சிச் சபையில் ஒரு குறைமனுவைச் சமர்ப்பிக்கும்போது பாவிக்கமுனையும் அலுவலகபூர்வமான மொழியும் வெவ்வேறாக அமையும் இயல்பின.

நாவல் என்ற இலக்கியம், அது உருவாகும் தருணத்தி லேயே, சுயவிமர்சனத்தையும் செய்துகொண்டு முன்செல்கிறது. அதிகாரபூர்வமான மொழியாடல் (authoritative discourse) என்பதற்கு எதிர்முனையில் நாவல் நிற்கிறது. சமயக் கருத்தையோ விஞ்ஞானக் கோட்பாட்டையோ எவ்வித விமர்சனமும் இன்றி, எந்தக் கேள்வியும் இன்றி அப்படியே ஏற்றுக்கொண்டுவிடும் தன்மை நாவலில் இடம்பெறுவதில்லை என்கிறார், பக்தின். இத்தகைய அதிகார மொழியாடல், கடந்தகாலத்திற்கு உரியதாய், முற்றுப்பெற்றுவிட்டதாய், அதிகாரப்படிமுறையில் அதி உயர்ந்ததாய்க் கருதப்பட்டு, அவை நிபந்தனையின்றி ஏற்றுக்கொள்ளப்பட வேண்டும் என்று கோருகிறது. நாவல் அதிகாரச் செயற்பாட்டைக் கேள்விக்குரியதாக்குகிறது. அது பன்முகமான குரல்களில் வினாக்களை எழுப்புகிறது. முற்றுமுழுதான முடிவை அது வழங்கிவிட்டுப் போவதில்லை. நாவல் முடிவற்றது. அது பூரணப்படுத்தப்படுவதில்லை. அதுவே நாவலின் வலிமை என்கிறார், பக்தின்.

4

ஐரோப்பிய விஞ்ஞானங்கள், நவீன யுகத்தின் தோற்றம் என்று முழு உலகத்தையுமே தொழில்நுட்ப, இயந்திரவியல் விசாரணைக்கான ஆய்வுப்பொருளாகக் கருதிக்கொண்டபோது, இந்த விஞ்ஞானங்களின் எழுச்சி, அறிவியலாளர் கருதிய விஷேசமான ஆய்வு ஒழுங்கிற்குள் மனிதனை உந்தித் தள்ளியது. அறிவைத் தேடுவதில் மனிதன் எவ்வளவு விசாலமான முன்னேற்றங்களை அடைந்தானோ, அந்த விசாலமான பரப்பில், உலகை முழுமையாகவோ அல்லது அவன் தனது

சுயத்தையோ தெளிவாகப் புரிந்துகொள்ள முடியவில்லை. ஹைடேக்கரின் *(Heidegger)* வார்த்தைகளில் கூறப்போனால், இருப்பை – சுயத்தையே மறந்துபோகும் நிலைக்குள் அவன் தள்ளப்பட்டான். விஞ்ஞானமும் மெய்யியலும் மனித இருப்பையே மறந்துபோனபோது, இந்த மறக்கடிக்கப்பட்ட மனித இருப்பினை ஆராய்வதை மட்டுமே இலக்காகக் கொண்டு, மகத்தான ஐரோப்பியக்கலை, இலக்கிய உலகம் எழுந்தபோது, ஸ்பானிய எழுத்தாளன் செர்வாண்டிஸ் என்பவன்தான் அதன் முகப்பில் நிற்கிறான் என்கிறார், மிலன் குண்டேரா.

நவீன யுகத்தின் ஆரம்பத்திலிருந்து மனிதனோடு தொடர்பறாது, அவனோடு விசுவாசமாக, துணையாக வந்தது நாவல்தான் என்கிறார், மிலன் குண்டேரா. அறிதலின் மீதான பேரவா, நாவலைப் பற்றிக்கொண்டது. இருத்தலை மறந்துபோகும் நிலையிலிருந்து, மனிதனை மீட்டு, மனிதனின் ஸ்தூலமான வாழ்வு குறித்த தீர்க்கமான விசாரணையை, நாவல் ஆரம்பிக்கிறது. நாவலால் மட்டுமே கண்டுபிடிக்கக்கூடியதை, கண்டுபிடிப்பதற்காக இருப்பதே, 'நாவலின் ஜீவித நியாயம்' என்கிறார், மிலன் குண்டேரா. வாழ்வினது இருப்பின் வெளித் தெரியவராத பகுதியைக் கண்டுபிடிக்க முடியாமல் போனால், நாவல் தனது நெறியிலிருந்து பிறழ்ந்து போகிறது என்கிறார், அவர். மிசேல் டி செர்வாண்டிஸ் எழுதிய நாவலான 'டான் கிஹொத்தே' *(Don Quixote)* உலகை எவ்வாறு தெளிவற்றதாக, ஐயத்திற்கிடமானதாக நோக்குகிறது என்று அலசுகிறார், மிலன் குண்டேரா. அந்நாவல், ஒற்றைப்படையான, முழுமுதல் உண்மையைத் தரிசிக்க நிர்ப்பந்திக்கப்படும் நிலையில், தனது கதாபாத்திரங்களுக்கூடாக மாறுபாடான, ஒன்றுக்குளொன்று முரண்படும் உண்மைகளின் கதம்பத்திற்குள் சிக்குண்டு போகிறது. திட்டவட்டமான ஒரு பேருண்மைக்கு மாறாக, உறுதியின்மையின் பேரறிவை *(wisdom of uncertainty)* அது முன்வைக்கிறது.

நல்லது எது? தீயது எது என்பதைத் தெளிவாகக் கண்டறியக்கூடிய உலகையே மனிதன் என்றும் நாடி நிற்கிறான். எதனையும் அறிந்து, புரிந்துகொள்வதற்கு முன்னாலேயே, தீர்ப்புச் சொல்லிவிட வேண்டும் என்ற தாகம் அவனுக்குள் ஆழ வேரோடிப் போய்க்கிடக்கிறது. இந்த ஆசையில்தான் சமயங்களும் கருத்தியல்களும் உருப்பெறுகின்றன. யாரோ ஒருவர் செய்தது சரியாக இருக்க வேண்டும். ஒன்று 'அனா கரேனினா' *(AnnaKarenina)* செய்தது சரியானதாக இருக்க வேண்டும் அல்லது 'கரெனின்' *(Karenin)* செய்தது சரியாக

இருக்க வேண்டும். இது அல்லது அது என்ற நிலைப்பாடு, மனித உறவுகளில் இழையோடும் தொடர்புகள் ஒன்றுடன் ஒன்று சம்பந்தம் கொண்டிருப்பதைச் சகித்துக்கொள்ள முடியாத தன்மையையே வெளிப்படுத்துகிறது. இந்த இயலாத தன்மையே, நாவல் வெளிப்படுத்தும் உறுதியின்மையின் பேரறிவைப் புரிந்துகொள்ளவோ ஏற்றுக்கொள்ளவோ முடியாத நிலையை ஆக்குகிறது.

ஆனால், வெகுவிரைவிலேயே நாவலின் மரணத்தை குண்டேரா பிரகடனம் செய்கிறார். வரலாற்று நீதியின் பேரில், வறுமையை இல்லாதொழிப்பது போலவோ, ஆதிக்கச் சக்திகளை அழிப்பது போலவோ, பழைய கார்கள், மோஸ்தரில்லாத பழந்தொப்பிகள் ஆகியவற்றை வீசி எறிவது போலவோ, நாவலும் புதைகுழிக்குள் போகும் நிலைக்கு வந்துவிட்டது என்கிறார். சர்வாதிகாரத்தின் கொடுங்கோன்மையின் கீழ், தனது வாழ்க்கையின் பெரும் பகுதியைக் கழித்த நிலையில், தத்துவார்த்த அழுத்தங்கள், தடை, தணிக்கை ஆகியவற்றால் நாவலானது வன்முறைச் சாவிற்குள்ளாகிவிட்டது என்கிறார், குண்டேரா. சர்வாதிகாரப் பொறிக்குள் சிக்கிக்கொண்டுவிட்ட உலகத்தில், நாவலுக்கு இடமில்லை. ஒரே ஒரு பேருண்மையைக் கொண்டியங்கும் உலகும் ஐயத்திற்கிடமான, ஒன்றையொன்று சார்ந்து நிற்கிற நாவலின் உலகும் முற்றிலும் வேறுபட்ட பதார்த்தங்களால் வனையப்பட்டவை. சர்வாதிகாரத்தை வலுப்படுத்தும் உண்மை என்பது, ஒன்றையொன்று சார்ந்திருக்கும் தன்மையை நிராகரிக்கிறது; ஐயத்தை அனுமதிக்காது; கேள்வி கேட்பதை அது ஒருபோதும் சகித்துக்கொள்ளாது. இது ஒருபோதும் நாவலின் ஆத்மாவோடு பயணிக்க முடியாது.

அவ்வாறாயின், இன்று குவிந்துகொண்டிருக்கும் நாவல் களின் அர்த்தம்தான் என்ன? மனித இருப்பை வெல்லும் தேடலில் இவை புதிதாய் எதனையும் கொண்டுசேர்க்கப் போவதில்லை. ஏற்கெனவே சொல்லப்பட்டவற்றைத்தான், அவை மீண்டும் மீண்டும் ஒப்புவிக்கின்றன என்கிறார், அவர். நாவல் மெல்ல இனிச் சாகும் என்று சொல்லும்போது, நாவலின் வலிமை நீர்த்துப்போய்விட்டது என்பதல்ல, தனக்கு முற்றிலும் அந்நியமான உலகிலே சஞ்சரிப்பதால்தான் அங்கு மூச்சுவிட முடியாமல் அது தத்தளிக்கிறது. மனித வாழ்க்கை என்பது, ஒரு குறுகிய சந்திற்குள் வரையறுக்கப்பட்டுவிட்டது. மனித வாழ்க்கையை அது வெறும் சமூகச் செயற்பாடாக மட்டுமே என்று தரக்குறைப்பு செய்துகொண்டுவிட்டது. கலை ஆக்கங்களும் அவ்வாறே மலினமாக்கப்பட்டுவிட்டன.

நாவலின் ஆத்மார்த்தம் என்பது உட்சிக்கல்களை, வாழ்வின் மிகக் கலங்கலான பகுதிகளைத் தேடிப்பிடிக்கும் திமிங்கில வேட்டை. ஒவ்வொரு நாவலும் வாசகருக்கு என்ன சொல்கிறது என்றால், 'நீங்கள் நினைப்பதுபோல் விஷயம் ஒன்றும் அவ்வளவு லேசானதல்ல' என்கிறார், மிலன் குண்டேரா.

இன்னும், ஐம்பது ஆண்டுகளில் நாவல், இலக்கிய அரங்கைவிட்டே வெளியேறிவிடும் என்று ஆரூடம் கூறும் இலக்கியவாணர்களும் இல்லாமலில்லை.

5

இந்தப் பின்னணியில், ஈழத்தின் 135 ஆண்டுகால நாவல் இலக்கிய வளர்ச்சியினை, வரலாற்று நோக்கிலும் திறனாய்வு நோக்கிலும் அணுக முற்படும் தேவகாந்தனின் இந்நூல் நமது முக்கிய கவனத்தைக் கோரிநிற்கிறது. ஒவ்வொரு இலக்கியக் காலகட்டத்தையும், அக்கால வரலாற்றினதும் அதற்குரித்தான பண்பினதும் போக்கின் அடிப்படையில் முப்பது ஆண்டுகள் என்ற காலவைப்பில் வேறுவேறாகப் பகுத்திருக்கிறார், தேவகாந்தன்.

வரலாற்று வழியிலான படைப்பின் நிர்ணயமெனவும், படைப்பு வழியமைக்கும் வரலாற்றின் அமைவெனவும் இரு வேறுபட்ட கூறுகளிலிருந்து, ஈழத்து நாவல் இலக்கியக் காலகட்டத்தை, தேவகாந்தன் வரையறை செய்கிறார். இலக்கியக் காலகட்டங்களை வரையறை செய்வதில், ஆங்கில இலக்கியத்தில், வாதப்பிரதிவாதங்கள் நிறையவே நடைபெற்றுள்ளன. ஈ.எச். கார் *(E.H. Carr)* சொல்வதுபோல, உண்மைகள் புறநிலை சார்ந்தவைதாம். ஆனால், வரலாறு என்பது எப்போதுமே காலமாற்றங்களூக்கூடாக மாறி அகநிலைப்பட்டதாகி விடுகின்றது. மனிதன் நிலவில் கால் பதித்தமை, மனுக்குலத்தின் வரலாற்றில் மாபெரும் பாய்ச்சல் என்று கூறப்பட்டது. மிக முக்கியமான அந்த வரலாற்று நிகழ்வை, இன்று அப்படி யாரும் கொண்டாடுவதில்லை. மனித சமூகம் காலப் பெருவெளியில் நங்கூரம் போட்டு நிற்பதில்லை. ஆழப்பெருங்கடலில் திசை தெரியாப் பயணம் அது. தொடுவானம் நோக்கிப் பரந்து வியாபிப்பது. நேர்கோட்டுக் காலக்கணிப்பு நிரல் இதற்கு ஒத்துவருவதில்லை. இயல்பாய்ப் புரண்டோடும் காலநதியில் செயற்கை எல்லை வகுப்புகள் எவ்வளவு தூரம் காலத்தைப் பிரதிநிதித்துவம் செய்யும் என்ற கேள்வி, எப்போதும் உள்ளதுதான். ஆனால், ஒரு சகாப்தத்தின் நிர்ணயகரமான தருணத்தில், காலமும் வெளியும் இலக்கியக் கருவும் ஒன்றிணையும்போது தூக்கலான ஒரு இலக்கிய வெளிப்பாடு சாத்தியமே.

மார்க்சிய அறிஞர் பிரெடெரிக் ஜேம்சன் (Fredric Jameson) 'எப்போதுமே அனைத்தையும் சரித்திரமயப்படுத்துங்கள்' (Always historicize) என்கிறார். சரித்திரத்தைத் துண்டங்களாக்கி, திட்டவட்டமான எல்லை வரையறைகளை ஆக்கினால்தான், வரலாற்றுப் பின்னணியில் ஒரு படைப்பை அணுகுதல் சாத்தியம் என்கிறார், அவர்.

தேவகாந்தன் ஒவ்வொரு முப்பது ஆண்டுகால வரையறையைத் தந்து, அக்காலப் பகுதியின் இலக்கிய நாடித்துடிப்பை உணர்த்துவதில் தன்னளவில் வெற்றி கண்டிருக் கிறார். வெறும் நாவல்களின் பட்டியலைத் தராமல், trend setter எனக் கருதத்தக்க நாவல்களையே, தனது ஆய்வுப் பரப்பிற்குள் எடுத்தாண்டிருக்கிறார். இருபது ஆண்டுகளாகத் தனது இடையறாத நாவல் வாசிப்பின் மூலமும், தனது நிர்ணயங்களை மீண்டும் மீண்டும் உரசிப்பார்த்துப் பெற்ற அனுபவத்தின் சாரத்திலும் இந்த நூலைச் செழுமையாக்கியிருக்கிறார். ஒரு நாவலின் தரநிர்ணயத்தில் வெவ்வேறு இலக்கிய ஆசிரியர்கள், எத்தகைய மதிப்பீடுகளை மேற்கொண்டிருந்தனர் என்பதை அவர் நுணுகி ஆராய்ந்திருக்கிறார். இந்த விரிந்த தளத்தில், தனது பார்வையைப் பதிவு செய்கிறார். தேவகாந்தன் தமிழகத்தில் வாழ்ந்த நீண்ட காலப்பகுதியில், அவர் கொண்டிருந்த காத்திர மான இலக்கிய ஊடாட்டமும் அவரது இலக்கியப் பார்வையைச் செப்பனிட்டிருக்கிறது. ஆய்வுநிலையில் முற்சாய்வுகளுக்கு இடம் தராமல், தன்னாலியன்றவரை, புறநிலையில் நின்று, வரலாற்றுப் பின்புலத்தில் எடைபோடும் பண்பு தேவகாந்தனுக்குச் சித்தித்திருக்கிறது.

6

இலங்கை நாவல் வரலாற்று எழுத்தில், இலங்கையின் ஆரம்பகால நாவல்களோடு, இந்திய ஆரம்பகால நாவல்களையும் ஒப்பிட்டுப்பார்க்கும் முதல் நூல் இது. முதல் நாவல்களை நிர்ணயம் பண்ணுவதில் ஏகப்பட்ட பிரச்சினைகள் உள்ளன. முதல் நாவல்களில் எவற்றைத் தவிர்ப்பது, எவற்றை ஏற்பது என்று அந்தந்த நாவல்களின் மொழிசார் விமர்சகர்களே மாறு பட்ட கருத்துக்களை முன்வைத்துள்ளனர்.

வங்க மொழியில் முதல் நூலெனச் சொல்லப்பட்ட 'கருணா ஓ புல்மொனிர் விபரண்' (Karuna o PhulmonirBibaran, 1852) என்ற நாவல் மொழிபெயர்ப்பு என்பதால், அது வங்க மொழியின் முதல் நாவலென்ற முடிவிலிருந்து நீக்கப்பட்டது என்பது விசாரணைக்குரியது. இந்நூலை எழுதிய ஹனா கெத்தரின்

◆ 17 ◆

முலென்ஸ் *(Hana Catherine Mullens)* சுவிற்சலாந்தைச் சேர்ந்த மிஷனரிப் பெண்மணி ஆவார். கல்கத்தாவில் வளர்ந்த அவர் சம்ஸ்கிருதத்திலும் வங்காள மொழியிலும் நிறைந்த புலமை பெற்றவர். இந்த நூல் அவரது மொழிபெயர்ப்பு நூலன்று.

ஹனா, வங்காள மொழியில் எழுதிய தனது நாவலின் ஆங்கில மொழியிலமைந்த முன்னுரையில், சுதேசிய கிறிஸ்தவப் பெண்களை மையமாகக்கொண்டே இந்நூல் எழுதப்பட்டது என்கிறார். வங்காளப் பெண்மணிகளின் குடும்ப வாழ்க்கையின் பல்வேறு அம்சங்கள்பற்றி அவர் இந்நூலில் பேசுகிறார். இவை எனது சொந்த அனுபவத்திலிருந்து பெறப்பட்டவை என்றும், ஏனையவை இங்கு வாழும் மிஷனரிகளின் மனைவிமாரிடமிருந்து கேட்டறிந்த கதைகளை அடிப்படையாகக் கொண்டவை என்றும், அவற்றைச் சின்னக் கதைகளாக, புனைவுகளாக எழுதினேன் என்றும் பதிவுசெய்கிறார்.

ஒருவரை ஒருவர் அறிந்தும், புரிந்தும்கொள்ளாமல் செய்து வைக்கப்படும் திருமண பந்தத்தில் நிலவும் கணவருடனான அணுகுமுறை, பெண்களின் கடமை, ஏழைகள்மீது அன்புகாட்டுதல், பைபிளை வீட்டில் வாசித்தல் போன்றன பற்றி அவர் இந்நூலில் எழுதுகிறார். பெண்களை வீட்டிற்குள்ளேயே அடைத்துவைக்கும் நிலை, நோயாளிகளைப் பராமரிப்பதில் அசட்டை, வீட்டை நிர்வகித்தல், வீட்டைச் சுத்தமாக வைத்திருத்தல் போன்ற அம்சங்களைப் பற்றியே இந்த நூலில் எழுதியிருப்பதாக, அவரே இந்நூலின் முன்னுரையில் எழுதுகிறார். எனவே, இந்நாவல் வங்கத்தின் முதல் நாவலெனினும், மொழிபெயர்ப்பு என்ற ரீதியில் அந்நிலையிலிருந்தும் நீக்கப்பட்டமை ஏற்புடைமையன்று எனக் கருதலாம்.

இலங்கையில் சிங்கள மொழியில் முதல் நாவலாகக் கருதப்படும் 'வாசனாவந்த சா காலக்கன்னி பவுல' அல்லது 'இரு குடும்பங்களின் கதை', மொறட்டுவையைச் சேர்ந்த ஐசாக் டி சில்வாவால் 1888இல் எழுதி, வெளியிடப்பட்டது. *'The Happy and Miserable Families'* என்று ஆங்கிலத் தலைப்புடன் வெளியான இச்சிங்கள நாவலில், சார்ள்ஸ், லூஸி ஆகிய புதுமணத் தம்பதிகள் கத்தோலிக்க மதத்திற்கு மாறி, மேற்கத்தியக் கலாச்சாரம் எனக் கருதப்பட்ட கலாச்சாரத்தை எந்தக் கேள்வியுமின்றி ஏற்றுக்கொண்டவர்கள். இவர்களில் லூஸி, சிங்களச் சமூகத்தில், பெண்ணின் சமத்துவத்தை வலியுறுத்தும் கதாபாத்திரமாகச் சித்திரிக்கப்பட்டிருக்கிறாள். நாற்காலியில் கணவனுக்குச் சமமாக அமர்ந்து, தனது கணவனை 'நீ'

என்று விளிக்கக்கூடிய முற்போக்குப் பெண் பாத்திரமாகப் படைக்கப்பட்டிருக்கிறாள்.

'ஆண், பெண் இருபாலாருக்குமான சமத்துவம் பற்றிய எண்ணக்கரு, ஐசாக் டி சில்வாவின் 'இரு குடும்பங்களின் கதை'யில் மையமாக அமைகிறது. பத்தொன்பதாம் நூற்றாண்டின் இறுதிக்காலம்வரை, பாரம்பரியச் சிங்களச் சமூகத்தின் முக்கியமான அம்சம், தமிழ்ச் சமூகம்போலவே கணவனுக்குக் கீழ்ப்படிந்தவளாகப் பெண்ணை வைத்திருந்ததுதான். 'இரு குடும்பங்களின் கதை' நாவலில் இப்பாரம்பரிய வழமை கடுமையான விமர்சனத்திற்குள்ளாக்கப்பட்டிருக்கிறது. தன் எதிர்காலக் கணவனைத் தெரிந்தெடுப்பதற்கான சுதந்திரம் இல்லை என்று லூஸி என்ற பெண் பாத்திரம் இந்நாவலில் பேசுகிறது என்று சிங்கள இலக்கிய ஆய்வாளர் மனோஜ் ஆரியரட்ன, தனது ஆய்வுக் கட்டுரையில்[1] குறிப்பிடுகிறார்

தனது விருப்பத்தின் பேரில், கணவனைத் தெரிவு செய்யும் உரிமை இல்லாது போனதால், ஒரு பெண்ணுக்குக் கணவன் தொடர்பான கடமைகள் எவை என்பதில் பிரச்சினைகள் ஏற்படுகின்றன என்று இந்நாவலில் ஒரு கதாபாத்திரம் பேசுகிறது. இதே கருத்து, வங்காளத்தின் முதல் நாவலாகக் கருதப்படும் 'கருணா ஓ புல்மொனிர் விபரண்' நூலிலும் வலியுறுத்தப்படுவதும் இங்கு ஒப்பு நோக்கத்தக்கது.

'இரு குடும்பங்களின் கதை' நாவல், சமகாலக் கலாச்சார, சமூக, சமயச் சூழலை நேர்மையாகவும் யதார்த்தமாகவும் பிரதிபலித்த நாவல் என்றும், நாவலின் பிரதான கரு சமூகத்தில் அன்றாடம் காணக்கூடிய யதார்த்தமான கதாபாத்திரங்களை மையமாகக் கொண்டுள்ளது என்றும் சிங்கள விமர்சகர்கள் கூறுகின்றனர். அவ்வாறு நோக்குகையில், ஈழத்து முதல் தமிழ் நாவலான 'அசன் பே சரிதத்'தைவிட, ஆரம்பகாலச் சிங்கள நாவலான 'இரு குடும்பங்களின் கதை', மண்ணின் கதை மாந்தர்களைக் கொண்டவகையில், இலங்கை மண்ணில் வேரூன்றி நின்றிருக்கிறது என்பது தெரியவருகிறது.

7

தமிழ்நாட்டில் வெளியான ஆரம்பகாலத் தமிழ் நாவல்களின் கதையினை விபரித்து, அவற்றின் பண்புநலனைத் தெளிவுபடுத்துவதிலும் தேவகாந்தன் மிகுந்த அக்கறை

---

1. 'The British Education System and the Cultural Dilemma: in the light of the Depiction In Early Sinhala Fictions (1866-1906)'

யெடுத்திருக்கிறார். தேவகாந்தனின் இந்த அக்கறையை, க. கைலாசபதியின் அக்கறையின் நீட்சியாகக் கொள்ளலாம். கொழும்புப் பல்கலைக்கழகத்தில், தமிழ்ப் பாடத்திட்டத்தில், பாடநூலாக அமைந்த அ. மாதவையாவின் 'பத்மாவதி சரித்திரம்' என்ற நாவல் குறித்த விரிவுரைகளைப் பேராசிரியர் க. கைலாசபதி ஆற்றியிருந்தார் என்ற வரலாற்றுச் செய்தி, ஈழத்தில் நாவல் இலக்கியம் பற்றிய கற்கை, ஆய்வு போன்றன தமிழக ஆரம்பகால நாவல்களையும் கவனத்திற்கொண் டிருந்ததைப் புலப்படுத்துகிறது.

தமிழில், தனித்து ஒரு நாவலாசிரியர் பற்றி மேற்கொள்ளப் பட்ட அதி சிறந்த ஆய்வுநூலாக ராஜ் கௌதமன் எழுதிய 'அ. மாதவையாவின் தமிழ் நாவல்கள்' (2019) என்பதை மட்டுமே கூறமுடிகிறது. தமிழின் ஆரம்பகால நாவல்களை இந்நூலில் அறிமுகப்படுத்தியிருப்பது இந்நூலுக்கு ஒரு கனதியைச் சேர்க்கிறது. தமிழில் நாவல் வளர்வதற்கான சூழ்நிலைகள் குறித்து ஆராயும் தேவகாந்தன், தமிழ் உரைநடை வளர்ச்சி பற்றியும் நிதானமான பார்வையைச் செலுத்தியிருக்கிறார்.

ஆனால், "அச்சியலுக்கான ஒரு எழுத்துத்தமிழ் வளர்ச்சியின் ஓரெல்லையை, தமிழ் உரைநடை அடைந்துவிட்டமையின் திருஷ்டாந்த அடையாளத்தை 'பரமார்த்த குரு கதை'களிலும் காணக்கூடியதாக இருக்கிறது" என்று தேவகாந்தன் கூறுவது விளக்கத்தை வேண்டி நிற்கிறது. உண்மையில்,'பரமார்த்த குரு கதை' தமிழ் மண்ணின் இயல்பான உரைநடை வளர்ச்சியின் ஒரு கட்டத்தைப் பிரதிபலிக்கவில்லை. மதுரை அமெரிக்கன் கல்லூரியின் உதவிப் பேராசிரியரான ந. கோவிந்தராஜன் தனது 'மொழியாகிய தமிழ் – காலனியம் நிகழ்த்திய உரையாடல்கள்' (2021) என்ற நூலில், 'பரமார்த்த குருவின் கதை, எளிய மக்களிடம் பேசுவதற்கு மிஷனரிகளைத் தயார்செய்யும் பயிற்சி நூலாகவே வீரமாமுனிவரால் எழுதப்பட்டிருக்கிறது' என்கிறார். 'இந்தக் கதையை, பேச்சுத் தமிழ் இலக்கணத்தை ஆங்கிலேயர்கள் கற்றுக்கொள்ள வேண்டும் என்பதற்காக மொழிபெயர்த்தார்' என்றும், 'சொற்களைப் பிரித்து வாசிப்பதற்கு அதிகாரிகளைப் பழக்குவதுதான் இந்நூலின் முக்கிய நோக்கம்' என்றும் பெஞ்சமின் கை பாபிங்டன் என்ற மொழியியலாளர் கூறுவதை, கோவிந்தராஜன் எடுத்துக்காட்டுகிறார். வீரமாமுனிவர் கிறித்தவ மிஷனரிகளுக்காக எழுதினார் என்றும் பாபிங்டன் சக அதிகாரிகளுக்காக மொழிபெயர்த்திருக்கிறார் என்றும் கோவிந்தராஜன் உறுதிசெய்கிறார். ஆயினும், தமிழின் உரைநடை வளர்ச்சியில் இந்நூலின் முக்கியத்துவத்தைக்

குறைத்து மதிப்பிடுவதற்கு இல்லை என்பதையும் நாம் மனதில் கொள்வது பொருந்தும்.

8

'ஊசோன் பாலந்தை கதை' (1891) என்ற ஈழத்து ஆரம்பகால நாவல்களில் ஒன்றினை வாசகப் பரப்பிற்குள் மிக அவதானமாகக் கொண்டுவந்திருக்கிறார், தேவகாந்தன். இந்த நாவல் குறித்து மேலும் சில விளக்கங்களைத் தருவது உகந்தது என்று கருதுகிறேன்.

'ஊசோன் பாலந்தை கதை' எந்தவொரு நாவலினதும் நேரடி மொழிபெயர்ப்பு அல்ல. 'இஃது முன் வழங்கிவந்த ஏட்டுப் பிரதிகளுக்கிணங்க, திருகோணமலை அ. இன்னாசித்தம்பி யவர்களால், யாழ்ப்பாணம் அச்சுவேலி இயந்திரசாலையிற் பிரசுரிக்கப்பட்டது' என்று நூலில் குறிப்பிடப்பட்டிருப்பதால், இந்நூலிற்கான மூலப்பிரதிகள் பல இருந்திருக்கின்றன என்பது தெளிவாகிறது.

'அலெக்சாந்தர் எம்பரதோரின் விவாகம்', 'பெப்பேஞூராயர் தம்பதிக்கேகல்', 'எம்பரதோர் றோமாபுரிக்கேகல்', 'பாலசுரத்தானின் துர்க்கிரியை' ஆகிய அத்தியாயங்களைக் கொண்டு இந்நாவல் அமைகிறது.

இந்நாவலின் வசனநடைக்குப் பின்வரும் பகுதியை உதாரணமாகக் காட்டலாம்:

"றோம் மாநகரை றோமன் வேதக்காரர் அரசாட்சி செய்து வருகையில், இஸ்லாம் மார்க்கத்தானாகிய, துர்க்கு ராயன் என்கிறவன் வந்து, அந்த நகரியைச் சேர்ந்த சத்தியவேதக்காரரைத் தமது மார்க்கத்திற்கு வரச்சொல்லி மெத்த நெருக்கம் பண்ணு கிறது கண்ட மகாசங்கை போந்த கிறிஸ்திஸ்தானியாகிய சந்தப்பாப்பானவர் மிகுந்த வியாகூலப்பட்டாலும், 'அந்த வேத சத்துராதிகளால் மீள ஆரால் கூடுமென்று' யோசித்து, 'அலெக்சாந்தர் எம்பரதோரல்லாது வேறொருவராலுஞ் செயங் கொள்ளக்கூடாது' என்று எண்ணி காகிதம் எழுதி அனுப்பினார்."

'என் சப்பாத்தாலுன் பல்லையுடைத்துப் போடுவேன்' என்றும், 'இப்படிக்கொத்த ஆக்கினைகளைக் குமாரத்திக்குச் செய்வது நீதியல்ல' என்றும் வரும் இடங்களில் சாதாரண பேச்சுவழக்கைப் பாவித்திருக்கிறார்.

இந்நூலின் மூலக்கதையை தேவகாந்தன் மிகத் தெளிவாக விபரித்திருப்பது பாராட்டுதற்குரியதாகும்.

தமிழ்நாட்டிற்கும் ஈழத்திற்கும் இடையிலான சாதி, சமய இறுக்கங்களின் நுண்ணிய வேறுபாட்டைத் தேவகாந்தன் வெளிப்படுத்துவதும், அதன் தாக்கங்கள் எவ்வாறு இலக்கிய வெளியில் முகம் காட்டின என்று அவர் விளக்குவதும் சுவையானதாகும். அதேபோன்று ஈழத்து நாவல் இலக்கியத்தின் தோற்றத்திற்கு யாழ்ப்பாணம், திருகோணமலை போன்ற அமைவிடங்களின் வரலாற்றுப் பின்னணி எவ்வாறு தாக்கத்தைச் செலுத்தியிருக்கும் என்ற விபரமும் புதிய பார்வையைக் கோடி காட்டுகிறது. சி.வை.சின்னப்பபிள்ளை, மங்களம் தம்பையா, இடைக்காடர் ஆகிய மூவரது நாவல்களைத் தொகுத்து, சற்றே விரிவாக ஆராய்கிறார். 1826 – 1955 காலப்பகுதியில் வெளிவந்த நாவல்கள் பெறுமதியற்ற நாவல்கள் என்று ஒரு முப்பது ஆண்டுகால நாவல் எழுத்துகளைச் சுலபமாக நிராகரித்துவிட்டுப் போகவும் அவரால் முடிகிறது.

தேசிய இலக்கிய உணர்வு என்று அவர் எழுதுகையில், இலங்கை முற்போக்கு எழுத்தாளர் சங்கத்தின் (1954) சாதனை களை வரன்முறையாகப் பதிவுசெய்கிறார்.

ஈழத்துத் தேசிய இலக்கியம் பற்றிய சிந்தனைகள் 1920களிலேயே யாழ்ப்பாண இளைஞர் காங்கிரஸ் மூலம் தீர்க்கமாக வெளிப்பட்டிருந்தன என்பதையும் நாம் இங்கு நினைவுகூர்தல் தகும். யாழ்ப்பாண இளைஞர் காங்கிரஸ் 1924ஆம் ஆண்டு டிசம்பர் மாதம் நடாத்திய முதல் மாநாட்டில், தேசிய இலக்கியங்களைப் படிப்பதற்கும், விருத்தி செய்வதற்கும் குறைந்தபட்சம் வாரத்தில் மூன்று மணித்தியாலங்களையேனும் அர்ப்பணிப்பது என்றும், தேசிய இலக்கியம், தேசிய கலை அல்லது தேசிய இசையின் மறுமலர்ச்சிக்குக் கைகொடுத்துள்ள எவர் ஒருவருக்கும் காங்கிரஸ் ஒரு பரிசு அல்லது பதக்கத்தை அல்லது வேறொரு வடிவத்திலான ஊக்குவிப்பினை அளித்தல் வேண்டும் என்றும், விஞ்ஞானம், கற்பனைக் கதைகள், சமூக வரலாறு, வாழ்க்கை வரலாறு போன்ற தேசிய இலக்கியங் களை மேம்படுத்தும் வழிவகைகள் வகுக்கும் பொருட்டாக உறுப்பினர் ஐவரைக் கொண்ட ஒரு குழு நியமிக்கப்பட வேண்டும் என்றும் முக்கியத் தீர்மானங்களை நிறைவேற்றியிருக்கிறது. இலங்கை முற்போக்கு எழுத்தாளர் சங்கம் தோன்றுவதற்கு முப்பது ஆண்டுகளுக்கு முன்னரேயே தேசிய இலக்கியக் குரல்கள் யாழ்ப்பாணத்தில் முகிழ்த்திருக்கின்றன!

10

தேவகாந்தன் *1895–1925* காலகட்டத்தை மத இலக்கியத் தோற்றகாலமாகக் குறித்து, சி.வை. சின்னப்பப்பிள்ளை, மங்களம் தம்பையா, இடைக்காடர் ஆகியோரின் நாவல்களை ஆராய்கிறார். இந்நாவல்கள் மத, இலக்கியத் தோற்றகாலத்தைச் சுட்டிநிற்கிறதா என்பது ஒரு விவாதப் புள்ளியாக அமைதலுங்கூடும்.

ஈழத்து நாவல் இலக்கியத்தைப் பற்றிச் சுட்டிப்பாகப் பேசும் *129* பக்கங்களில், *135* ஆண்டுகால நாவல் வளர்ச்சியில் *1983 – 2020* காலகட்ட நாவல்களைப் பேச *50* வீத இடத்தைத் தேவகாந்தன் எடுத்துக்கொண்டிருக்கிறார். ஈழத்து நாவல் இலக்கியத்தை ஒவ்வொரு காலகட்டமாக வகைப்படுத்தி, தேவகாந்தன் முன்வைத்திருக்கும் காலவைப்புமுறை, அவ்வக்கால இலக்கிய மதிப்பீடுகளைத் துல்லியமாக அறியத் துணைபுரிகிறது. ஆனால், அக்காலகட்டத்தின் மையமான போக்கை அது சுட்டிநிற்கிறதா என்பது குறித்துக் கருத்துவேறுபாடுகள் தோன்றக்கூடும்.

இக்காலகட்டத்தைப் புலம்பெயர் இலக்கியக் காலகட்டமாக இனங்காணும் தேவகாந்தன், புலம்பெயர் இலக்கியத்தை, ஈழத்து இலக்கியத்தின் நீட்சியாகக் கருதுபவராதலால் இக்காலவைப்பு அவருக்கு இலகுவாகியிருக்கிறது.

ஈழத்திலிருந்து தமிழகத்திற்குப் புலம்பெயர்ந்தவர்கள் மத்தியிலிருந்து எழுந்த படைப்புகளை முதல் தடவையாக, புலம்பெயர் இலக்கியத்திற்குள் நிலைப்படுத்தும் முன்னோடி யான இலக்கியப் பணியைத் தேவகாந்தன் இந்த நூலில் செய்திருக்கிறார்.

தனது மண்ணிலேயே வேரூன்றியவர் ஆழ்ந்து வேரோடிய ஆலமரத்தைப் போன்றவர். அந்த இடத்தைவிட்டு அவர் பெயர்ந்ததும் அவர் தூசியாகிப்போகிறார். *Exile* என்பது எந்தத் திணைக்குள்ளும் அடங்காது. உலக வரைபடத்தில் அதை நீங்கள் காணமுடியாது. நீங்கள் வெறுமனே அரசியல் எல்லைகளைக் கடக்கிறீர்கள் என்றில்லை. மோதல் நிறைந்த – முரண்பாடுகள் மலிந்த வலயத்திற்குள் நீங்கள் நுழைகிறீர்கள். அங்கு நீங்கள் யாருமில்லை. ‘நீங்கள் யார்? இந்த இடத்தில் ஏன் நீங்கள் காணப்படுகிறீர்கள்?’ என்ற கேள்விகளுக்கு நீங்கள் சொல்லும் பதில், கேள்வி கேட்பவரைத் திருப்தியடையச் செய்யாது. தங்கள் அரசியல் எல்லைக்குள் யாரும் வந்துவிடாமல், அரசு ஆயிரம் எல்லைத் தடுப்புக்களைப் போட்டிருக்கும் நிலையில், அதனை மீறி அந்த நாட்டிற்குள் நுழைந்திருக்கும் கிரிமினல்

நீங்கள். உங்களுக்கு அந்த நாட்டில் எந்த உரிமையும் இல்லை. மேலைநாடுகளில் அகதி அந்தஸ்து கோரிப் போராடுவதற்குச் சட்டபூர்வ ஏற்பாடுகள் உள்ளன. இந்தியாவில் ஈழத்து அகதிகள் நிலை பயங்கரமானது. அவர்கள் தடுத்துவைக்கப்பட்டிருக்கும் அகதி முகாம்கள் கொடிய சிறைக்கூடங்கள்தாம். அந்த அகதி முகாம்களில் உள்ளவர்களை வெளியார் சென்று பார்ப்பதற்கு அனுமதி இல்லை. தமிழகத்திற்கு மறுவாழ்வு தேடிப்போன மலையக மக்களின் நலனுக்காக உழைத்த இர. சிவலிங்கம் கைதுசெய்யப்பட்டு, இப்படி ஒரு முகாமில் தடுத்துவைக்கப்பட்டார். 'இது தடுப்பு முகாம் கிடையாது. ஒன்று, உங்களை யாரும் வந்து இங்கே பார்க்க முடியாது. அவ்வளவுதான்' என்று அவருக்கு விளக்கம் கொடுத்திருக்கிறான் அந்த முகாமிற்குப் பொறுப்பு வகிக்கும் கிராமத் தலைவன். அது ஒரு சிறைக்கூடம். ஜியோர்ஜியா அகம்பென் என்ற நவீன சிந்தனையாளன் இம்மாதிரி முகாம்களை 'bio–political paradigm of modernity' என்றழைக்கிறார்.

நீங்கள் தப்பிப் போகலாம் என்று நினைத்திருந்த கற்பனாவுலகம் சிதைந்துபோய், நீங்கள் தப்பவே முடியாத கொடுஞ்சூழலுக்குள் மேலும் சிறைப்பட்டிருக்கும் நிலை அது. தமிழகத்தில்போல வேறெங்கும் நீங்கள் அந்த அனுபவத்தைப் பெற முடியாது. ராஜீவ் காந்தி படுகொலை செய்யப்பட்ட காலத்திற்குப் பின் இலங்கைத் தமிழர்கள் அங்கு வேட்டையாடப்பட்டார்கள். உங்களின் தற்காலிக அனுமதிப் பத்திரத்தைப் புதுப்பிப்பதற்காக போலீஸ் நிலையங்களுக்குப் போனால் நாய்களைப்போல நடத்தப்படுவீர்கள். டேவிட் ஐயா, சென்னை அண்ணா நகரில், திருமங்கலம் போலீஸ் நிலையத்தில் நடத்தப்பட்ட விதம் யாரையும் ஆத்திரப்படுத்தும். தமிழகத்தின் தடுப்பு முகாம் ஒன்றில் சிறைவைக்கப்பட்ட இர. சிவலிங்கம் தனது சிறை அனுபவம் பற்றி எழுதியிருக்கும் கட்டுரை, கொடியவர்களின் முகத்திற்குப் போட்டிருக்கும் தார்க்கோல் சூடு. முப்பது ஆண்டுகளுக்கு மேல் அங்கு வாழும் ஈழத் தமிழர்கள் இன்றுவரை எந்த உரிமையும் இல்லாத ஜீவிகள்.

இந்த நிலையில் வாழ்க்கை நடத்த நிர்ப்பந்திக்கப்பட்ட தமிழகத்து அகதிகள் மத்தியில் எழுந்த இலக்கியம் எப்படிப் புலம்பெயர் இலக்கியம் இல்லாமல் போகும்? தேவகாந்தன் தமிழகத்திலிருந்து எழுதப்பட்ட ஆக்கங்களுக்கு உறுதியான புகலிட இலக்கிய அந்தஸ்தை இந்நூலில் வழங்கியிருக்கிறார்.

புலம்பெயர் இலக்கியத்தில் 30 நாவல்களை இனங்காணும் தேவகாந்தன், புகலிடத்திலிருந்து எழுதும் யாரையும் தவிர்த்துவிடக்கூடாது என்பதில் தீவிரமாக இருந்திருக்கிறார் என்பது தெளிவாய்த் தெரிகிறது.

கனடா, பிரான்ஸ், லண்டன், ஜெர்மனி, டென்மார்க், அவுஸ்திரேலியா ஆகிய நாடுகளில் வாழும் பதினைந்து எழுத்தாளர்களின் நாவல்களைப் பாகுபாடின்றி எடுத்தாண்டிருக்கிறார். புகலிட நாவல்கள் பற்றிய பரந்த பார்வையை இது வாசகர்களுக்கு வழங்குகிறது. ஆனால், இந்தத் தாராள மனப்பாங்கு ஈழத்தின் முன்னைய காலகட்டங்களில் எழுதிய நாவலாசிரியர்களுக்கு வழங்கப்படவில்லை என்றே கருதத் தோன்றுகிறது. அங்கு தெரிவுசெய்யப்பட்ட சில நாவலாசிரியர்களே கவனத்திற் கொள்ளப்பட்டுள்ளார்கள்.

புலம்பெயர் இலக்கியம் கடந்த முப்பது ஆண்டுகாலப் பகுதியில், நாவல் இலக்கியப் பரப்பில் தலைமைப் பீடத்தை எடுத்திருந்தாலும், இலங்கையில் இக்காலப் பகுதியில் நாவல்கள் எழுதிய பத்து நாவலாசிரியர்களைத் தேவகாந்தன் கவனத்தில் கொண்டிருப்பதைக் குறித்தாக வேண்டும்.

'போர்க்கால நாவல்கள் பொறுத்து, தமிழில் வெறுமையே எஞ்சுகிறது' என்றும், 'இலங்கையின் போர்க்காலப் புலிகள் ஆதரவு, எதிர்ப்பு, போரின் நடுநிலை என்ற எந்தத் தளத்திலிருந்தும் வெளிவந்த நாவல்கள் திருப்தியைத் தரவில்லை' என்றும் நிர்ணயமான விமர்சனப் பதிவை தேவகாந்தன் இந்நூலில் மேற்கொண்டிருக்கிறார்.

ஆங்கிலத்தில் எழுதப்பட்ட நாவல்கள் குறித்து எழுதும் தேவகாந்தன், அ. சிவானந்தன் எழுதிய 'When Memory Dies' என்ற முக்கிய நாவலின்மீது உயர் கவனக் குவிப்பைக் கொண்டிருக்க வேண்டும் என்று நினைக்கிறேன்.

ஈழத்து நாவலின் 135 ஆண்டுகால வரலாற்றைக் கடந்த இருபத்தைந்து ஆண்டுகளாகத் தேடி வாசித்து, அவை பற்றிய விமர்சனங்களைக் கருத்தரங்குகளில் முன்வைத்து, மாறுபட்ட அபிப்பிராயங்களை எதிர்கொண்டு, அவற்றால் தன்னைச் செழுமைப்படுத்திக்கொண்ட ஒருவரிடமிருந்து இத்தகைய நூல் வெளிவருவது பெரும் பாராட்டிற்குரியது. ஈழத்துத் தமிழ் நாவல்களில் அக்கறை கொண்டோருக்கு பயன்மிகுந்த ஒரு நூலைத் தேவகாந்தன் தந்திருக்கிறார்.

இது ஈழத்துத் தமிழ் நாவல் இலக்கியப் பரப்பின் ஒரு முத்துக்குளிப்பு. எமது நாவல் இலக்கியக் கையிருப்பையும் அதன் தாரதம்மியத்தையும் ஒருசேரத் தொகுத்தளித்திருக்கும் பெரும் படையல். ஒரு சிருஷ்டி எழுத்தாளன் தேர்ந்த விமர்சகனாகவும் முகிழ்த்து, தனது வாசிப்பு என்ற உலைக்களத்தில் வார்த்தளித்த பனுவல் இதுவாகும்.

தேவா . . . தமிழுக்குக்கு அரியதொரு இலக்கியப் பெட்டகத்தைத் தந்திருக்கிறீர்கள். நெஞ்சினிக்க வாழ்த்துகிறேன்.

மு. நித்தியானந்தன்

என்னுரை

இலங்கைத் தமிழ்நாவல் பற்றிய ஆய்வுகளும், விமர்சனங்களும் நம்மிடையே போதுமானவை யாக இல்லையென்பதாய்ப் பலருக்கும் ஒப்ப முடிந்திருக்கும் அபிப்பிராயமே இந்நூலாக்கத்தின் பிரதான காரணம்.

இதுவரை எழுதப்பட்ட ஈழத் தமிழ்நாவல் வரலாறுகளின் மேலும், அவற்றினடியான திறனாய்வுகள் வரலாற்றுக் காலப் பகுப்புகளின் மேலுமான அதிருப்தியை முனைப்போடு வெளிப்படுத்தாமல் புதிய கருத்துக்களின் அடைதல் சாத்தியமில்லை. ஆயினும் பற்பல அறிஞர்களின் அறிவுப்புலத் தேடல்களதும் கண்டடைவுகளதும் தடங்களிலிருந்தே இப்பிரதிகொண்டிருக்கும் தரிசனவிகாசம் சாத்தியமாயிற்றென்பதை இந்த இடத்தில் ஒப்புக்கொள்வதும் அவசியம். அவை நூல்களாகவும் கட்டுரைகளாகவும் நூறுக்கும் மேலானவை. எனினும் அதிகப் பயன்பாட்டில் எடுத்துக்கொண்டவை பற்றிய பட்டியல் உசாத்துணை நூல்களின் பகுதியில் தரப்பட்டுள்ளது.

ஆய்வு ரீதியாகவோ கல்விப்புல அமைவு ரீதியாகவோ தன்தெளிவுகளை, முடிவுகளை முன்வைக்க இது முயன்றிருக்கவில்லை. இந்நூலின் கருத்துக்கள் ஓர் ஆய்வு மாணவ நிலையில் வாசிப்பைத் தீவிரமாய்க் கொண்டு அடைந்ததிலான பெறுபேறுகளே. இவை மேலும் விசாரணைக்கு உட்படுத்தப்படுவதன் அவசியம் கொண்டவை என்பது இங்கே குறிப்பிடத்தக்கது.

இவ் ஆக்கத்திற்கான முன்னுரையை வழங்கிய மு. நித்தியானந்தனுக்கும், நூலை வெளியிட இயைந்த காலச்சுவடு கண்ணன் சுந்தரத்துக்கும் பதிப்பக நண்பர்களான செந்தூரன் ஈஸ்வரநாதன், ஸ்டெனோலின், பா. கலா முருகன் போன்றோர்க்கும், அட்டையைச் சிறப்புற வடிவமைத்த றஷ்மிக்கும் என் நன்றிகள் என்றும் உரித்து.

கனடா   **தேவகாந்தன்**
ஜூலை 09, 2021

தோற்றுவாய்

நாவல் இலக்கியமானது திட்டமாய் உருவாக்கப்பட்டதில்லை என்பதையும், அது சமூகமாற்றத்தின் தவிர்க்க முடியாவொரு விளைவு என்பதையும் தன் எடுத்துரைப்பில் கவனமாய் முன்வைக்கிறது பிரதி.

அதனாலேயே அது உலக நாவலிலக்கியத்தி லிருந்து ஆங்கில நாவல் இலக்கியமூடாகத் தன் பயணத்தின் கருத்தாக்கங்களை அத்தியாயம் ஒன்றிலும் இரண்டிலும் வெளிப்படையாய்த் தெரியப்படுத்துகிறது.

ஆசிய மொழிகள் உட்படத் தமிழிலும் நாவல் இலக்கியம் வடிவம் கொண்ட வரலாறு இதுதான். வடிவத்தை மாதிரியாகக் கொண்டிருந்தாலும், அவற்றின் உள்ளுடன் சார்ந்த விஷயத்தில் அவை நிலவியலும் இன, குழும, தேச வரலாறுகளும் காரணமாய்த் தனித்துவங்கள் கொண்டனவாய் அமைந்தன. அவை இந்நூலின் பிரதம நோக்கு நிலைக்குத்தக ஒப்பீட்டுக்குரிய கருத்துக்களாய் அத்தியாயம் மூன்றில் எடுத்துரைக்கப்படுகின்றன. அந்த நிலைப்பாட்டால் தமிழ்நாட்டையும் இந்திய உபகண்டமாய் வேறொரு நாடாகக் கொள்ளுதல் தவிர்க்க முடியாதபடி நிகழ்ந்திருக்கிறது. முடிவில் எல்லாக்கூறுகளுமே தமிழிலக்கியமாய் முகிழ்க்கிறதென்றாலும் இந்தப் பகுப்பு இலக்கிய வரலாற்றுக்கு முக்கியமானது.

தொடர்ந்து அத்தியாயம் நான்கிலிருந்து இலங்கையின் முதல் தமிழ்நாவல்களும்,

முதல் நாவலின் கணிப்பீடும், அவற்றை உந்திய இலக்கியச் சக்திகளும் பேசப்படுகின்றன. இலக்கிய இயக்கங்கள்போல் இலக்கியச் சித்தாந்தங்களும் சிறிதாகவோ பெரிதாகவோ கிளர்ந்தெழும்பியதை 1956–1963க்கு இடைப்பட்ட காலவெளி காட்டுகின்றது. இலங்கையின் தனித்துவமான அச்சித்தாந்தங்கள் பற்றித் தேவையான அளவுக்குப் பிரதி குறிப்பிடுகிறது. அவை சார்ந்த நாவல்கள் எதிர்ப்பிலக்கியம் என்ற பிரிவில் அத்தியாயம் ஆறில் கணிப்பீடு செய்யப்பட்டுள்ளன. இந்த அத்தியாயம் முக்கியமானது. ஏனெனில் இதில்தான் நாவலிலக்கியக் காலங்கள் வகைமைப்பாடு கொள்கின்றன.

புகலிட இலக்கியத்துறையைத் தனித்துவமாய்க்கொண்ட இலங்கைத் தமிழிலக்கியம் தமிழிலக்கியத்திலேயே சிறப்பான இடம் கொள்வதிலும் நீண்ட பரப்பை உள்ளடக்கியிருப்பதிலும் (1983–2020) அதன் குணாம்சமும் வரலாறும் நாவல்களின் தன்மையும் தெளிவுறும்படி தொடரும் அத்தியாயங்களில் சற்று விரிவாகவே கவனத்திலெடுத்தல் தவிர்க்க முடியாததாயிற்று.

அண்ணளவாக முப்பது ஆண்டுகளாய் ஒவ்வொரு இலக்கியக் காலகட்டத்தையும் வரலாற்றினதும் பண்பினதும் அடிப்படையில் இயல்பாக வகுக்கிறது பிரதி. 1984இன் மேல் இலங்கைத் தமிழ்நாவல் இலக்கியத்தை ஆறாக வகுத்து அவை ஒவ்வொன்றின் வளர்ச்சியையும் தன்மைகளையும் விரிவாகக் காண்கிறது. ‘முற்போக்கிலக்கியம்’, ‘எதிர்ப்பிலக்கியம்’ போல் ‘போரிலக்கியம்’ என்பதும் ‘பரீட்சார்த்த நாவல்கள்’ என்பதும் சிறப்புக் குணங்கள் கொண்ட நாவல்களினூடாக வரலாற்று மேனிலையில் திறனாய்வு முடிவுகளைக் காண்கின்றன.

வாசகநிலை வாசிப்பில் புரிதலுக்கான அம்சங்களாய் நூல்களின் தோற்றகாலம் அடைப்புகளுள் தெளிவாய்க் கொடுக்கப்பட்டுள்ளது. ஆங்கில ஆசிரியர்களினதும், ஆங்கில நூல்களினதும் பெயர்கள் ஆங்கிலத்தில் அடைப்புக்குறிக்குள் இடப்பட்டுள்ளன. அதுபோல் முக்கியமானவர்களின் பிறப்புகளும் தரப்பட்டுள்ளன.

2020ஆம் ஆண்டின் முதல் கால் வரையான இலங்கைத் தமிழ்நாவல்களின் தனித்துவமான பண்புநலன்கள், அவ்வக்காலங்களின் சமூகப்பொருளாதார அரசியல் பண்புகளின் அடிப்படையில் மதிப்பீடு செய்யப்பட்டு இலக்கிய வரலாற்றின் தடம் இங்கே பதிவாக்கமாகியுள்ளது. காலகட்டங்கள் தத்தம் நாவல்களையல்ல, நாவல்கள் தத்தம் காலங்களைத் தேரும்படியான இவ் ஆய்வொழுங்கு திட்டமுடனேயே அமைக்கப்பட்டது.

அதுபோல் இலக்கிய வரலாற்றின் அடிமானத்தில் நாவல்களின் பண்புநலக்கூறுகளும் விளக்கம் காணப்பெறுகின்றன.

முக்கியமாகக் காலகட்டத்தின் தன்மையை மீறி எழுந்த, குறைந்தபட்சம் அக்காலத்தை அதிகமும் கலாபூர்வமாகப் பிரதிபலித்த நாவல்களையே இது பதிவாக்கியுள்ளது என்பதைத் தெளிவாகச் சொல்வது நல்லது.

நிறைவுரை ஒரு தொகுப்புரை போல் திட்டமாய் அமைக்கப்படாமல், இலங்கைத் தமிழ்நாவல்களின் சிறப்பான பயணத்துக்கான வருங்காலச் செல்நெறி துலக்கமாகுமாறு புலப்படுத்தப்பட்டுள்ளது. அதற்காக இலங்கையின் ஆங்கில நாவல்களிலும், இலங்கையில் பிறந்த படைப்பாளிகளின் நாவல்களிலுமிருந்து மூன்று நாவல்கள் ஒப்பீட்டினடிப்படையில் தமிழ் நாவலின் தன்மைகளுடன் இணைத்துக் காணப்பட்டுள்ளன.

இது முதல்கொண்டு பிரதியின் பக்கங்கள்.

1

மேற்கில் ஒரு புத்திலக்கிய வடிவத்தின் தோற்றப்பாடு

மேற்குலகின் முதல் நாவல்

ஐரோப்பிய மறுமலர்ச்சிக் காலத்திற்கு முன்னால் மேற்கில் பயில்விலிருந்த இலக்கிய உலகில் இத்தாலியக் கலைஞன் ஜியொவானி பொக்காஸ்ஸியோ[1]வின் 'டெக்காமரன்' நூலின் பாதிப்புகள் பாரியவையாயிருந்தன. ஒரு புதிய இலக்கிய வடிவத்தைத் தன்நினைப்பின்றியே முன்னறிவித்தமை அவற்றுள் பிரதானமாகயிருந்தது.

சில்க் தெரு (Silk Road) என அழைக்கப்பட்ட ஆசியாவிலிருந்து ஐரோப்பாவுக்கான வர்த்தகப் பாதை வழியே மொங்கோலியாவிலிருந்து 1348இல் பரவத் தொடங்கிய ஒருவித பற்றீரியக் கொள்ளை நோ (Black Death)யானது உலகு தழுவியெழுந்து லட்சக்கணக்கான மக்களைப் பலி கொண்டதென ஒரு குறிப்புத் தெரிவிக்கின்றது. இப்போது உலகையே அச்சுறுத்திக்கொண்டு இருக்கும் கோவிட்–19 வைரஸ் நோய்க்கு ஏறக்குறைய இணையானதாக இதைச் சொல்ல முடியும். இக்கொடிய நோய்க்குப் பயந்து புளோரன்ஸ் நகரின் புறத்தே பைசால் (Fiesol) என்ற இடத்திலுள்ள ஓர் ஒதுக்கிட மனையில் தஞ்சம் கொண்டிருந்த ஏழு இளம்பெண்களும் மூன்று இளம் ஆண்களும் இறுகியிறுகிக் கனத்துப் போய்க்கிடந்த நேரத்தின் அசைவின்மையை நெகிழ்த்த ஆளுக்கு ஒன்றாக

1. Giovinni Boccaccio, (1313-1375), 'Decameron', 1353.

ஒவ்வோர் இரவிலும் நாளுக்குப் பத்துக் கதைகள் வீதம் சொன்னார்கள். இடையிட்ட புனித நாட்களும் ஓய்வு நாட்களுமான நான்கினைத் தவிர்த்து இரண்டு வாரங்களாக ஒரு நூறு கதைகள் இவ்வாறு சொல்லப்பட்டன. இவை இத்தாலிய நாட்டுக் கதைகளாக மட்டுமன்றி வட அமெரிக்க, பாரசீக, ஈரானிய, தென்னாசியவைச் சேர்ந்த துன்பியலான பாலுணர்வுள்ள வேடிக்கைமிக்க கதைகளாகவும் இருந்தன. பஞ்சதந்திரக் கதைக் கூறுகள் கொண்டனவாயும் சில அமைந்திருப் பதை ஆய்வாளர்கள் இப்போது இனங்கண்டிருக்கிறார்கள்.

கொள்ளைநோய் அடங்கிய சிறிது காலத்தில் அவற்றை புளோரன்ஸ் நகரமக்களின் பேச்சுமொழியில் பொக்காஸ்ஸியோ பதிவுசெய்து 1353இல் முடித்த அந்த நூறுகதைகளினதும் தொகுப்புத்தான் 'டெக்காமரன்'. டெக்காமரன் என்பதே இத்தாலிய மொழியில் பத்து நாட்கள் என்பதன் அர்த்தத்தைக் கொண்டதுதான். அப்போதே இது இத்தாலிய மொழியில் நாவல் (*Nouvelle*) எனவே அழைக்கப்பட்டது. இத்தாலியப் பேரிலக்கியமாக இன்றும் அது கருதப்படுவது முக்கியமான அம்சம். மேலும் இலக்கியமானது மேன்மக்களின் மொழியில் பதிவாகும் மரபார்ந்த செயற்பாட்டினைப் புறமொதுக்கி, மிகக் குறைந்தளவாகப் பயில்விலிருந்த சாதாரண புளோரன்ஸ் நகர மக்களின் மொழியில் தன் நூலை எழுதிய பொக்காஸ்ஸியோவின் முயற்சி துணிச்சலானதென இன்றைய திறனாய்வாளர்களும் குறிப்பிடுகிறார்கள். ஒரு நாவலின் முக்கிய அங்கமாக இன்று கருதப்படும் மக்களின் சமூகப் பின்புலம், வாழ்முறை, அதன் வாழ்வாதாரம், கலாச்சாரங்கள் போன்றன தெளிவாக இதில் பதிவாகியிருப்பதைச் சுட்டி அதன் முக்கியத்துவம் இன்று பெரிதும் உணர்த்தப் பெறுகிறது.

ஆயினும் 'டெக்காமரன்' நூலை உலக நாவல் இலக்கியத்தின் ஆரம்பமாக யாரும் அச்சொட்டாகக் குறித்துச் சொல்வதில்லை. 'டெக்காமர'னை நாவலிலக்கியம் சார்ந்து முதன்மையாய்க் குறிப்பிட்ட இலக்கிய வரலாற்றாளர் பின்னால் வேறு நூல்களிலேயே அதன் ஆரம்பத்தை அடையாளப்படுத்தி உள்ளனர். மூவாயிரம் ஆண்டுகளுக்கு முன்னரே ஜப்பானிய மொழியில் நாவல் எழுதப்பட்டிருந்ததாகக்கூட இலக்கிய உலகில் பேச்சு உண்டு. ஏறக்குறைய ஏழாம் நூற்றாண்டினதாக எஸ். வையாபுரிப்பிள்ளை போன்ற ஆய்வாளர்களால் கருதப்பெறும் சிலப்பதிகார காப்பியத்தையே தமிழின் முதல் நாவலென இருபதாம் நூற்றாண்டு எழுத்தாளர் அகிலன்கூடச் சொல்லியிருக்கிறார். ஆனால் நாவலென அவர்கள் கொண்டிருந்த அளவுகோல்கள் திறனாய்வுக் கோட்பாட்டின் நவீன விதிகளுக்கு

உட்படாதவையெனக் கருதிய ஆய்வுலகு அவ்வபிப்பிராயங் களைத் தெளிவாக இன்று விலக்கி வைத்திருக்கிறது. ஆனால் 'டெக்காமர'னின் வரவு இலக்கிய உலகில் முக்கியமாதென்பதைக் குறிப்பிட இலக்கியத் திறனாய்வாளர்கள் என்றும் தவறுவதில்லை.

பிரித்தானிய நாவலிலக்கிய முதனூல்கள்

பதினேழாம் நூற்றாண்டின் இறுதிக்குள் நாவலிலக்கியம் தோன்றுவதற்கான அடிப்படைத் தேவைகள் ஐரோப்பாவில் பெரும்பாலும் அமைந்துவிட்டிருந்தன. தொழில்நுட்ப வளர்ச்சி காரணமாய் அச்சுயந்திரத் தொழிலும், அதற்குத் தேவையான கச்சாப்பொருள்களின் உற்பத்தியும், அதன் உறுதுணையில் பத்திரிகை, சஞ்சிகைகளின் தோற்ற வளர்ச்சிகளும், எல்லா வற்றிற்கும் மேலாக வாசிப்பினைப் பிரதானமாகக் கொண்டதும் வர்க்கங்களில் முதலில் தோன்றியதுமான ஒரு மத்தியதரச் சமூகமும் அக்காலப் பகுதிக்குள்ளாக ஐரோப்பாவில் நிலைபேறு கொண்டுவிட்டிருந்ததைக் காணக்கூடியதாக இருந்தது.

பதினெட்டாம் நூற்றாண்டின் பதிப்புத் துறையானது மிக்க வலிமையோடிருந்தது. அதை 'நூலாக்கமானது ஆங்கிலேயப் பெருவணிகத்தின் ஒரு முக்கிய அங்கமாகிவிட்ட'தென டானியல் டீஃபோ[2]வும், 'எழுத்துத் தொழில் யந்திரமயப்பட்ட வணிகமாகிவிட்ட'தென ஒலிவர் கோல்ட்ஸ்மித்[3]தும் கூறுவன வாயிலாக உய்த்துணர முடியும்.

இயந்திரமயமான உற்பத்தித் தேவைக்கு தன்னைத் தகவமைத்துக் கொள்வதன் உத்தியாக எழுத்துத்துறை முதலில் தன்னைத் தொடர் கதை வடிவத்துள் புகுத்திக்கொண்டது. தொடர் கதையின் அம்சங்களும் அதன் தோற்றக் காரணமும் நாவலினதைவிட வேறாயிருந்த வகையில், தொடர்கதை தன்னை வெகுவாகச் சிங்காரித்துக்கொள்ளும் அவசியத்தை எதிர்கொண்டது. வரலாற்றின் மீட்டெடுப்பு முயற்சிகள் காரணமாய் வரலாறு தழுவியதும் மர்மம் சார்ந்ததுமான எழுத்து வகையினங்கள் அதீதமான அளவில் தோற்றம் பெற்றதின் காரணம் இங்கே இருக்கிறது. சேர் வால்டர் ஸ்கொட்[4]டின் எழுத்துக்களின் பெருக்கமும் அவரை ஆங்கில இலக்கிய வரலாறு சரித்திர நாவல் மன்னனாக அடையாளம் கண்டதும் நடக்க இவையெல்லாம் பெரும் பின்னணியிலிருந்து செயற்பட்டிருக்கின்றன.

2. Daniel Defoe, (1660–1731)
3. Oliver Goldsmith, (1728–1774)
4. Sir Walter Scott, (1771–1832)

மிகப்பெரும் இலக்கியவாதிகளின் கதா வஸ்துக்கள் ஆரம்பத்தில் தொடர்கதைகளாகவே இருந்துகொண்டிருந்தன. தொழிற்பெருக்கத்தினதும் கல்விப் பரம்பலினதும் விசை ஒரு புதிய சமூக அமைப்பை உருவாக்கிவிட்டிருந்த நிலையில், அதன் தேவைக்கான எழுத்துக்கள் மலிந்து போவது இயல்பான நிகழ்வாகவே அமைய முடியும். ஒலிவர் கோல்ட் ஸ்மித் கூறியது போல் புத்தகக் கடைக்காரரே பேரறிவின் அதிபர்களாக மாறிவிட்ட நிலை இருந்தமை கண்டுகொள்ளப்படாமல், படைப்பாளிகள் எழுத்தை உற்பத்தி செய்வதும், பதிப்பகங்கள் அவற்றை அச்சிட்டு வெளியிடுவதும் நடந்துகொண்டே இருந்தன. வாசிப்புச் செயற்பாங்கில் பெண்களின் வெளி தடைகளைக் கொண்டிருந்த போதும், சமூகத்தின் தேவை உணரப்பட்டு பல்வேறுபட்ட எழுத்தினங்களின் உற்பத்தி அபரிமிதமாகப் பெருக்கப்பட்டது. தேடலின், அனுபவ மீட்பின், அறிவுகோடலின், பரவசத்தின் விகாசத்தில் வாசகர் மூழ்கிப் போயிருந்தார்.

ஒரு புதுயுக பிரசவத்தின் தெளிவற்ற நிலைமை சமூகமெங்கும் ஒரு குழப்பத்தை விரித்தெடுத்த போதும், எழுத்தானது தன்னை நாவல் இலக்கியமெனக் கூறத் தகுந்த ஒரு புதிய வடிவத்துக்குத் தயாராகிக்கொண்டு இருந்தது. இந்தப் புள்ளியிலிருந்துதான் ஐரோப்பாவிலிருந்து, குறிப்பாக பிரித்தானியாவிலிருந்து, ஆங்கில நாவல் தன் பிரசன்னம் காட்டுகின்றது.

ஆங்கில நாவல் இலக்கியத்தின் முதல் வரவாக எது அமைந்ததென்பதில் ஆய்வாளரிடையே இன்றும் ஒருமித்த கருத்து எழவில்லை. ஆய்வின் சித்தாந்தங்கள் புதிது புதிதாகத் தோன்ற, ஒன்றை மறுத்து இன்னொன்றை நிறுவும் சமத்காரங்கள் மேலோங்கியபடி இருக்கின்றன. ஆய்வமைதி கொண்டோரின் ஆங்கில இலக்கிய வரலாற்றிற்கூட இதுபற்றி வெவ்வேறு அபிப்பிராயங்களே பதிவாகியுள்ளன. சிலர் டானியல் டீஃபோவின் ‘றொபின் சன்குரூசோ’ *(Robinson Crusoe, 1719)* முதல் ஆங்கில நாவல் என்கிறார்கள்; இன்னும் சிலர், அதற்கும் சில தசாப்தங்களுக்கு முன்னர் வந்த ஜோன் பன்ய *(John Panyan)* னின் ‘இரட்சணிய யாத்திரிகம்’ *(Pilgrims Progress, 1678)* எனக் கூறுகிறார்கள்; வேறு சிலர் ஜொனாதன் ஸ்விப்[5]றின் ‘கலிவரின் யாத்திரை’ என்ற அங்கத உரைக் கதையைப் புகலுகின்றனர்.

இலங்கைத் தமிழ் நாவலிலக்கியம் பற்றிய தேடலுக்கு வரும் வாசகருக்கு, எது ஆங்கில மொழியின் முதல் நாவல்

5. Jonathan Swift, (1628–1688), ‘Gulliver’s Travel’, 1726

பற்றிய அதிக கவனம் வேண்டியதில்லையென்றாலும், இந்த மூன்று நூல்களுமே முக்கியமான முதன்னூல்கள் என்பதனோடு, இவற்றின் தன்மையையும் கதைப்போக்கின் முறையையும் அறிந்திருத்தல் அவரது தேடற்பயணத்திற்கு அவசியமானது. ஏனெனில் இதிகாசங்களிலோ புராணங்களிலோ நாட்டார் கதை கூறல் மரபுகளிலோ இருந்தன்றி நாவல் எழுத்து முறைமை யானது முற்று முழுதாக மேற்குலகிலிருந்து கிழக்கிற்கு இறக்குமதியானது என்பதனால் என்க.

அ) றொபின்சன் குரூசோ: கதையும் பண்புநலனும்

கடற்பயணங்களில் தணியாத் தாகம் கொண்ட றொபின்சன் குரூசோ தன் முந்திய இரு கடற்பயணங்ளில்போல் மூன்றாம் முறையும் கப்பலுடைந்து விபத்து ஏற்படலாமென்ற கரிசனையின்றி கடல்மேற் செல்கிறான். அப்போதும் கடற்புயலில் கப்பல் சேதமாக, வெனிசுவேலாவுக்கும் ட்ரினிடாட்டுக்கும் இடையேயுள்ள ஓர் ஆளற்ற தீவில் அவனுக்கு ஒதுங்க நேர்கிறது. தன் வாழ்விடத்தை அங்கேயே அமைத்துக்கொண்டு அவன் வாழத் தொடங்குகிறான்.

உண்மையில் அது ஆளற்றதீவாக இருப்பதில்லை. அயலக நாடுகளின் கைதிகளை விட்டுவைப்பதற்கான தீவாக அது இருந்திருந்தது. அவர்களைக் கொன்று தின்ன வரும் நர மாமிசமுண்பவர்களும் அவ்வப்போது அங்கே பிரசன்னமா வார்கள். அவர்களை ஒருபோது எதிர்கொள்ள நேரும் றொபின்சன், அதை ஒரு குற்றமாக நினைக்கும் அறவுணர்வை அவர்கள் அறியாதிருப்பதை உணர்ந்து தனது வெடி ஆயுதங்களால் அவர்களைக் கொல்லாது விடுகிறான். ஆனால் அங்குள்ள கைதிகள்மீது பிறக்கும் அனுதாபத்தில், நர மாமிசம் உண்போர் கைதிகளைக் கொல்லவரும் ஒரு தருணத்தில் ஆங்கில மொழி கற்பித்தும் கிறித்துவத்தைப் போதித்தும் தனக்கு இணக்கமாய் வைத்திருந்த ஒரு கைதியுடன் சேர்ந்து அவர் களைக் கொல்கிறான்.

இவ்வாறு றொபின்சன் அங்கே கழிக்கும் இருபத்தெட்டு ஆண்டுகளில் தனக்கான நிலத்தையும் தோட்டங்களையும் அவன் பண்படுத்தியிருப்பான். கடைசியில் தங்கள் மகன் இறந்துவிட்டானென வருத்தத்தோடிருக்கும் இங்கிலாந்தி லுள்ள தன் பெற்றோரிடம் திரும்பி, தீவிலே தன்னால் உண்டாக்கப்பட்ட சொத்துக்களையும் மீட்டெடுத்து வாழ்ந்து வருவதுதான் 'றொபின்சன் குரூசோ' நூலின் கதை.

தன் வாழ்வில் றொபின்சன் அடையும் அனுபவங்கள் மகத்தானவை. அவனது கடற்பயணம் புதிய தேசங்களைப்

பிரித்தானியாவுக்காகக் கண்டடைவதாக இல்லாதிருந்த போதும், தானொதுங்கும் தீவில் தன் மொழியையும் மதத்தையும் அவன் போதித்தமை கிறித்தவ உலகத்தில் பெரும் கியாதியை அவனுக்கு ஏற்படுத்தியிருந்தது. சமூகமயமாகாத மனிதர்களுக்கும், சமூகமாகிய மனிதனுக்கும் இடையிலான இந்த வாழ்க்கைத் தத்துவப் புரிதலை பெருவியப்பாக அன்றைய வாசக உலகம் அனுபவித்தது. அவற்றை மிக அழகாக வரிப்படுத்தியிருந்தார் டீஃபோ.

‘றொபின்சன் குரூசோ’ நூலை அடியொட்டிய, அதிலுள்ள நிகழ்ச்சிகளின் தொடர்ந்தேர்ச்சியாக நோபல்பரிசு பெற்றவையுட்பட பல நாவல்கள் இருபதாம் நூற்றாண்டின் பின் அரைவாசியில் பிரான்ஸிலே தோற்றம் பெற்றுள்ளன வென்பது, இருநூறுக்கும் மேலான ஆண்டுகள் கழிந்தும் அந்நூலும் அதன் முதன்மைப் பாத்திரமும் மக்களிடையேயும் இலக்கியவாதிகள் மத்தியிலும் கொண்டிருந்த வரவேற்பைக் குறிப்பிலுணர்த்துகின்றன.

றொபின்சன் குரூசோ பாத்திரத்தை டீஃபோ உருவாக்கு வதற்குப் பின்புலமாகும் ஒரு உண்மை நிகழ்வு உண்டென வரலாற்று ஆய்வாளர் கூறுவதுண்டு. அலெக்ஸாண்டர் ஷெல்கேர்க் *(Alexander Selkirk)* என்று தன் தேசம் பிரஷ்டமாகும் ஒருவன் பசுபிக் சமுத்திரத்திலுள்ள ஓர் ஆளற்ற தீவில் நான்கு ஆண்டுகளைக் கழித்துத் தன்னாடு திரும்பியிருந்தான். இந்த வரலாற்று நிகழ்வு டீஃபோவுக்கு இருபத்தெட்டு ஆண்டுகள் ஆளற்ற தனித்த தீவில் வாழ்ந்த பாத்திரத்தைச் சமைக்க உந்துவிசையாக இருந்திருக்க முடியும். இதிலுள்ள விசேஷம் என்னவென்றால், றொபின்சன் குரூசோவை ஒரு நிஜப் பாத்திர மாகவே கொண்டு, இப்போது சிலிக்குச் சொந்தமாகவிருக்கும் அலெக்ஸாண்டர் ஷெல்கேர்க் வாழ்ந்த தீவுக்கு றொபின்சன் குரூசோ தீவு என 1966இல் பெயரிட்டிருப்பதுதான். டீஃபோவின் அப்பாத்திரம் காலத்தால் அழியாது நிலைத்திருப்பதன் அடையாளமாக இதை இலக்கிய ஆய்வாளர்கள் கருதுகிறார்கள்.

டானியல் டீஃபோவின் எழுத்தாற்றலையும் இதி லிருந்து ஒருவர் புரிந்துகொள்ள முடியும். அவரது நடை மிக இலகுவானதாகவும், நேரான அர்த்த வியாப்தி கொண்டதாக வும் இருந்தது. அதனால் பின்னால் பெருவளர்ச்சி பெற்ற யதார்த்தவாத இலக்கிய வகை நாவல்களுக்கு முன்னோடியாக இருந்திருக்க முடியுமென்கிறார்கள் இலக்கியத் திறனாய்வாளர்கள் பலரும். இவை காரணமாக நாவலென்ற புதிய உரைநடை இலக்கிய வடிவத்தின் மூலவர்களில் ஒருவரென டானியல் டீஃபோவையும் இலக்கிய உலகம் கொண்டாடுகிறது.

ஆங்கில இலக்கிய உலகத்தில் இன்னொரு காரணத்திற் காகவும் டீஃபோ கொண்டாடப்படுகிறார். தன் இடையறாத எழுத்து முயற்சியில் உருவாக்கிய சுமார் 300 நூல்கள் மூலம் ஆங்கில வாசகப் பரப்பை விரிவாக்கவும், அவற்றின் மூலம் நாவலின் வடிவத்தைச் செப்பனிடவும் ஒரு புதிய வடிவத்தின் பிரக்ஞையின்றியே அவர் செயற்பட்டிருக்கிறார் என்பதே அது.

ஆ) 'கலிவரின் யாத்திரை': கதையும் பண்புநலனும்

இந்நூலுக்கு அக்கால ஆங்கிலப் பதிப்புத்துறையின் வழக்கத்தைப் பின்பற்றி வைக்கப்பட்ட இன்னொரு பெயர் 'Travels into Several Remote Nations of the World' என்பதாகும். ஆரம்பத்தில் இந்நூல் 'கலிவரின் யாத்திரை' என்றே தமிழில் மொழிபெயர்ப்பாகி வந்திருந்தது. Travel என்பதற்குப் பயணம் என்பதே சரியான வார்த்தையெனினும் பழக்கத்தில் வந்துவிட்ட அச்சொல்லை மாற்ற அவசியமேதும் இப்போது தென்படவில்லை.

கடற்பயணத்தில் புயலில் கப்பல் உடைந்துபோக நீந்தி ஒரு தீவைக் கரைசேர்ந்து களைப்பில் விழும் சாமுவெல் கலிவர், விழித்தெழும்போது தன்னைச் சிறைப்பிடித்துள்ள ஆறு அங்குல உயரமான மனிதர்களைக் காண்கிறான்.

பல சம்பவங்களின் பின் அங்கிருந்து தப்பி இங்கிலாந்து திரும்புபவன், தனது இரண்டாம் பயணத்தில் ராட்சத ஆகிருதி கொண்ட மனிதர்களைச் சந்திக்கிறான். அவனைக் காட்சிப்படுத்துவதன் மூலம் பணம் சம்பாதிக்கும் ஒருவனிடமிருந்து, கலிவரைத் தன்னிடம் ஒப்படைக்கும்படியான அத்தீவின் அரசியினது கட்டளையினால், அவனுக்கு தன் உடைமையாளனிடமிருந்து விடுதலை கிடைக்கிறது.

பின்னால் ராஜதுரோகக் குற்றச்சாட்டில் மரண தண்டனை பெறும் கலிவர், அங்கிருந்தும் தப்பி சேர்கின்ற நாட்டிலே ஒரு கண் மேலேறியும் மறுகண் உள்வாங்கியும் இருக்கும் அதிசய முகவமைப்புக் கொண்ட மனிதர்களை எதிர்ப்படு கிறான். நான்காவது பயணத்தில் பேசும் குதிரைகளுள்ள ஒரு நாட்டினைச் சேர்கிறான். உருச்சிதைவுற்ற ஒருவகை மனிதர்களையும் அவனுக்கு அங்கே காண நேர்கிறது. யாகூக்களென அவர்கள் நூலிலே குறிக்கப்படுகிறார்கள். உருவம் பேதமுற்றாலும் மனிதர்களாயிருந்த அவர்களை அவன் விரும்புவதில்லை. குதிரைகளின் மொழியை அறிந்து அவன் அவற்றோடு பேசவும் உறவாடவும் ஆரம்பிக்கிறான். அது அவனில் பெரும் மனநிலை மாற்றங்களை உண்டாக்குகிறது.

ஒருபோது அவன் தன்னாடு திரும்பவே செய்தாலும், தன்னுள் விளைந்த மனித வெறுப்பில் தன் மனைவி பிள்ளைகள்

உறவினரை விட்டொதுங்கித் தன் லாயத்துக் குதிரைகளோடு பேசியபடி தனியாக வாழத் தொடங்குகிறான்.

'றொபின்சன் குரூசோ'வுக்கு ஏழாண்டுகளின் பின்னால் 1712இல் வெளிவந்த நூலிது. மானுட உணர்வெழுச்சியின் கணங்களை இந்நூலில் ஒரு வாசகரால் நிறையவே தரிசிக்க முடியும். மனித அனுபவத்திற்கு இயையாத அற்புத ஆச்சரிய சம்பவங்கள் இந்நூலில் வெகுவாயிருந்தாலும், அதனாலேயே இது மிகுந்த வரவேற்புக்கு உள்ளாகியிருந்ததென்பதையும் மனங்கொள்ளல் தக்கது.

அங்கத பாணியிலமைந்த இந்நூல் சாமுவெல் கலிவரின் கடற்பயணங்களில் விளையும் அனுபவங்களை நான்கு பாகங்களில் விரிக்கிறது. 'உலகத்தைத் திசை திருப்பவல்ல, அதைத் தொந்தரவு செய்வதற்காகவே இந் நூலைப் புனைந்தேன்' என ஜொனாதன் சுவிஃப்ற் ஒருபோது சொன்னது போல், நான்காம் பயண முடிவில் அது வாசகரைத் தொந்தரவு செய்கிற நூலாகவே தான் அமைந்திருக்கிறது.

இது அக்கால அரசியல், சமூக நிலைமைகளின் விமர்சனமாகத் திறனாய்வாளர்களால் கொள்ளப்படுகிறது. அதேவேளை நாவல் தன் முக்கியமான அம்சங்களாக எவற்றைக் கொண்டிருக்க வேண்டுமென விதிகள் அமைந்தபோது, அது இயல்பாகவே தன் சமூகத்தைப் பிரதிநிதித்துவப்படுத்தியதோடு விமர்சனமும் செய்திருந்த காரணத்தால் ஆதார நாவலாகும் தகுதி பெற்றதாக ஆகிப்போயிற்று.

இ) இரட்சணிய யாத்திரிகம்: கதையும் பண்புநலனும்

மகாவித்துவான் ச.கிருஷ்ணபிள்ளை இரட்சணிய யாத்திரிகத்தை தழுவலாய் யாப்பதற்கு முன்பாக 'மோட்ச யாத்திரை' என்ற பெயரே ஜோன் பன்யனின் '*Pilgrim's Progress*' என்ற நூலின் தமிழாக்கத்திற்கு இருந்துவந்தது. 1875இல் ச. கிருஷ்ணபிள்ளையின் தழுவல் நூல் 'இரட்சணிய யாத்திரிகம்' என்ற தலைப்பில் வெளியாகியிருப்பதால் அச்சொல்லைப் பாவிப்பதில் தயக்கம் வேண்டியதில்லை.

ஜோன் பன்யன் தன்னொரு சிறைவாச காலத்தில் எழுதத் தொடங்கி 1677இல் முடித்ததாகக் கருதப்படும் '*Pilgrims Progress*' இன் முதலாம் பாகம், அதற்கு அடுத்த ஆண்டில் நூலுருப்பெற்றது.

அழிவின் நகர (*City of Distruction*)த்தில் இருந்து சொர்க்கபுரியை நோக்கி சயோன்மலை மேலாக கிறிஸ்ரியனின் பயணம்

தொடங்குகிறது. ஏற்கெனவே தன் உடல் கனதியை இழக்கத் துவங்கியிருக்கும் கிறிஸ்ரியன் தான் வாசித்த நூலே உடல் கனதி இழப்புக்குக் காரணமெனக் கருதுகிறான். அது விவிலிய நூலென்பது வாசகரால் உணரப்படுகிறது.

இவ்வாறு பயணிக்கும் கிறிஸ்ரியன், யேசுநாதர் மரித்த இடத்தைச் சேர்கிறான். அங்கே அவன் மீதான மனச்சுமைகள் மேலும் கழருகின்றன. தொடர்ந்த பயணத்தில் செளந்தர்ய மாளிகை வரும் பயணி, அங்கே மூன்று நாட்கள்தங்குகின்றான். அரக்கனான அப்போலியனுடன் பின்னால் ஏற்படும் சண்டையில் உதவக்கூடிய கவசம் அங்கேதான் கிறிஸ்ரியனுக்குக் கிடைக்கிறது.

ஒருபோது மரணத்தின் நிழலென்ற இடத்திற்குச் செல்பவனுக்குப் பயமே தோன்றுவதில்லை. அந்த இடம் அவனுள் நம்பிக்கையின் வித்துக்களைச் சொரிகின்றது. அதையே கிறிஸ்ரியனுடன் செல்லும் ஒரு நண்பராக, முந்திய உருவகப் பாத்திரங்கள் போலவே, கதையிலே விரித்திருப்பார் பன்யன். இந்நூலின் பல கதாபாத்திரங்களும் இவ்வாறு அவரால் உருவகம் ஆக்கப்பட்டவையே.

மரணத்தின் நிழலிலிருந்து கிறிஸ்ரியன், 'நம்பிக்கை' ஆகிய இருவரும் டாம்பீகச் சந்தையை அடைகையில், அங்கே சில குற்றநிகழ்வுகளால் 'நம்பிக்கை'க்கு மரண தண்டனை கிடைக்கிறது. தொடர்ந்து கிறிஸ்ரியன் 'உதாசீன'த்தோடு நட்புக்கொள்கிறான். பின் இருவருமாய் பயண எல்லையான சொர்க்கத்தை அடைகிறார்கள். அத்துடன் முதலாம் பாகம் முற்றுகிறது.

இரண்டாம் பாகம் கிறிஸ்ரியனின் மனைவி கிறிஸ்ரியானா வினதும் பிள்ளைகளதும் பயணமாக இருக்கிறது. கிறிஸ்ரியனின் அதே பயண வழியிலேயே அவளது பயணம் தொடர்ந்திருந்தும் கூடச்செல்லும் மகன்களது திருமணங்களும் அவர்களுக்குக் குழந்தைகள் பிறப்பதுமாக நூல் விஸ்தாரப்பட்டுப் போகிறது. இது அவசியமாகவும் தோன்றுகிறது. ஏனெனில் முதலாம்பாகத்தின் சித்தாந்த அடிப்படையிலான மதநிகழ்வுகள் இரண்டாம் பாகத்திலேயே தர்க்கரீதியாக நிறுவப்படுகின்றன.

'இந்த உலகத்தின் கடினங்களூடாக நான் நடந்துகொண் டிருந்த பொழுது, ஓர் ஒளிப்புள்ளியின் மீதாகப் போல் என் பார்வை விழுந்த இடத்தில் ஓர் குகையினைக் கண்டு நெருங்க எனக்குத் தூக்கமாய் வந்தது. நான் என்னை அந்நிலத்தில் கிடத்தினேன். ஒரு கனவான கனவொன்று என் தூக்கத்தில் வந்தது' என வீறார்ந்த வரிகளோடு தொடங்குகிறது நூல்.

இந்நூலின் முழுப்பெயர்கூட அக்காலத்திய வழக்கப்படி மிக நீண்டு *'The Pilgrim's Progress from this World to that which is to come'* என்பதாகவே இருந்தது.

ஒரு புரட்டஸ்தாந்து மதநெறியாளரின் பார்வையில் தன் நூலை விரித்துரைத்திருக்கின்றார் பன்யன். இவரின் நோக்கத்தை, விசுவாசக் கிறித்தவர் ஒருவரின் வாழ்வியல் பயணத்திலுள்ள கஷ்டங்களை விபரிப்பதாகக்கொள்ள முடியும்.

நூல் மிக எளிமையான, நேரடியான அர்த்த விகாசம் கொண்ட சொற்களினாலும் வரிகளினாலும் அமைந்து வெகுஜன வாசக இன்பத்தை அதிகரிக்கக் காரணமாகிவிடுகின்றது. பைபிளுக்கு அடுத்தபடியாக அதிகமான மொழிகளில் இந்நூல் மொழிபெயர்க்கப்பட்டிருப்பதன் காரணத்தை இதிலிருந்து விளங்கிக்கொள்ள முடியும்.

2

நாவல் வடிவச் செழுமையும் அர்த்த வியாபகமும் கொள்ளல்

18ஆம் நூற்றாண்டு ஆங்கில நாவல் இலக்கியம்

இங்கிலாந்தில் பத்தொன்பதாம் நூற்றாண்டு ஆங்கில நாவலிலக்கியம் செழித்து வளர்வதற்கான புறச் சூழல்கள், பதினெட்டாம் நூற்றாண்டின் இறுதிக்குள்ளாகவே திட்டமாய் அமைந்து விட்டிருந்தன. தொழில்நுட்ப விஞ்ஞான வளர்ச்சி களுடன், இங்கிலாந்துக்கும் ஸ்பெயினுக்கும் இடையிலான ஏழாண்டுப் போ (1756-63)ரையும் இன்னொரு காரணமாகக் குறிப்பிட முடியும். நாவலிலக்கியத்தின் அகச் சூழலைப் பாதிக்கும் முக்கிய காரணியாக இது செயலாற்றியிருக்கிறது. அதனால் நாவலிலக்கியம் கருப்பொருள் சார்ந்து மனோவியல்ரீதியாகவும் தத்துவரீதியாகவும் பல்துறை விகாசமெடுக்கும் அனுகூலம் உண்டானது. புதியபுதிய துறைகளிலும், அதுவரை கண்டிராத வெளிகளிலும் பத்தொன்பதாம் நூற்றாண்டின் இலக்கியப் பயணம் தொடர்வதற்குச் சாத்தியம் பிறந்தது. அச்சகங்களும் பதிப்பகங்களும் மதிப்பீடு செய்வதற்கான சஞ்சிகை (Ex: The Monthly Review) களுமாய் பிரவாகித்தெழுந்த இந்த அலை பத்தொன்பதாம் நூற்றாண்டின் இறுதிவரை குறையவேயில்லை. இக்காலப் பகுதியிலேயே சிறந்த உலக இலக்கியங்களென இன்றும் போற்றப்படும் படைப்புகள் உருவாகின.

பதினெட்டாம் நூற்றாண்டின் முக்கியமான ஆங்கில மொழிப் படைப்பாளிகளாய் ஹென்றி பீல்டிங்[1], சாமுவெல் றிச்சார்ட்சன்[2] போன்றோரைக் குறிப்பிட முடியும். ஹென்றி பீல்டிங் முழு நீள நாவல்களை எழுதியவர் என்கிற வகையிலும், 'ஜோசப் அன்ட்ரூ' *(Joseph Andrew, 1742)*, 'ரொம் ஜொன்ஸ்' *(Tom Johns, 1749)* ஆகிய நூல்களின் கதை சொல்லும் திறன், செய்நேர்த்தி காரணமாகவும் ஆங்கில நாவலிலக்கியத்தில் முக்கியமானவராக ஆகின்றார். அவரது நாவல்கள் முழுநீளமானவையாக எழுதப்பட்டதில் அவற்றின் சிறப்புக்கள் அடையப்பட்டன. அவ்வகை உரைநடை எழுத்து வடிவத்திற்கு அப்போது பெயரே அமைந்திருக்கவில்லை. ஆயினும் கதை வரலாறு புராணிகம் அனுபவப் பகிர்வு ஆகிய எந்த வகையினத்திலும் அடங்கிவிடாத ஒரு புதிய துறையில் தாம் எழுதுகிறோமென்ற தெளிவு ஹென்றி பீல்டிங்கிற்கு இருந்திருப்பதாக ஜோன் முலன் போன்ற ஆங்கிலமொழித் திறனாய்வாளர்கள் தெரிவிக்கிறார்கள்.

ஆனால் சாமுவெல் றிச்சார்ட்சனது பங்களிப்பு இவருடையதையும்விட முக்கியமானது. இவரது 'பமிலா அல்லது பரிசுத்தத்தின் பரிசு *(Pamela or Virtue Rewarded, 1740)*' நாவலின் இலக்கியத் தகைமையை ஆங்கில இலக்கியவுலகம் ஆரம்பத்தில் சந்தேகித்தே வந்துள்ளது. ஓர் அச்சுத் தொழிற்துறை சார்ந்தவராகவே சாமுவெல் றிச்சார்ட்சன் இருந்திருந்தார். தனது ஐம்பதுகளின் மேலேதான் அவரது எழுத்துலகப் பிரவேசமும் இருந்தது. அத்துடன் அக்காலத்திய ஆங்கில எழுத்தாளர்போல் கல்வித் தகைமை வாய்ந்தவராகவும் அவர் இருந்திருக்கவில்லை. இத்தனைக்கும் மேலாக 'பமிலா'வின் மொழிநடையும், அது பாவித்த புழங்குமொழியும் அதுவோர் இலக்கியமாகும் தகுதியுள்ளதாவென பல இலக்கியவாதிகளிடத்திலும் கேள்விகளை எழுப்பிற்று. 'பமிலா' மீதாக மட்டுமில்லை, புதுவடிவங்கொள்ள தம்மை மரபார்ந்த சட்டகங்களிலிருந்து விலத்த முயன்ற சகல நாவல்களின் மீதுமாகவே இக்கேள்வி கிளர்ந்தது என்பதை இங்கு மனங்கொள்ளவேண்டும்.

ஆனால் 'பமிலா'வின் இந்தத் தகுதிகளே நாவல் வகையினத்தின் நவீன தகைமைகளாய் பின்னால் பதிவாகின. அதுவோர் உடைப்பினை மொழி சார்ந்தும், நடை சார்ந்தும் தொடக்கிவைத்ததென விமர்சகர்கள் தெரிவிக்கும் கருத்துகளில்

1. Henry Fielding, (1707–1754)
2. Samuel Richardson, (1689–1761)

வெகுவான உண்மை இருக்கிறது. அது சாதாரண மக்களின் புழங்குமொழியினில் இயன்றதாய் மட்டுமில்லை, மிகவும் செழுமைப்படாததும் கொச்சையானதுமான வார்த்தை களையும் பாவனைக்கெடுத்திருந்தது. 'பமிலா' வெளிவந்த காலத்தில் அது வாசக, எழுத்து உலகங்களை அதிரவைப்பதாக இருந்ததென்கிறார் ஒரு விமர்சகர்.

'பமிலா'வின் வடிவ கட்டுமானமே வித்தியாசமானது. அது *(Epilestary Novel)* தொடர்பாடற் சாதனங்களூடான கதை சொல்லல் முறையென இலக்கியம் சொல்கிறது. அதாவது கடிதம், நாட்குறிப்பு, மற்றும் பத்திரிகைத் தகவல் இணைப்புகளூடான கதை சொல்லலாகும். இக்காலத்தில் 'பிக்காறெஸ்க்' *(Picareque)* எனப்படும் எழுத்து வகையினத்துக்கு ஹென்றி பீல்டிங்கின் எழுத்துக்கள் அடிகோலியதுபோல, சாமுவெல் றிச்சார்ட்சனது எழுத்துக்கள் தொடர்பாடல் சாதன எழுத்து வகையை ஊக்குவித்தன. இவையெல்லாம் 'பமிலா'வை ஆங்கில நாவல் இலக்கியத்தின் ஒரு முக்கியமான வரவாகக் கருத வைத்தன. இன்றுவரை பல பதிப்புகளையும் அது கண்டிருக்கிறது.

'பமிலா'*(Pamela)*, 'சமிலா'*(Samila)*, டானியல் டீபோவின் 'மொல் பிளாண்டேர்ஸ்'*(Mol Flanders)*, 'றொக்ஸானா'*(Roxana)* போன்றவை அடிப்படையில் கதைத் தன்மையில் வேறுபட்டவை யல்ல. ஆயினும் கதை சொல்லலில் 'பமிலா' வித்தியாசமானது. அது தோன்றிய காலத்துச் சூழ்நிலைமையை வைத்து நோக்குகையில்தான் எவ்வளவு உள்ளூரனுடைய கருவினைக் கொண்டு அது அமைந்திருந்ததென்பது தெரியவரும்.

கதை இதுதான்: 'சுமார் பதினைந்து வயதளவான பமிலா அன்ட்ரூஸ் திரு. பி *(Mr B)* என்னும் நிலச்சுவான்தார் வீட்டில் வேலைக்காரியாக இருந்துவருகிறாள். திரு. பியின் தாயாரது மறைவின் பின்னாக அவருடைய பமிலா மேலான ஈர்ப்பு அதிகமாகி பாலியலான துன்பங்களைச் செய்யுமளவு அவரைத் தூண்டுகிறது. தன் திடமான ஒழுகலாற்றுப் பண்பினால் அனைத்துக் கொடுமைகளையும் இந்த முதலாம் பாகத்தில் சமாளித்துப் போகிறாள் பமிலா. இரண்டாம் பகுதி பமிலா திரு. பியை திருமணம் செய்வதில் தொடங்கி, புதிய நிலைமை யளித்த சுகபோக வாழ்க்கையிலும் தன் குணநலன்களை அவள் தக்கவைத்துக் கொள்வதை விவரிப்பதோடு முடிவடைகிறது.

ஒரு யுத்தமானது சமூகத்தினதைப்போலவே ஒவ்வொரு தனிமனிதரது வாழ்வையும்கூட தலைகீழாய்ப் புரட்டியெடுத்து விடுகிறது. பொருளாதாரத்தின் அழிவினாலான வாழ்க்கை

நிலைகுலைவு ஒரு பாதியாக இருக்கையில், தார்மீக எண்ணங்களின் சிதைவு மறுபாதியாக இருந்துவிடுகிறது. ஒரு கலங்கிய சமூகம் ஒழுகலாறற்றும் தார்மீக எண்ணங்களற்றும் இருக்கின்ற வெளியில் அதன் மையத்திலிருந்து கிளரும் கதாமாந்தர் அப்பிரச்னைகளை எவ்வாறு எதிர்கொள்கின்றனர் என்பதைப் பதிவுசெய்வதை அக்காலகட்டத்திய இலக்கியம் முதன்மையாய்க் கருதியது. 'பமிலா'வும் அதைச் செய்தது.

அதுவரை பொழுதுபோக்கு அம்சமாகக் கருதப்பட்ட நாவல் வகையினம், 1760களில் இலக்கிய அந்தஸ்துப் பெற்றதாக ஆனது. பதினெட்டாம் நூற்றாண்டின் முக்கியமான இலக்கிய நிகழ்வு இது. பத்தொன்பதாம் நூற்றாண்டு ஒரு புதிய பிரகாசத்தோடு பிறக்கவிருந்ததை இது முன்னறிவிப்புச் செய்தது.

19ஆம் நூற்றாண்டு ஆங்கில நாவலிலக்கியம்

இந்நூற்றாண்டில் ஆங்கில இலக்கியத்துக்கு இணையாக பிரெஞ்சு, ரஷ்யா, அமெரிக்கா ஆகிய நாடுகளின் நாவல்கள் தம்மை முன்னிறுத்தியிருந்தன. அதனால் இலக்கியப் போக்குகளும் மடைமாற்றம் பெறுவதற்கான மார்க்கம் பிறந்தது. அது பத்தொன்பதாம் நூற்றாண்டினை மார்க்சிய, ஜனநாயகச் சித்தாந்தங்களின் எழுச்சிகளால் நிறைத்து, இருபதாம் நூற்றாண்டை அவற்றின் மோதுகைகளும் வீழ்ச்சிகளும் வாதைகளுமாய்ப் பெருகச் செய்தது. குறியியலின் வருகையோடு சேர்ந்து இருத்தலியல் இலக்கியத்தில் காலடி பதித்த பெருங் காலகட்டமாய் அது விளங்கும்படியான உந்துவிசை இங்கேயே பிறந்தது.

பத்தொன்பதாம் நூற்றாண்டு ஆங்கில இலக்கியத்தினூடாக நாவல்களில் விரிந்து வந்த கற்பனாவாத கருத்தியலை பிரெஞ்சு நாவலிலக்கியமானது பெருமளவு மறுதலித்தது. கற்பனாவாத கருதுகோள் ஆங்கில இலக்கியத்தை முற்றுமுழுதாக மூடிவிடுவதன் முன்னராக, பால்சாக்[3]கின் 'த ஹியூமன் கொமெடி' வெளிவந்து யதார்த்தவாத இலக்கியமாய்ச் சமூகமும், மனிதரும், சம்பவங்களும் பேசுபொருளாகும் நிலைமையை உருவாக்கிற்று. பத்தொன்பதாம் நூற்றாண்டின் மத்திவரை யதார்த்த வகையான எழுத்து என்ற சொல்லே புழக்கத்தில் வந்திருக்காத நிலையில், இந் நாவலின் வரவும் செல்வாக்கும் இலக்கிய வரலாற்று முக்கியத்துவமுடையதாக ஆகின்றன.

இக்காலத்தில் தொடர்ச்சியாக வெளிவந்த ரஷ்ய நாவல்களில் யதார்த்தவாதத்தின் வீரியம் மிகத் தெளிவாகக்

---

3. Honore de Balzac, (1799-1850), 'The Human Comedy', 1832

காணக்கிடந்தது. பியோதர் தஸ்யேவ்ஸ்கி[4]யின் 'குற்றமும் தண்டனையும்' மற்றும் 'கரமசோவ் சகோதரர்க'ளுடன், லியோ டால்ஸ்டா[5]யின் 'யுத்தமும் சமாதானமும்', 'அன்னா கரினினா' ஆகியவை அதற்குச் சிறப்பான உதாரணங்களாகக் கூடியவை. 'யுத்தமும் சமாதானமும்' வெளிவந்தபோதே ரஷ்ய இலக்கியத்தின் உண்மையான அரிமாவென்ற விமர்சகர்களின் பாராட்டை அது டால்ஸ்டாய்க்குப் பெற்றுக்கொடுத்தது.

இத்தனை வீறார்ந்த இலக்கிய முயற்சிகளுக்கிடையே அதன் எதிர்முனை ஆக்கங்களும் தம் உச்சபட்ச வலிமையோடு வெளிவந்தன. பத்தொன்பதாம் நூற்றாண்டு ஆங்கில நாவல் இலக்கியத்தில் வால்டர் ஸ்கொட்[6] மற்றும் றொபேர்ட் லூயி ஸ்ரிவன்சன்[7] ஆகிய இரண்டு ஸ்கொட்லாந்துக்காரரின் எழுத்துக்களின் தன்மையும் வியாப்தியும் பற்றிக் குறிப்பிடாமல் இப்பகுதியை நிறைவு செய்துவிட முடியாது. இவற்றின் பாதிப்பு பின்னால் தோன்றிய பிறமொழி நாவலிலக்கியங்களின் வளர்ச்சியை வெகுவாகப் பின்தள்ளிப் போகக் காரணமாய் இருந்திருக்கின்றது. இத்தாலிய எழுத்தாளன் மான்சோனி[8] ஒருமுறை சொன்னான், தான் வால்டர் ஸ்கொட்டைப் பார்த்து எப்படி எழுதக்கூடாதென்பதைக் கற்றுக்கொண்டதாக. அந்தளவு இலக்கிய நயமற்றதாக அவருடைய எழுத்துக்கள் இருந்துள்ளனவென்பதைக் கண்டுகொள்ளாமல், இந்தியா, இலங்கைபோன்ற நாடுகளின் படைப்பாளிகள், குறிப்பாக வங்க மொழி எழுத்தாளர் பங்கிம் சந்திரர் போன்றோர், அவரை மாதிரியாகப் பின்பற்றி தேக்கமடைந்தார்களென விமர்சகர் க.நா. சுப்பிரமணியம் சுட்டிக்காட்டியிருப்பார்.

வால்டர் ஸ்கொட் ஆங்கில எழுத்தின் பல்துறைகளிலும் தன் ஆற்றலை விரித்தவர். தம் காலத்தில் கவிதை, நாடகம், சிறுகதை, நாவல், விமர்சனம் ஆகிய துறைகளில் குறிப்பிடத்தகுந்த எழுத்தாளராய்த் திகழ்ந்தவர். அவரது நூல்களில் 'Waverley' (1814), 'IvanHoe' (1820) ஆகிய இரண்டும் கவனம் பெற்றவையாய் இருந்தன. இளைஞர்களைக் குறியாகக்கொண்டு அவரால் எழுதப்பெற்று மூன்று பாகங்களாக வெளிவந்த 'ஐவான்ஹோ' ஆங்கில வாசிப்பு உலகத்தில் மிகுந்த வரவேற்பைப் பெற்றிருந்தது.

---

4. Fyoder Dostoyevesky, (1821-1881), 'Crime and Punishment', 1866, 'The Karamazov Brothers', 1880
5. Leo Tolstoy, (1828-1910), 'War and Peace', 1869, 'Anna Karenina', 1877
6. Walter Scott, (1771-1832)
7. Robert Luis Stevenson, (1850-1894)
8. Alessandro Manzoni, (1785-1873)

தம் காலத்துப் பிற நாவலாசிரியர்களான சார்ள்ஸ் டிக்சன், எலியற், கொலின்ஸ் போன்றோரினது படைப்புகள்போல் இவரது நூல்கள் தீவிர வாசகத் திறம் அற்றவையென்ற கருத்து இருபதாம் நூற்றாண்டில் எழுந்ததுதான்.

பெரும்பாலும் வரலாற்றுப் பின்னணியில் புனைவு, அபுனைவாகச் சற்றொப்ப அறுபது நூல்களை வால்டர் ஸ்கொட் ஆக்கியளித்ததின் மூலம் ஆங்கில வாசகப் பரப்பை விரிவாக்க உதவினார் என்று மட்டுமே இவர் பற்றிய விமர்சனக் குறிப்பொன்றில் விமர்சகர் ஒருவர் குறிப்பிடுவதிலிருந்து இவரது எழுத்தின் தகைமை உய்த்துணரப்படலாகும். வேர்ஜினிய வுல்ஃப்[9], ஜேன் ஒஸ்ரின் போன்றோர் இவரது எழுத்தின்மீதான பிடிப்பின்மையை வெளிப்படையாகவே தெரிவித்தார்கள். அதுபோல் ஜேன் ஒஸ்ரின் 'எம்மா'[10] நாவலுக்கு மதிப்புரை எழுதிய வால்டர் ஸ்கொட் அவரது எழுத்துக்கு நியாயம் செய்யவில்லையென இன்றும் விமர்சகர்களிடையே குறையுண்டு.

வரலாற்று நாவலிலக்கியத்தை மேலும் செழுமைப் படுத்தியதால் 'ஆங்கில வரலாற்றுப் புதினத்தின் தந்தை' எனப்பட்டவர் வால்டர் ஸ்கொட். அது முழுவதும் மிகையான அபிப்பிராயமுமில்லை.

இவருக்கு அடுத்தபடியாக நினைவுகொள்ளப்பட வேண்டியவர் ஆர்.எல். ஸ்ரிவன்சன்[11] ஆகும். நாற்பத்தி நான்கு ஆண்டுகளே இவ்வுலகில் வாழ்ந்திருந்த இவரின் முக்கியமான நூல்களாக 'ட்ரெஷர் அயர்லன்ட்'[12], 'கிட்நப்ட்'[13] மற்றும் 'எ ஃபுட்நோட் ரு ஹிஸ்டரி: எய்ற் இயேர்ஸ் ட்ரபிள் இன் சமொவா'[14] ஆகியவற்றைக் குறிப்பிட ஆங்கில இலக்கிய வரலாறு என்றும் தவறுவதில்லை. இவற்றில் கடைசி நூல் தவிர்ந்த பிற, அதிகமும் சிறுவர்களையும் யுவர்களையும் கருத்தில்கொண்டு ஆக்கப்பட்டவையென்ற அபிப்பிராயமும் இருக்கிறது. 'ட்ரெஷர் ஐலன்ட்' தொடராக *யங் போஃல்க்ஸ்* (Young Folks) சஞ்சிகையில் 1881–1882 வரை வெளிவந்து, 1883இல் நூலுருப் பெற்றது. ஆர்.எல். ஸ்ரிவன்சனின் பெரும் புகழுக்கு இந்நூல் ஒரு காரணம். 'கிட்நப்ட்' தன்னுள் நிறைந்த மர்மங்களால் பெரும் கியாதிபெற்றுப் பிறமொழி வாசகர்களிடையேயும்

9. Verginia Woolf, (1882-1941)
10. Jane Austen (1975-1917), 'Emma', 1816
11. R.L. Stevenson, (1850-1894)
12. 'Treassure Island', 1883
13. 'Kidnapped', 1886
14. 'A Footnote to History: Eight Years Trouble in Samova', 1892

எழுத்தாளர்களிடையேயும் மிகுந்த செல்வாக்குப் பெற்றது. எழுத்தாளர்கள் ஸ்ரிவன்சன்போன்றே எழுத முனைந்தார்கள்.

ஸ்கொட்லாந்தைச் சேர்ந்த இவ்விரு ஆங்கில எழுத்தாளரும் தம்மால் ஈர்க்கப்பட்ட படைப்பாளிகளின் இலக்கிய வீச்சை நீர்த்துப்போகச் செய்யும் மாபெரும் சக்திகளாக தாம் நினையாப் பிரகாரம் விளங்கினார்கள். இவர்களது பாதிப்பு தமிழிலும் வலுவாய் இருந்ததென்பதையும், அதையொரு தீவிர விமர்சன ஒழுங்கிலேயே கவனமாக்க முடிந்ததென்பதையும் இங்கு ஞாபகம்கொள்வது நல்லது.

3

புத்திலக்கிய வடிவத்தின் காவியத் திசை நகர்வு

இந்திய நாவல்கள்

மேற்குலக நாடுகளில் நன்கமைந்த உரைநடை புதிய இலக்கிய வடிவம் இந்தியா, இலங்கை போன்ற கீழ்த்திசை நாடுகளைச் சென்று சேர்வதற்கு ஒரு நூற்றாண்டுக்கும் சற்று மேலான காலம் ஆயிற்றென்று வரலாறு சொல்கிறது. புது இலக்கிய வடிவமான நாவல் கீழ்த்திசையில் தோன்றியபோது அது ஆரம்பத்தில் மேற்குலகம் எதிர்கொண்ட அதே சிக்கல்களை ஒரு நூற்றாண்டின் பின்னரும் எதிர்கொள்ளவேண்டி இருந்த தென்பது வியப்புக்குரியதல்ல. ஒரு வடிவத்திலிருந்து இன்னொரு வடிவத்துக்கு உபகரணங்களால் மட்டும் மாறிவிட இயலாதென்ற பேருண்மையை இது தெளிவாக உணர்த்துகின்றது. வடிவ மாற்றத்தின் காரணம் சமூக மாற்றமேயென்ற வாக்கு நிறுவப் பட்டது.

இந்தியாவில் அது முதல் காலடி பதித்தது வங்காள மொழிப் பிரதேசமாய் இருந்தது. இந்தியப் பெருங்கண்டத்திலேயே வங்காளம்தான் அப்புதிய இலக்கிய வடிவத்தை மிகுந்த அனுசரணையுடனும், கூர்மையுடனும், திறமையுடனும் கையாளும் திறன் பெற்றிருந்ததாய்ச் சொல்ல வேண்டும். வங்காளம் தன் பல் கலாச்சாரத் தன்மையினால் மகாராஷ்டிரம் போன்ற ஏனைய மாநிலங்களைவிட புதிய வடிவத்தின் பாவனைக்கு உகந்ததாயிருந்தமை

உண்மையே. அது மத உணர்வு ஆழமாக உள்ளோடிய பூமியாகவிருந்தது. ஆன்ம நெறிகளும் பிற தத்துவார்த்த விசாரணைகளும் மேலோங்கி புதிய சிந்தனைகளின் விகசிப்புக்கு ஏற்ற களமாகவும் இருந்தது. கல்வியில் வளர்ந்த சமூகங்களைக் கொண்டிருந்ததில் புதிய இலக்கிய வடிவத்தைப் பரீட்சார்த்தமாய் ஏற்றுக்கொள்ளும் இணக்கவிசை அங்கே பிறப்பது சாத்தியமாயிற்று. அதற்கு அனுசரணையான ஒரு மத்தியதர வர்க்கமும் அங்கே தோன்றியிருந்தது.

'கருணா ஓ புல்மொனிர் விபரண்'[1] என்ற நூலே வங்காளத்தின் முதல் நாவலெனச் சொல்லப்பட்டபோதும், பங்கிம்சந்திர சட்டோபாத்யாயின் 'துர்க்கேசநந்தினி'யே *(Durgeshnantini)* நாவலின் தன்மைகள் வாய்ந்தமைந்ததாக வங்க மொழி இலக்கிய வரலாற்றறிஞர்களால் கொள்ளப்பட்டிருக்கிறது. அது 1865இல் வெளியாயிற்று.

இவ்வாறு 'துர்க்கேசநந்தினி'யுடன் ஆரம்பித்த வங்க நாவலிலக்கிய வரலாறு ரவீந்திரநாத் தாகூர், தாராசங்கர் பானர்ஜி, சரச்சந்திர சட்டோபாத்யாய் போன்றோரின் நாவல்கள்மூலம் மேலும் வடிவச் செம்மை எய்தியதில் வங்க மொழி சிறந்த நவீன இலக்கிய மொழியாகவும் ஆகியது. அதனாலேயே பல்வேறு இந்திய மொழிகள், தமிழ்மொழி உட்பட, வங்க நாவல்களின் மொழிபெயர்ப்புகளைத் தத்தம் மொழிகளில் வெளியிட்டுத் தம் நாவலிலக்கியத்தை ஊக்கத்துடன் வளர்க்க முனைந்தன.

மலையாளத்திலும் நிலைமை இத்தன்மையதாகவே இருந்தது. 1885இல் வெளிவந்த 'சர்தெர்வேஷ்' *(Chardervesh)* என்பதே மலையாள மொழியின் முதலாவது நாவலாகச் சொல்லப்பட்டிருந்ததை மலையாள இலக்கியத்தின் நவீன வரலாறு திட்டமாய் மறுக்கிறது; அது பார்ஷிய மொழியிலிருந்த ஓர் ஆக்கத்தின் மொழிபெயர்ப்பு என வாதிட்டது. அதுபோல் அதற்கு இரண்டு ஆண்டுகள் கழித்து வெளிவந்த அப்பு நெடுங்காட்டின் 'குண்டலதா' *(Kundalatha, 1887)*வையும் வேற்று மொழித் தழுவல் படைப்பென அது நிராகரிக்கும். அதன் தேர்வு 1889இல் வெளிவந்த ஒ சந்துமேனோனின் 'இந்துலேகா' *(Indhulekha)*வாக இருந்தது.

அ) துர்க்கேசநந்தினி: கதையும் பண்பு நலனும்

வங்காளத்தின் முக்கிய இனங்களான பதான், மொகலுக்கிடையே மதம், கலாச்சாரம் ஆகியவற்றின் மேலாகத்

---

1. 'Karuna O Phulmonir Bibaran', 1852

தொடர்ந்துகொண்டிருந்த பிரச்சனைகளையும் போர்களையும் பின்னணியில் கொண்ட நாவல் 'துர்க்கேசநந்தினி.

ராஜா மான்சிங்கின் மகனும் மொகல் குழுவின் ராணுவ ஜெனரலுமான ஜகத்சிங்கிற்கும், மந்தரான் பகுதி நிலப்பிரபு பிரேந்தர்சிங்கின் மகளான திலோத்தமை என்பாளுக்கு மிடையே காதல் அரும்பிவிடுகிறது. அவர்களுக்குத் திருமணம் நடைபெறவிருந்த ஒரு தருணத்தில், பதான் குழுத் தலைவனான கட்டு கான் என்பவன் மந்தரான்மீது படையெடுத்து பிரேந்தர்சிங்கைக் கொன்றதோடு, அவனின் மனைவி விமலா, மகள் திலோத்தமை, ராணுவ ஜெனரல் ஜகத்சிங் ஆகியோரைக் கைதுசெய்தும் விடுகிறான். கட்டு கானின் காம வேட்கை யிலிருந்து திலோத்தமையை ஆயிஷா என்ற பதான் இனத்தவளே காப்பாற்றுகிறாள். அதேவேளை அவளுக்கு ஜகத்சிங்மீது காதலும் தோன்றிவிடுகிறது.

ஆயிஷாவை மணக்க எண்ணியிருந்த ஒஸ்மான் அதை விரும்புவதில்லை. ஆயினும் இந்துவான ஜகத்சிங்கை முஸ்லிமான ஆயிஷா என்றும் திருமணம்செய்ய நேர்ந்துவிடாதென நம்புகிறான். இந்த நிலையில் ஜகத்சிங் விடுவிக்கப்படுகிறான். ஆயிஷா நிலவியிருக்கும் மத நல்லிணக்கத்துக்கு இடையூறு செய்யக்கூடாதென்ற எண்ணத்தில் ஜகத்சிங் மேலான தன் விருப்பத்தை மாற்றிக்கொண்டு அவனுக்கும் திலோத்தமைக்கும் திருமணத்தை நடாத்திவைக்கிறாள்.

துர்க்கேசநந்தினி நாவலை பங்கிம்சந்திர சட்டோபாத்யாய் சர் வால்டர் ஸ்கொட்டின் 'ஐவான்ஹோ' என்ற அதியற்புத நாவலின் அருட்டுணர்வில் எழுதியதாக விமர்சனங்கள் உண்டு. ஜகத்சிங், திலோத்தமை, ஆயிஷா ஆகியோருக்கிடையிலான முக்கோணக் காதல் காரணமாக அவ்வாறு சொல்லப்பட்டாலும் உண்மையில் அது அவ்வாறில்லையெனச் சில இந்திய விமர்சகர் கூறுவர்.

ஆ) இந்துலேகா: கதையும் பண்புநலனும்

நாயர் சமூகப் பெண்ணான இந்துலேகா கல்வியால் அடையும் தனிமனித முன்னேற்றத்திலும் அதனூடான சமூக மாற்றத்திலும் நம்பிக்கை கொண்டவள். சென்னை ராஜதானிப் பல்கலைக்கழகப் பட்டதாரியான மாதவனுக்கும், பதினெட்டே வயதான இந்துலேகாவுக்கும் காதல். ஆனால் சமூக முன்னுரிமை கொண்ட நம்பூதிரியொருவன் அவளைப் பெண்டாள முன்வருகிறான். அதுவே சமூக நடைமுறையாக இருந்தவகையில் இந்துலேகா – மாதவன் காதல் பல இடையூறு

களை எதிர்கொள்கின்றது. காலகாலமாகத் தொடரும் நாயர் சமூகப் பெண்களின் விதியையே மாற்றுவதுபோல் நம்பூதிரியின் விருப்பத்தைத் திரஸ்கரிக்கிறாள் இந்துலேகா. இத்தகைய குழப்ப நிலையில் வங்காளம் ஓடிவிட்ட மாதவன் சிறிது காலத்தின் பின் நிறைந்த செல்வத்தோடு ஊர் திரும்பி இந்துலேகாவைத் திருமணம் செய்துகொள்கிறான். பின் இருவருமாக மதராஸில் வாழக் கிளம்பிச் செல்கின்றார்கள்.

ஆங்கில அரசின் தோற்ற காலம் கேரளாவில் நாயர் சமூகத்தின் எழுச்சிக் காலமென கேரள வரலாறு சொல்கின்றது. கல்வியைப் ஆதாரமாகக்கொண்டு தம் தாழ்ந்த நிலைமை யிலிருந்து முன்னேறிக்கொண்டிருந்த அச்சமூகம், ஆங்கில மொழியையும் சிக்கெனப் பற்றிக்கொண்டது. அரச வேலைகள் கிடைத்தமை சமூக அந்தஸ்தில் அதனை முன்னணிக்கு நகர்த்தியது. காலகாலமாய்ச் சமஸ்கிருதக் கல்விமூலம் முன்னேறி யிருந்த சமூகமான நம்பூதிரிகளின் அந்தஸ்தை நாயர் களின் முன்னேற்றம் கேள்விக்குள்ளாக்கியபோது பெரும் சமூகக் குழப்பம் விளைந்தது.

ஒரு நாவல், தான் தோன்றும் காலப் பகுதியின் சமூகத்தைப் பிரதிபலிப்பது தவிர்க்கமுடியாதது என்ற இலக்கிய விதியின்படி ஓ சந்துமேனோனின் 'இந்துலேகா' இவ்விரு சாராரின் சமூக அமைவையும் முரணையும் மக்களின் வாழ்நிலையையும் பிரதிபலித்து வடிவ நேர்த்தியும் கொண்ட மலையாளத்தின் முதல் நாவலாக அமைந்தது.

மலையாளத்தின் முதல் நாவலான 'இந்துலேகா'வையும், வங்கமொழியின் முதல் நாவலான 'துர்கேசநந்தினி'யையும் அவற்றின் பண்புகளூடாக ஒப்புநோக்கின், வங்கமொழி நாவல் இலக்கியம் மேலைநாட்டு நாவல் வகையினத்தைப் பண்புவாரியாகப் பின்பற்றியதென்பதும், மலையாள நாவலோ தன் மண்ணும் மொழியும் கலாச்சாரமும் சார்ந்த பண்புநலத்துடன் நாவலாக்கத்தில் ஈடுபட்டதென்றும் சுருக்க மாகச் சொல்லலாம்.

இப் பண்புநலச் சேர்க்கை தமிழ் நாவல்களின் தோற்ற காலத்தில் எத்தகையதாய் இருந்ததென்பதையும், வடிவநேர்த்தி சார்ந்த பிரக்ஞை எவ்வளவு தூரம் கவனமாகிற்றென்பதையும் இனிக் காணலாம்.

இந்தியத் தமிழ் நாவல்களின் தோற்றம்

மேற்குலகில் நாவலென்ற இலக்கிய வடிவம் தோற்றமாகிச் சிறந்த படைப்புகளை உருவாக்குமளவுக்குப் பதினெட்டாம்

நூற்றாண்டில் அதன் சமூக அரசியல் பொருளாதார நிலைமைகள் மிகச் சாதகமாக அமைந்திருந்தன. ஆங்கிலமானது வளர்ந்துகொண்டிருந்த மொழியேயானாலும் உரைநடையில் போதுமான வலிமையை அந்தளவில் அடைந்திருந்தது மட்டுமல்ல, உரைநடையின் புதிய இலக்கிய முயற்சிகளுக்குக் கைகொடுக்குமளவு அதன் ஆற்றலும் ஆச்சரியகரமாய் வளர்ந்திருந்தது.

ஆனால் மேற்கிலே ஆங்கில நாவல் தோற்றத்துக்கு ஒரு நூற்றாண்டின் பின்னரும் கிழக்கிலே தமிழில் தல புராணங்களும் பிற சிற்றிலக்கிய முயற்சிகளுமே கொடிவிட்டுப் பறந்துகொண்டிருந்தன. இது தமிழ்ச் சூழலில் காவியப் பண்பு வாய்ந்த படைப்புகளுக்கேற்ற பொருளியலும் அறவியலும் சார்ந்த சமூகவமைப்பாகவே இருந்ததென்பதை வெளிப்படையாகத் தெரிவித்தது. ஆழமான கல்வி முயற்சிகளுக்கும், இலக்கிய உத்தேசங்களுக்கும் இன்னும் செய்யுள்நடையே தேர்வாகிக் கொண்டிருந்தது. அதனால்தான் பேராசிரியர் மீனாட்சி சுந்தரம்பிள்ளை, லிட்டன் பிரபுவின் 'த ஸ்றீற் வே'[2] நாடகத்தை 'மனோன்மணீய'மென்ற பெயரில் தழுவியெழுத முனைந்தபோது அதைச் செய்யுள்நடையிலே யாக்கச் செய்திருந்தார்.

இக்காலகட்டத்துத் தமிழ் நிலத்தில் கற்றலின் முக்கியமான ஊடகமாக ஆங்கிலம் விழையப்பட்டிருந்தது. அதன் வெளிப்பாடு கல்வி சார்ந்த இங்கிலாந்துநோக்கிய பயணங்களிலும், அந்த வசதிகள் அற்றவர்களிடத்தில் அவர்களது ஆங்கிலக் கல்வி மோகத்திலும் புலப்பட்டது. மடாலயங்கள் கல்வியின் நாற்றங்கால்களாக இருந்தன. இலக்கியம் தோன்றிக்கொண்டிருந்த மேல்மட்டத்தில் இதனால் நிலவிய பண்பாட்டுக் குழப்பம் எதன் செயலூக்கத்துக்கும் ஏற்றதாயிருக்கவில்லை என்பதைக் காணக்கூடியதாய் இருந்தது. இருந்த செயலூக்கமும் தமிழிலக்கியத்தை அதன் பழைமை வேர்களில் நிலைநிறுத்தவே பயன்பட்டுக்கொண்டிருந்தது.

அதேவேளை பரவலான கல்வி வளர்ச்சியும், ஆங்கில மொழிப் பரிச்சயத்தின் ஊடாக விளைந்த மேற்குலகின் இலக்கிய அறிமுகமும் தமிழ்ப் பரப்பில் ஓர் எண்ணச் சலனத்தை ஏற்படுத்தியது. தஞ்சை சரபோஜி மகாராஜாவின் 1798–1832க்கு இடைப்பட்ட ஆட்சிக் காலம், அப்போது அவர் ஒரு பொம்மையரசராக இருந்திருந்தபோதும், அவரது கல்வி இலக்கிய முயற்சிகளின் காரணமாக முக்கியமானதாக ஆகியிருந்தது. பன்மொழிகள் கற்பிக்கப்பட்ட அவரது ஒரத்தநாடு பள்ளியும்,

---

2. E.B.Lytton (1803-1873), 'The Streetway' 1860

பன்மொழி இலக்கிய நூல்களால் நிரம்பியிருந்த சரஸ்வதி மஹாலும் கற்றலினதும் இலக்கிய ரசனையதும் அடையாளங்களாக விளங்கின.

தமிழ் உரைநடையின் மேம்பாட்டுக்கான முயற்சிகள் பல்வேறு வழிகளில் தொடர்ந்துகொண்டு இருந்தன. கிறித்தவ மதப் பிரச்சாரம் ஆங்கில அரசின் பக்கபலத்தோடு பெரும் ஆரவாரமின்றி நடந்துவந்ததை இங்கே அவதானிக்க வேண்டும். வெள்ளையரின் ஆட்சி அதிகாரத்தை எதிர்த்தவர்களுக்கு எவ்வாறு பொதுஜனங்களை ஓர் அரசியல் போராட்டத்திற்கான ஒன்றுதிரட்டலுக்கு எளிமையின் மொழியிலமைந்த ஓர் உரைநடை தேவைப்பட்டதோ, அதுபோல் மத எடுத்துரைப்பு மதமாற்றம் முதலான தேவைகளுக்குப் பொதுமக்களை அணுக ஓர் இலகு உரைநடையின் தேவை மதவாதிகளுக்கும் இருந்தது. ஆனால் தேவைகளின் அளவுக்கேற்றதாய் முயற்சிகள் செயலூக்கம் கொண்டிருக்கவில்லை. மேற்கிலிருந்து வந்த நாவல் வகையினம் தமிழை அடைந்தபோது, அதைச் செயற்பாங்கில் எடுத்துச்செல்வதற்கான தமிழின் உரைநடை வெளியிலிருந்த பள்ளம் நிரவப்படவேண்டி இருந்தது. அதாவது உரைநடையின் போதாமை முக்கியமான ஒரு தடையாக இருந்துகொண்டிருந்தது. தமிழ்நாட்டில், நாவலின் தோற்றத்துக்கான காலம் பெருமளவு தள்ளிப் போனதற்கு இதை முக்கிய காரணமாக ஆய்வுரீதியில் கூறமுடியும்.

எனவே ஒரு வளர்ச்சியடைந்த உரைநடை அரசியல், மதம் ஆகிய இரண்டினுக்கும்போல் இலக்கியத்துக்கும் அவசியமாய்ப் போய்விட்டது. உரைநடையும் பல்வேறு வழிகளில் வளர்ந்துகொண்டுதான் இருந்தது. அச்சியலுக்கான ஒரு எழுத்துத் தமிழை வீரமாமுனிவர் (1680–1747) கண்டடைந்த போது, வளர்ச்சியின் ஓரெல்லையைத் தமிழ் உரைநடை அடைந்துவிட்டதென்பது தெளிவாயிற்று. அதன் திருஷ்டாந்த அடையாளத்தை அவரின் ‘பரமார்த்த குரு கதைக’ (1728)ளிலும் காணக்கூடியதாக இருந்தது. ஆயினும் அவரது பிற நூன் முயற்சிகள் செய்யுள் வடிவிலேயே இருந்தன. வேறுவேறான முயற்சிகள் இருந்தபோதும் அவை கவனிக்கப்படவோ போற்றப்படவோயில்லை. வீச்சான முயற்சிகளுக்கு மேலும் ஒரு நூற்றாண்டுக்கு மேலாகத் தமிழ் காத்திருக்க வேண்டியதாயிற்று.

பத்திரிகை எழுத்துக்களுக்கும் கவிதைக்கும்கூட எளிமை யான தமிழென்பதாக சுப்பிரமணிய பாரதி (1882–1921)யின் பிரச்சாரம் இருந்தது. அவரே ‘சந்திரிகையின் கதை’ போன்ற கதை முயற்சிகளிலும் ஈடுபட்டிருந்தார். பல்வேறு அறிஞர்

களின் இவ்வாறான முயற்சிகள் பத்தொன்பதாம் நூற்றாண்டின் நடுப்பகுதிக்கு மேலே தமிழ் உரைநடையை ஆரம்பகால நாவலுக்குரிய திறனுடையதாக ஆக்கின.

தமிழில் நாவல் பிறந்தது.

தமிழின் முதல் நாவல்கள்

பெரும்பாலான இலக்கியத் திறனாய்வாளராலும் இலக்கிய வரலாற்று அறிஞராலும் தமிழின் முதலாவது நாவலாகக் கருதப்பெறுவது 1879இல் வெளிவந்த சாமுவெல் வேதநாயகம் பிள்ளை (மாயூரம் வேதநாயகம் பிள்ளை, 1826–1889)யின் 'பிரதாப முதலியார் சரித்திரம்' ஆகும். அதேவேளை பேராசிரியர் எஸ். தோதாத்திரி போன்ற ஆய்வாளர் அதன் அழகியல்ரீதியானதும் வடிவக் கட்டமைப்பிலானதுமான போதாமையைக் கருதி பதினான்கு ஆண்டுகள் கடந்து 1893இல் நூலாக வெளிவந்த ஸி.ஆர். ராஜமையரின் 'கமலாம்பாள் சரித்திர'த்தை முதல் நாவலென்பர். இவ்வண்ணமே வேறுசில புதினங்களின் ஆசிரியர்களும், உதாரணமாக 'ஆதியூர் அவதானி சரித்திரம்' (1875) நூலின் ஆசிரியரான தூ.வீ.சேஷையங்கார் போன்றோர், தமது படைப்புக்களையே முதல் நாவலெனப் பிரகடனப்படுத்தியதும் உண்டு. எனினும் முதனூல்களென பொதுவாக ஏற்றுக்கொள்ளப்பட்ட 1. 'பிரதாப முதலியார் சரித்திரம்' 2. 'கமலாம்பாள் சரித்திரம்' ஆகியவற்றைச் சற்று விரிவாக அவற்றின் கதையும் பண்புநலனும் காணுமளவுக்கும் 3. 'பத்மாவதி சரித்திர'த்தையும், 'முத்துமீனாட்சி'யையும் சற்று மேலோட்டமாகவும் தெரிந்துகொள்வது அவசியமானது.

அ) பிரதாப முதலியார் சரித்திரம்: கதையும் பண்புநலனும்

சத்தியபுரியைச் சொந்தவூராகக்கொண்ட பிரதாபனுக்கும் ஞானாம்பாளுக்கும் சிறுவயதிலிருந்தே ஒருவர்மீது ஒருவருக்குள்ள விருப்பத்தையறிந்து பெற்றோர் அவர்களுக்குத் திருமணம் செய்ய எண்ணினார்கள். பின்னால் தம்பதியர் யார் வீட்டில் தங்குவதென்ற ஒரு சிறிய விஷயத்தின் பொருட்டாய் நிச்சயதார்த்தம் குழம்பி விடுகிறது.

இருவருக்கும் வெவ்வேறு இடங்களில் ஏற்பாடாகியிருந்த கல்யாணமும் ஒரு சாவுவீடு காரணமாய் இறுதிநேரத்தில் நின்றுபோய்விட, ஒருநாள் ஞானாம்பாள் அவளை விரும்பியிருந்த ஒருவனால் கவர்ந்து செல்லப்படுகிறாள். பிரதாபன் சென்று அவளை மீட்டுவருகிறான். பின்னர் இருவருக்கும் திருமணம் நடைபெறுகிறது.

ஞானாம்பாள் கர்ப்பமாகியிருக்கும் வேளையில் மறுபடி குடும்பத்துள் தோன்றும் பிரச்சினையில் ஞானாம்பாள் தன் தந்தை வீடு சென்று வாழத் தொடங்க, விரக்தி மேவிய பிரதாபன் யாத்திரை புறப்படுகிறான். அதுவறிந்த ஞானாம்பாள் அவனைப் பின்தொடர்கிறாள். இருவரும் தனித்தனியே தம் குடும்ப நண்பரான தேவராச பிள்ளையின் ஊர் சென்றுசேர்கிறார்கள்.

ஒருநாள் வேட்டை காணப் புறப்பட்டுச் செல்லும் பிரதாப முதலி காணாமல் போய்விடுகிறான். அவனைத் தேடி ஆண்வேடம் பூண்டுவரும் ஞானாம்பாள் காட்டு வழியில் தேர்வுலா வரும் யானையால் மாலை சூட்டப்பெற விக்கிரமபுரியின் அரசியாகிறாள். அரசவைக்கு வரும் ஒரு வழக்கு விசாரணையில் ஞானாம்பாள் – பிரதாப முதலி சந்திப்பு மறுபடி நிகழ்கிறது.

இருவரும் அங்கிருந்து ரகசியமாகக் கிளம்பி சத்தியபுரி வரும்வழியில் அம்மை நோய் காணும் ஞானாம்பிகை வைத்தியசாலையில் இறந்துபோகிறாள். பெருந் துக்கத்தோடு பிரதாப முதலியும் சுற்றத்தாரும் ஊர் திரும்புகிறார்கள். ஆனால் ஞானாம்பாள் இறந்துவிட்டமை உண்மையில் ஒரு தகவல் பிழையென அறிந்த தேவராசபிள்ளை ஊர் வந்து விபரம் தெரிவிக்க, எல்லாரும் ஒன்றுசேர்கிறார்கள். நாவல் சுபமுடிவு காண்கிறது.

ஆங்கில முதல் நாவல்களில்போன்ற வீரசாகஸங்களும் அதியற்புதங்களும் இந்திய நாவல்களில், குறிப்பாகத் தமிழ் நாவல்களில், இல்லையாயினும், அவை இருக்கவே செய்கின்றனவென்ற உண்மையை மறுத்துவிட முடியாது. இது, தோற்ற காலத்தில் எம்மொழியில் தோன்றும் நாவலும் முன்னோடியாயிருந்த இலக்கியத்தின் தன்மையை முற்றுமாய் மீறி எழுந்துவிடுவதில்லை என்ற பொதுக் கருத்தை வலுவாக்குவதாய் இருக்கின்றது.

சாமுவெல் வேதநாயகம் பிள்ளையின் முதன் நாவலாகிய 'பிரதாப முதலியார் சரித்திரம்', அவரது பெயரில் காணப்படும் கிறித்துவ அடையாளத்திற்கேற்ப செறிவான பிரச்சாரக் கருத்துக்களோடு இருக்குமென்று எதிர்பார்க்க நிறைய வாய்ப்பு இருந்தது. ஆனால் ஆங்கிலத்தில் இருப்பதுபோன்ற ஓர் உரைநடைப் படைப்பைத் தமிழ்மொழியில் அளிப்பதே அவரது முதன்மை நோக்கமாக இருந்தவகையில் மதபோதனைக் கருத்துக்கள் அத்தனை அழுத்தமாய் நாவலில் விழுந்திருக்கவில்லை. ஒழுக்கரீதியிலானதும் பெண்கல்வி சார்ந்ததுமான விஷயங்களின் அழுத்தத்தையே அவர் பிரயோகித்து ஒரு முற்போக்காளரும் ஆகிறார். 'கலிவரின் யாத்திரை' போன்றோ,

‘ரட்சண்ய யாத்திரிகம்’ போன்றோ மதம் சார்ந்த விஷயங்களை இறுக்கமாகப் படைப்பில் பதிவாக்க அவர் முயலவில்லையென்று துணிந்து கூறலாம்.

முன்பு தரப்பட்ட கதையின் சுருக்கத்தை வைத்து நோக்கினாலும், அதில் அதீதமான அதிசய நிகழ்வுகளோ, சாகஸ செயல்களோ இடம்பெற்றிருக்கவில்லை என்பது தெரியவரும். தோன்றி நூற்றாண்டுக்கு மேலேயாகியும்கூட ‘பிரதாப முதலியார் சரித்திரம்’ இன்னும் சுகமான வாசிப்புக்கும் சிறந்த யதார்த்த வகையான நாவல் கட்டமைப்புக்குமுரிய நூலாகவே இருக்கிறதென இந்தியப் பிறமொழி நாவல்களோடு ஒப்பிட்டு க.நா. சுப்பிரமணியம் கூறுவதும் கருதத்தக்கது. அது எடுத்தாண்ட விஷயம் புரட்சிகரமானதாக இல்லையெனினும் பெண்கல்வி, பெண்ணுரிமை போன்ற புதிய விஷயங்களில் அக்கறை காட்டும் நாவலாகவே இருந்திருக்கிறது.

சிறுசிறு சம்பவங்களால் பிரதாபனையும் ஞானாம்பாளையும் சுற்றிக் கட்டமைக்கப்பட்டிருக்கிறது நாவல். ஒருவகையில் வித்துவான் வீரசாமி செட்டியாரின் ‘விநோதரச மஞ்சரி’ போன்ற நூல்களின் உபதேசத் தன்மை நாவலில் விளங்கினும், அதுவரை பிரயோகத்தில் இல்லாததும் உறுதியானதுமான ஒரு மொழிநடையைக் கையாள்வதன் காரணமாகவும், நகையுணர்வு தெறிக்கும் சம்பவங்களாலும் ‘பிரதாப முதலியார் சரித்திர’த்தை பிறமொழி முதல் நாவல்களுடனான ஒப்பீட்டிலும் தரம் குறையாத படைப்பாகக் கொள்ளமுடியும். சாதாரண மக்களைச் சுற்றிக் கட்டமைக்கப்பெற்ற நாவலாகவும், அதனால் சாதாரண மக்களின் பேச்சுக்கிணைவான மொழியைக் கொண்டதாகவும் இந் நாவல் விளங்குகிறதெனச் சொன்னால் தப்பில்லை. சுருக்கமாகச் சொன்னால், தமிழில் பின்னால் தோன்றிய முழுமையான நாவல்களுக்கு சிறந்த முதனூலாக அது இருந்ததெனத் தயங்காது ஏற்றுக்கொள்ளலாம்.

ஆ) ‘ஆபத்துக்கிடமான அபவாதம் அல்லது கமலாம்பாள் சரித்திரம்’: பண்பு நலனும் கதையும்

தமிழகத்தில் தமிழின் முதல் நாவலான ‘பிரதாப முதலியார் சரித்திரம்’ வெளிவந்து பதினான்கு ஆண்டுகளுக்குப் பிறகு 1893இல் வெளியாகிய நாவல்தான் பி.ஆர். ராஜம் அய்யரின் ‘. . . கமலாம்பாள் சரித்திரம்’. *விவேக சிந்தாமணியில்* 1893 தொடங்கி 1895 ஜனவரி வரையில் வெளிவந்தது. தமிழில் வெளியாகிய முதல் தொடர் நாவல் என்ற மதிப்பும் இதற்குண்டு. இத் தொடர் முதலிரண்டு இதழ்களில் ‘அநியாய அபவாதம் அல்லது கமலாம்பாள் சரித்திரம்’ என்பதாகவும், மூன்றாம்

இதழிலிருந்து 'ஆபத்துக்கிடமான அபவாதம் அல்லது கமலாம்பாள் சரித்திரம்' என்ற தலைப்பிலும் வெளியாகிற்று. தொடர் முடியும்வரை பி.ஆர்.சிவசுப்பிரமணிய ஐயர் என்பதே ஆசிரியர் பெயராக இடப்பட்டிருந்தது. 'ஆபத்துக்கிடமான அபவாதம்' என்ற தலைப்பினையே அந்நூலை 1999இல் ஆங்கிலத்தில் மொழியாக்கம் செய்த ஸ்ருவர்ட் பிளாக்பர்ன்[3] என்பவர் தேர்ந்தெடுத்தார். த பேஃரால் ருமோர்[4] என்பதாக அந்நூல் 1999 'ஒக்ஸ்போர்ட்' வெளியீடாக வெளிவந்தது. தமிழ் நூலாக்கத்தில் அது தொடர்ந்தும் 'கமலாம்பாள் சரித்திரம்' எனவே வழங்கப்பட்டது.

இது முக்கியமான அம்சம். ஒரு தொடர், நூலாக்கம் பெறும்போது தமிழில் கவனமாகும் அம்சங்களும், ஆங்கில மொழியாக்கத்தின்போது கவனம் பெறும் அம்சங்களும் வெவ்வேறான பார்வைக் கோணங்கள் கொண்டவை என்பதன் வெளிப்பாடாகவும் இதனைக் கொள்ளலாம்.

'பிரதாபமுதலியார் சரித்திர'த்திற்கும் '...கமலாம்பாள் சரித்திர'த்திற்கும் இடைப்பட்டதான இந்தப் பதினான்கு ஆண்டு கால இடைவெளியில் தமிழின் நாவல் கலை மிகச் செழிப்பாக வளர்ந்துள்ளதாகச் சொல்ல வேண்டும்.

மட்டுமன்றி, தமிழாசான் ஆடுசாபட்டி அம்மையப்ப பிள்ளையிலிருந்து முத்துசுவாமி ஐயர், அவரது மனைவி கமலாம்பாள், ஐயரின் தம்பி மனைவி தஞ்சாவூர் பொன்னம்மாள், மற்றும் ஸ்ரீநிவாசன், அவனுக்கு நிச்சயதார்த்தமாகும் கல்யாணி, கொள்ளைக்கூட்டத் தலைவன் பேயாண்டித் தேவன் உட்பட அனைத்துப் பாத்திரங்களுமே செம்மையாக வார்க்கப்பட்டுள்ளன. கண்மணியும் கமலாம்பாளும் அடையும் இன்னல்களும், மதுரையிலிருந்து தொடங்கி சென்னை, சிதம்பரம், காசி என கதை நகர்ச்சி பெறும் பல்வேறு இடங்களும் '... கமலாம்பாள் சரித்திர'த்தை வலுவான நாவலாக ஆக்குகின்றன.

கமலாம்பாள் சரித்திரக் கதையைச் சுருக்கமாக இவ்வாறு கூறலாம்: முத்துசுவாமி ஐயரும் – சுப்பிரமணிய ஐயரும் அண்ணன் தம்பி. கமலாம்பாள் அண்ணனையும், தஞ்சாவூரைச் சேர்ந்த பொன்னம்மாள் சுப்பிரமணிய ஐயரையும் திருமணம் செய்கிறார்கள். இந்த இரு குடும்பங்களில் முத்துசுவாமி ஐயர் குடும்பம் வசதியாகவும், சுப்பிரமணிய ஐயர் குடும்பம் வசதிகளற்று நலிவடைந்தும் போகிறது. பொன்னம்மாளின்

3. Stuart Blackburn
4. 'The Fatal Rumour'

இதயம் கொதித்து மூச்சுவிடுகிறது. அது ஊரினுடையதும் உலகத்தினதும் கெடுமதியாய்ச் சூழ முத்துசுவாமி சகல சம்பத்தும் இழக்கிறார். மனைவி கமலாம்பாளும் காணாமல் போகிறாள். மேலும் கள்ளப் புருஷனோடு அவள் ஓடிவிட்டாளென்று ஊர்வேறு அபவாதம் சொல்கிறது.

இவ்வாறு கதை தொடர்ந்துகொண்டிருக்க எல்லாமிழந்து நிற்கும் முத்துசுவாமி ஐயருக்கு ஒரு மகாபுருஷரின் தரிசனம் கிடைக்கிறது. தொடர்ந்து நூலின் வேதாந்த விசாரம் நடைபெறுகிறது. மிக இனிதாகவும் சுளுவாகவும் முத்துசுவாமி ஐயரின் வாழ்வை வேதாந்தத்துடன் இணைத்துக் காட்டுகிறார் ராஜம் ஐயர்.

இறுதியில் எல்லோரும் காசியைச் சென்றுசேர்கிறார்கள். முத்துசாமி ஐயர் இழந்த சகல சம்பத்துக்களையும் மீள அடைகிறார். அதுபோல் மற்றவர்களும் தாமிழந்தவைகளை அடைகிறார்கள்.

நாவலின் முடிவில் சற்று ஆழமானதும் அதிகமானது மான வேதாந்த அலசல் இடம்பெற்றிருப்பினும், அதைத் தாங்கி நொறுங்கும்படி இல்லாமல் நாவல் வலுவாகவே இருக்கின்றன்பதென்பதை அதன் விசேஷமாகச் சொல்லலாம்.

இ) அ. மாதவையாவின் இரு நாவல்கள்

தமிழின் நாவல் இலக்கிய வரலாற்றில் முதனூல்களெனச் சொல்லப்படுவனவற்றில் பலராலும் மூன்றாவதாகக் குறிப்பிடப் படுவது அ. மாதவையாவின் ‘பத்மாவதி சரித்திர’மாகும். ‘பிரதாப முதலியார் சரித்திரம்’ தோன்றி இருபது ஆண்டுகளின் பின்னரும், ‘கமலாம்பாள் சரித்திர’த்துக்கு ஆறு ஆண்டுகளின் பின்னருமாய்த் தமிழின் மூன்றாவது நாவல் வெளிவந்தது. ஆயினும் சில ஆய்வாளர்களுக்கு இம் முடிவு ஒப்பில்லை. ‘பத்மாவதி சரித்திர’த்தின் முதலாம் பகுதி 1998இலும், இரண்டாம் பகுதி 1999இலும் முடிக்கப்பட்டிருந்தன. அதன் மூன்றாம் பகுதி 1924இல் தொடங்கப்பெற்றாலும் 1925இல் நிகழ்ந்த ஆசிரியரின் மரணம் காரணமாய் முற்றுப்பெறாது போய்விட்டது. சில பதிப்புகள் இரண்டு பாகங்களை மட்டும் கொண்டனவாய் வெளிவந்திருந்தவேளை, ‘காவ்யா’ போன்ற பதிப்பகங்கள் அதன் முழுமையற்ற மூன்றாம் பகுதியினையும் சேர்த்து ஒரு செம்பதிப்பாக வெளியிட்டன. கதைத்துவத்தைப்போலவே தன் கலைத்துவத்தையும் அதனால் நாவல் இழந்ததில், சில ஆய்வாளர் அ. மாதவையாவின் மற்றோரு நாவலான ‘முத்து மீனாட்சி’யை ஆய்வுக்கு எடுப்பர். அதுவே இப் பிரதியாளனின் முடிவாகவும் இருக்கிறது.

'முத்து மீனாட்சி'யே அ.மாதவையாவின் முதன் நாவல் முயற்சி. தனது நண்பர் சி.வி. சுவாமிநாதன் 1892இல் தொடங்கிய *விவேக சிந்தாமணி*யில் 'சாவித்திரி கதை' என்ற பெயரில் ஒரு தொடர்கதையாக அவர் இதனை எழுதத் தொடங்கினார். இடையில் தொடர் நின்றுபோனதை 1903இல் மீண்டும் தொடங்கி முடித்து வெளியிட்ட நாவல்தான் 'முத்து மீனாட்சி'.

அ.மாதவையாவின் எந்த நாவலுமே இடையீடற்ற முடிவு கண்டதில்லையென்ற அபகீர்த்தி, அவரது நாவல்களின் தரநிர்ணயத்தை வெகுவாகப் பாதித்திருந்தது. ஆயினும் 'முத்து மீனாட்சி'யை 1903இல் முற்றுப்பெற்ற நாவலாகக் கொண்டு சிலர் ஆய்வுசெய்திருக்கிறார்கள்.[5]

'முத்து மீனாட்சி' நாவல் சிறுவயதுத் திருமணத்தையும், அதனால் விளையும் மன நலக் கெடுதல்களையும், கைம்மையடையும் அப்பெண்களின் சமூகரீதியிலான உத்தரிப்புகளையும் விபரிக்கும் நூலாகக் கொள்ளலாம். தமிழ்த் திறனாய்வுலகு அதை 'அற்புதக் கதையுலகு' ('தமிழ் நாவல் இலக்கியம்', க.கைலாசபதி) எனவும், 'முன்னைய பாதி புனைவு, பின்னைய பாதி கனவு' ('புதுமைப்பித்தன் கட்டுரைகள்', புதுமைப்பித்தன்) எனவும் திறனாய்ந்தது. இந் நாவலைப் பெண்களின் சிறுவயதுத் திருமணம், அவர்களது கைம்மையின் கெடுதிகளுக்கெதிரான குரலெனக் கொள்ளலாம்.

இளவயதில் தாயை இழக்கும் முத்துமீனாட்சிக்கு முதலில் ஏற்படும் கொடுமை அவளது சிற்றன்னையால் விளைகின்றது. அதனொரு விளைவாகத் தனது ஒன்பதாவது வயதில் பூப்படைவதன் முன்னமே முப்பது வயது ஆணுக்கு வாழ்க்கைப்படும் நிர்ப்பந்தத்தை அடைகிறாள். இங்கே வாழ்க்கைப்படுதல்கூட நிகழ்வதில்லை. 700ரூபா பணத்திற்கும் 300ரூபா நகைக்கும் அவள் ஒருவனுக்கு விலைபோகிறாள். சில காலத்தின் பின் கணவனை இழக்கும் முத்துமீனாட்சியை அவளது அண்ணனின் நண்பனான சுந்தரேசன் மணக்க முன்வருகிறான். விதவைத் திருமணத்துக்கு ஒப்புக்கொள்ளாத அச் சமூகத்துக்குப் பயந்து பிரம்ம சமாஜ முறைப்படி, இரகசியமாக அவர்களுக்குத் திருமணம் செய்துவைக்கிறான் அண்ணன்.

இது நாவலின் கதையெனில், பெண்களின் சிறுவயதுத் திருமணம், கைம்பெண்களின் மறுமணம் ஆகியவற்றை, பெண் கல்வியை வலியுறுத்திய 'பிரதாப முதலியார் சரித்திர'த்தை

---

5. 'தமிழ்ப் புதினங்களில் பெண்கள் ஆண்கள் சாதிகள்', எம்.ஆர். ரகுநான், அலைகள் வெளியீடு.

விடவுமே மிக அழுத்தமாகப் பேசுவதை இந் நாவலின் பண்புநலனாகக் கொள்ளலாம். மாதவையாவின் சீர்திருத்த எண்ணத்தை 'முத்துமீனாட்சி'யில் மட்டுமின்றி, 'பத்மாவதி சரித்திர'த்திலுமே காணமுடியும். தன் சீர்திருத்தக் கருத்துக் களை உயர்த்திப் பிடிப்பதற்காகத் தன் நாவல்களின் கலைத்துவத்தைப் பலியாக்க அ. மாதவையா தயங்கவில்லை யென்பது வெளிப்படையாகவே நாவல்களில் தெரிகிறது.

தமிழின் முதல் நாவல் 'பிரதாப முதலியார் சரித்திர'மா, 'கமலாம்பாள் சரித்திர'மாவென்ற முடிவைக் காண்பது தமிழ் ஆய்வறிஞர்களுக்கான துறை. ஆயினும் பொதுநோக்கு அபிப்பிராயத்தில் 'பிரதாப முதலியார் சரித்திர'மே அவ்வாறான தகைமையுடைத்தெனக் கொண்டு, தொடரும் அத்தியாயத்திலிருந்து இலங்கைத் தமிழ் நாவல் இலக்கியத்தினுள் இப் பனுவல் பிரவேசிக்கிறது.

4

நாவலை வரவேற்க தீவிலிருந்த மரபுத் தடங்கல்

இலங்கைத் தமிழ் நாவல்களின் ஆரம்ப காலம்

பத்தொன்பதாம் நூற்றாண்டின் நடுப் பகுதியிலிருந்து இலங்கையின் வடக்கிலும் கிழக்கிலும் நாவலிலக்கியம் தோன்றுவதற்குத் தேவையான சமூகப் புறநிலைமைகள் ஓரளவு உருவாகியிருந்தன. குறிப்பாக, அச்சு யந்திர வெளியீட்டு வசதிகளைக் குறிப்பிடலாம். ஆறுமுக நாவலரின் 'வித்தியாநுபாலன யந்திரசாலை' *(1849)*யைத் தொடர்ந்து 'பாரதி நிலைய முத்திராட்சரசாலை', 'ஞானப்பிரகாச யந்திரசாலை', 'ஜய ஸ்ரீசாரதா பீடேந்திரசாலை', 'சோதிடப் பிரகாச யந்திரசாலை', 'சைவப் பிரகாச யந்திரசாலை' போன்றவற்றின் தோற்றத்தால் அச்சு வசதி பெருகியிருந்தது. வட மாகாணத்தில் அத் தொழில்சார் துறை சற்றுப் பரவலாக எழுந்திருந்ததென்றும் சொல்லலாம். இருந்தும் பழைய நூல்களின் பதிப்புக்கும் மரபார்ந்த இலக்கியத்தின் மீளாக்கத்திற்கும் மட்டுமே அதன் பயன் சுவறிக்கொண்டிருந்தது.

ஆனால் மேற்குலகில் கான்ட், ஹெகல் போன்றோரின் ஜேர்மன் தத்துவ ஞானத்தினை அடியொற்றிய புதிய சிந்தனா முறைகளின் தோற்றத்துக்கு ஏற்றவகையில் சமூக அக நிலைமைகள் அங்கே பண்பட்டிருந்தன. ஒரு புதிய சிந்தனா முறையை, ஒரு புதிய இலக்கிய வடிவத்தை பயில்வு

செய்யக் கூடியவளவு சமூகம் பதப்பட்டிருந்தது. ஆனால் இத்தகு நிலைமையொன்று நாவலிலக்கியம் தோன்றி சற்றொப்ப ஒரு நூற்றாண்டுக் கால இடைவெளியின் பின்னரும் இலங்கையின் வடக்கிலோ கிழக்கிலோ நாவலிலக்கியம் உருவாகியிருக்க வில்லை. நிலம் கிழித்து விதை வளரும் பாங்கில், புதியதெதுவும் இலக்கியத்தின் மரபு கிழித்துத் தோற்றங்காட்டுவதற்கு மேலும் ஒரு கால் நூற்றாண்டாவது தேவைப்பட்டதுபோல் தெரிந்தது. அப்போதும் அதற்குத் தகுந்த விளைநிலமாய் அமைந்தது கிழக்கு மாகாணமாகவே இருந்தது.

அச்சக, வெளியீட்டு முயற்சிகளை ஒருவகையில் அறிவுலகு சார்ந்த வளர்ச்சியின் ஒரு கட்டமாகக் கொள்ளலாம். இருபதாம் நூற்றாண்டின் இறுதியில் சுமார் இருபத்தைந்து புதினப் பத்திரிகைகள் இலங்கையில் வெளிவந்துகொண்டிருந்தன என்பது நிச்சயமாக அந்தத் துறையில் ஒரு வளர்ச்சிக் கட்டமே. ஆயினும் அக் காலத்திய இலக்கிய முயற்சிகள் எவ்வாறிருந்தன வெனக் காண்கையில் நவீனத்தின் தோற்றத்தினுக்கு இன்னும் தூரம் அதிகமிருப்பது கண்டு அதிர்ச்சிகொள்ளாமல் இருக்க முடியவில்லை. அக் காலத்தில் முஸ்லிம் புலவர்கள் உட்பட ஏறத்தாழ ஐம்பது புலவர்களுக்கு மேல் இருந்திருக்கிறார்களென வும், அவர்கள் நூற்றுக்கணக்கான பிரபந்தங்களையும் தனிச் செய்யுள்களையும் பாடினார்களெனவும் க. கைலாசபதி தமது 'ஈழத்து இலக்கிய முன்னோடிக'ளில் குறிப்பிடுவதைக்கொண்டு துணியமுடிகிறது. இதன்மூலம், பத்தொன்பதாம் நூற்றாண்டின் நடுப்பகுதியிலிருந்து இலங்கைத் தமிழ்ச் சூழலில் நவீனத்துவம் தோன்றியிருப்பினும், மொழியில் அது தோன்றியிருக்க வில்லை என்பது தெளிவாகிறது. அக்கால தமிழுரைநடையின் நிலை எவ்வாறிருந்ததென்பதை 1862இல் வெளியாகிய எம். வின்ஸ்லோவின் 'தமிழ் ஆங்கில அகராதி'ப் பதிப்புரையில் வரும் 'தமிழுரைநடை இப்பொழுதுதான் வடிவம் பெற்றுக் கொண்டிருக்கிறது' என்ற வரி தெளிவாகப் புலப்படுத்துகிறது. அதேவேளை பரவலான கல்வி வளர்ச்சியும், ஆங்கில மொழிப் பரிச்சயத்தின் ஊடாக விளைந்த மேற்குலகின் இலக்கிய அறிமுகமும் இலங்கைத் தமிழ்ப் பரப்பில் புதிதுகள் புனைவதற் கான ஓர் ஆர்வ சலனத்தை ஏற்படுத்தியிருந்தது என்பதும் மெய்யே.

மேற்குறிப்பிட்ட புறச் சூழ்நிலைகளை மீறியும் நவீன இலக்கியம் பல காரணங்களில் இலங்கைத் தமிழில் உருவாகிற்று. அது பிளந்துவந்த கடின நிலம் எண்ணி வியக்கத்தக்கது.

இது தமிழக நிலைமையிலிருந்து சற்று வித்தியாசமான தாக இருந்தது. அதற்கான வெளிகள் ஆய்வுரீதியில் கவனம் கொள்ளப்பட்டு இருக்கவில்லை. தெளிவாகச் சொல்வதானால்,

சமூகத்தில் இருந்த சமய உணர்வு பொறுத்தவரையில் இலங்கை மிகவும் இறுக்கமான நிலையை எடுத்திருந்ததென்றும், தமிழகத்தில் சாதி சார்ந்த சமூகக் கூறுகள் சமயநிலையைவிட தீவிரம் பெற்றிருந்தனவென்றும் கொள்ளமுடியும்.

இது இலங்கையில் சாதி சார்ந்த பிரச்சினைக் கூறுகள் மேலோங்கி இருக்கவில்லையென அர்த்தம் கொள்ளவதாகாது. தமிழ்நாட்டில் பர மதத்துக்கெதிரான இந்துக்களின் எழுச்சியைவிட, இலங்கையில் அதற்கெதிரான எழுச்சிகளும் சைவமத நிலைப்பட்ட தீவிர நடவடிக்கைகளும் அதிகமாக இருந்தன வென்பதைச் சுட்டுவதேயாகும். அதனால் எதிர்ப்பின் வடிவங்கள் வேறுவேறாக இருந்தன. இக்காலகட்டத்தின் அடையாளமாக இலங்கையில் ஆறுமுக நாவலர் (1822–1879) விளங்கினார். பல்வேறு ஆதீனங்கள் தமிழ்நாட்டிலிருந்து சமயநோக்கில் இயங்கினவெனினும், இலங்கையில் நிலவிய தீவிரமளவுக்குச் செயலூக்கத்துடன் அவை செயற்படவில்லை. சமூகமும் இலக்கியமும் சமயமும் இணைந்து மக்களின் கலாச்சாரமாகவும் வாழ்வியலாகவும் உருப்பெற்றிருந்த இவ்வாறான அம்சத்திற்கு, இலங்கை இலக்கிய வரலாற்றில் இதுவரை உரிய அழுத்தம் கொடுக்கப்படவில்லை என்றே கருதக்கிடக்கிறது.

இக்காலகட்டத்து இலங்கையில் அச்சு ஊடக வசதிகள் அதிகமாக மட்டுமன்றி, தென்னிந்தியாவில் வேப்பேரி, தரங்கம்பாடி ஆகிய இடங்களுக்கிணையான தரத்துடனும் இருந்ததாகத் தெரிகின்றது. மேலும் ஒருபோது கிறித்தவ, சைவ மத நிறுவனங்களின் வசத்திலிருந்த அவ் வசதிகள் 1831இன் மேல் தனியார் உடைமையிலும் இருக்கக்கூடியதான சட்டவாக்கத்தின் பின் அத்துறை மேலும் பிரகாசமாக இலங்கையில் வளரத் தொடங்கியது. அதனால்தான் 1830களில் உருவான அகராதி அச்சாக்க முயற்சிகளை யாழ்ப்பாணத்திலேயே தமிழறிஞர்கள் தொடங்கியிருந்தனர்.

அச்சுத் தேவைகள் பண்டைய நூல்களின் பதிப்பு முயற்சிகளுக்குப்போல், மத விஷயங்கள் சார்ந்தும் உருவாகி யிருந்தமை வெளிப்படையாய்த் தெரிந்தது. கிறித்தவம் தன் மதமாற்று நோக்கங்களுக்காகவும், மத அறவியற் போதனைகளுக் காகவும் இலகு தமிழில் அவ்வூடகத்தினைப் பயன்படுத்த, மதமாற்ற எதிர்ப்பிரசாரத்திற்காகவும் தம் மத போதனைகளுக் காகவும் சைவசமயிகளும் அதை முனைப்பாகத் தேவைப்பட் டிருந்தனர்.

இதன் பின்னால் தொடர்ந்தது வடவிலங்கையின் கல்வித் தேவைக்கான வெளியீட்டு முயற்சிகள். அதுவரையில்லாத

கல்விப் பரம்பலினால் பள்ளிசார் பாடநூற் தேவைகள் மிகுத்துப்போயிருந்தன. பதிப்பக வரலாற்றில் ஒரு தனித்துறை யாகவே அது வளர்ச்சியும் பெற்றது. '1835ஆம் ஆண்டு மிஷனரிமார் யாழ்ப்பாணப் பாடநூற் சங்கம் என்ற அமைப்பை ஏற்படுத்தி புவியியல்போன்ற புதிய துறைகளில் நூல்கள் வெளிவர உதவி புரிந்தனர். அவர்களுடைய பிரசுரங்களிலே தலைசிறந்தது பாலபோதம் என்றழைக்கப்பட்ட ஒன்றிலிருந்து ஐந்து வரையிலான தமிழ்ப் பாடநூல் வரிசையாகும். இந்த நூல் வரிசையே ஆறுமுக நாவலரின் பாலபாடம் என்ற பாடநூல் வரிசைக்கு வழிகாட்டியதாக இருந்தது. இதுவே தமிழில் எழுந்த நவீனப் பாடநூல் வரிசையாகும்' என்ற கலாநிதி க. இந்திரபாலவின் கூற்று நினைக்கத் தக்கது. மேலும், 'வரலாற்றில் முதன்முறையாக 1879ஆம் ஆண்டுப் பாட நூல்கள் முறையாக உற்பத்தி செய்யப்பட்டன. இதன்போதுதான் திணைக்களப் பணிப்பாளர்கள், வித்தியாதரிசிகள், மொழிபெயர்ப் பாளர்கள், புலமையாளர்கள் முதலியோர் பாடநூல் ஆசிரியராக அவதாரமெடுத்தனர். பாடநூல் ஆசிரியர்கள் கல்விப் பரப்பில் நட்சத்திர அந்தஸ்துடையவர்களாக வலம் வரத் தொடங்கும் காலம் இங்கிருந்துதான் ஆரம்பமானது' என 'ஈழத்து பாடநூல் உரை மரபு' என்ற கட்டுரையில் செல்லத்துரை சுதர்சன் தெரிவிக்கும் கருத்தும் மிகவுண்மையானது.

வடக்கிலங்கையின் அச்சு, பதிப்பு நிலைமை இவ்வாறிருக்கை யில், கிழக்கின் நிலைமை உண்மையில் பிரிநிலை காணக்கூடிய அம்சங்களால் தனித்துவமானதாய் இருந்தது. அதுபற்றிச் சிறிது விரிவாக நோக்குதல் வேண்டும்.

வடக்கும் கிழக்கும்

பிரிட்டிஷ் ஆட்சி நிலையூன்றிப் பொருளாதார, அரசியல்ரீதி யாக இலங்கை ஒரு தேசமாய்க் கட்டுமானம் ஆகியிருப்பினும், சமூகரீதியாகத் தொழிலாள வர்க்கமொன்று திரண்டு கொண்டிருந்த அளவுக்கு மத்தியதர வர்க்கமானது, அதுவே முதலில் வர்க்கரீதியாய்த் தோன்றியதாயினும், வலிமை கொண்டதாய் அமைந்துவரக் காணமுடியவில்லை. அரச, வர்த்தக அலுவல்களுக்கான கல்வி கற்றோர் தேவை படிப்படி யாக மிகுந்து வந்ததை மறுப்பதற்கில்லை. அது படித்த இலங்கையரிலிருந்து நிறைக்கப்பட்டவண்ணம் இருந்ததென்பதும் மெய்யே. ஆனால் அந்த லிகிதர்களும் கணக்கர்களும் தம் பதவியினதும் இன்னும் மேலானதான அதிகாரத்தின் விருப்பும் கொண்டு, துவையினந்துரையினரின் வர்க்கப் பாவனையோடும் நிஜத்தில் வேறானதொரு தள வாழ்முறையோடும் கூடிய

இரட்டை வாழ்முறையில் தமக்குப் பொருத்தமற்ற ஒரு வேஷம்கொண்டோராய் ஆகினர். இது அவர்களுக்கு இயல்பில் இருக்கவேண்டிய ஓய்வு நேரத்தையும் இல்லாமல் ஆக்கியது. பிரதேசரீதியிலான மேனிலை வாழ்விலிருந்து தேசியரீதியிலான வாழ்முறைநோக்கி அவர்களை இது தலைநகர்நோக்கி நகரவும் வைத்துக்கொண்டிருந்தது. இது ஒப்பீட்டளவில் கணிசமானளவு குறைந்த விகிதமே என்றாலும் மத்தியதர வர்க்கத்தின் வர்க்க அம்சம் குழம்பியிருந்த இடம் இதுவாகயிருந்ததைச் சொல்லவே வேண்டும்.

சமூக, பொருளாதார ரீதியாக இந்த அமைவை எடுத்துரைப்பதானால், பெருந்தோட்டப் பயிர்ச் செய்கையின் ஏற்றுமதியானது துறைமுகம், நகர்ப்புறம் சார்ந்த தொழிலாள வர்க்கமொன்றை உருவாகிக்கொண்டிருந்த பொழுதில், யாழ்ப்பாண நகரம் இன்னும் தனது அகநிலை தளராத மேலோட்டமான வெளிப்புற மாற்றங்களுடன் கிராமியக் கலாச்சாரத்திலும் நிலம் சார்ந்த பொருளாதாரத்திலும் அமிழ்ந்துகிடந்தது என்கலாம். 'நான் வளர்ந்த காலத்தில் யாழ்ப்பாணப் பட்டணம் கிராமங்கள் சிலவற்றின் தொகுதியைப் போன்றே தோன்றிற்று' என எஸ். பொன்னுத்துரை[1] கூறுவது இந்த இடத்தில் மனங்கொள்ளத் தக்கது.

யாழ்ப்பாணம் வளர்ந்துகொண்டிருந்த ஒரு நகரமே தவிர, முழு வளர்ச்சியடைந்த பெருநகராக இருக்கவில்லை. இருபதாம் நூற்றாண்டின் ஆரம்பத்தில்கூட அந்நகரத்துக்கான போக்குவரத்துக்களும் வியாபாரப் பொருட்களின் சந்தைப் படுத்தலும் மாட்டு வண்டிகளூடாகவும் மனிதச் சுமை தூக்கிகளின் ஊடாகவுமே நடைபெற்றிருக்கிறது. அதன் நிலப்பரப்பும் வேறு தேச நகரங்களின் ஒப்பீட்டில் மிகக் குறைந்தளவானதாக இருந்தது. அண்ணளவாக மூன்று மைல் விஸ்தீரணமுள்ள ஒரு சிறிய நகரம் அது. சில கோவில்களையும் வணிக மையங்களையும் உணவு தேநீர்க் கடைகளையும் தவிர பெரும் வர்த்தக ஸ்தலமாக விரிவடைந்தும் இருக்கவில்லை. அதுவொரு அரசியல் நிர்வாக நகரமாக மட்டுமே இருந்தது.

அந் நகரத்தின் விளிம்பிலிருந்து கிராமங்களே அடுக்கிக் கிடந்தன. அவர்களின் தொழிலுக்கான விவசாய நிலம் கிராமமெங்கும் விரிந்திருந்தது. அங்கே இன்னும் நிலமான்ய சமூக சிந்தனையே விரவிக்கிடந்தது. மதமும் சாதியும் அந்த அழுத்தங்களின் அடையாளங்களாக இருந்தன. அந்நிலை காவியங்களுக்கானதும், காவிய நயந் தேர்தலுக்கானதுமான

1. 'வரலாற்றில் வாழ்தல்' (பாகம் ஒன்று, பக்கம் பதின்னான்கு)

சமூக நிலையாக மட்டுமே இருக்கமுடியும். வசன நடை கைவந்த வல்லாளரான ஆறுமுக நாவல (1822 –1879)ரினதும், அவரது மருகர் வித்துவ சிரோன்மணி பொன்னம்பல பிள்ளை (1836–1902) போன்ற பலரதும் முயற்சியில் உரைநடையின் சமூக மயப்பாடு விரிந்துவந்த வேளையிலும் நவீன இலக்கிய உற்பவத்துக்கான வெளி ஒடுங்கியே இருந்துவிட்டது.

கிறித்தவ மதப் பரம்பலின் காரணமாக ஆங்கில மொழியிலும், தாய்மொழியிலுமான கல்வி இலங்கையில் வளர்நிலையில் இருந்ததை மறுக்கமுடியாது. அதேவேளை ஆங்கிலக் கலாச்சாரத்தையும் அதன் வழியிலான ஒழுகலாறுகளையும் சமூகம் ஒருவித வெறுப்பு மனப்பான்மையோடு கண்டுகொண்டிருந்தது. ஒரோவழி ஒருசிலர் அதில் காட்டிய இஷ்டங்களை அது கோப மனநிலையோடு எதிர்கொண்டது. கண்டனங்கீறலின் வரலாற்றை இங்கிருந்து புள்ளிவைக்க முடியும். இவ் வளர்ச்சியின் முதுநிலையை அடுத்தடுத்த இலக்கியக் காலகட்டத்தில் தெளிவாகக் காணக்கூடியதாய் இருந்தது.

ஆங்கிலக் கலாச்சார அடையாளங்கள் தம் சமூகத்தினுள் பெருமளவும் கிறித்தவத்தின் ஊடாக உள் நுழைவது கண்ட சைவர்கள், உறுதியாகத் தம் மதத்தை அதுவரையில்லாத விருப்பார்வத்துடன் பின்பற்றத் தொடங்கினர். அதனால் மத மாற்றத்தைக் கல்வி, உத்தியோகம், அந்தஸ்து காரணங்களுக்காய் விரும்பிய ஒரு பகுதியும், ஆங்கிலத்தை மட்டும் விரும்பிய இன்னொரு பகுதியும் கொண்டதாகச் சமூகம் பிளவுபட்டுக் கிடந்தது. இவ்வாறானவொரு சமூகத்தைத் தெளிந்த சிந்தனைகொண்ட ஒரு சமூகமாய்க் கருதிவிட முடியாதென்பது வெளிப்படை.

இந்த நிலைமை 20ஆம் நூற்றாண்டின் தொடக்க காலம்வரை நீடித்ததாய்க் கொள்ளமுடியும். ஆனால் இன்னொரு தமிழ்ப் பிரதேசமான திருகோணமலை சிறிதுகாலம் அங்கே நிலவிய பிரெஞ்சுக்காரர்களின் ஆட்சியையும் கண்டதாய் இருந்தது. அது புறநிலை மாற்றமெதனையும் விளைவிக்காதிருப்பினும், அகநிலைத் தளும்பலை விளைத்திருந்தது. பிரெஞ்சு மொழிச் சொற்களான றப்போர், ஆட்டம், அவிட்டு போன்றவை அப் பகுதித் தமிழரின் பேச்சுவழக்கில் புழங்கும் சொற்களாய் இருந்தன. அது பின்னால் வட மாகாணம் அளாவி பரவிச் சென்றது. அங்கே விவசாய முயற்சிகள் இருந்தபோதும் விவசாய நிலங்களைப் பெருமளவில் கொண்டிருக்கவில்லை. நீர் வளம் அங்கே விழலுக்கிறைத்ததாயிற்று. வனம் ஊடறுக்கவியலாத் திண்மைகொண்டிருந்தது. அதனால் சமூக இயக்கத்தில் விவசாய வர்க்கமென்று ஒரு தொழிற்பிரிவு அங்கே யாழ்ப்பாணமளவு நிலைபெற்றமைய வாய்ப்புகள் உருவாகாமல் போயின. அங்குள்ள

துறைமுகம் காரணமாய்த் தொழிலாளரின் பெருக்கமே அதிகமாயிருந்தது. அதிகமென்பதும் சிறிய நாடான இலங்கையின் சிறிய பகுதியான திருகோணமலையில் விரலுக்குத் தகுந்தளவான வீக்கமாகவே இருந்தது.

துறைமுகம் சார் தொழிலாளரும், படையினரும் அதிகமாக இருந்தளவில் திருகோணமலைக் கலாச்சாரம் யாழ்ப்பாணத்தினைப்போலன்றி இறுக்கமிழந்து போவது தவிர்க்க முடியாதது. கப்பல்காரரதும் துறைமுகத் தொழிலாளரதும் பெருக்கமானது அப்பகுதியை அவர்களது தேவைகளை நிறைவேற்றும் அலகுகளைக் கொண்டிருக்க நிர்ப்பந்தித்தது. யாழ் குடாநாட்டிலும் மன்னாரிலும் துறைமுகங்கள் இருந்திருந்தபோதும், இயற்கையிலமைந்த திருகோணமலைத் துறைமுகமளவு பிறதேசக் கப்பல்களின் ஊடாட்டம் அற்றிருந்ததில் அவற்றின் ஒழுகலாற்று இறுகிய கலாச்சாரம் பெருமளவு மாறுபட்டுப் போக வாய்ப்பு ஏற்படவில்லை. ஆனால் கிழக்கின் திருகோணமலை வாழ்முறையை முழுமையாகக் கட்டறுத்ததாகச் சொல்லமுடியாவிட்டாலும், ஆங்கில மற்றும் அவர்களுக்கு முந்திய பிரெஞ்சு, ஒல்லாந்த, போர்த்துக்கீசிய ஆட்சியாளரின் தாராளப் போக்கினால் அது கொழும்புத் துறைமுகம்போல் பெருநகர்ப்புறம் சார்ந்த ஒருவகை இச்சாபூர்வ வாழ்முறை கொண்டதாகயிருந்தது. அதனால் சாராயமும் கள்ளும் விபச்சாரமும் அப் பகுதியில் இரகசியங்களாய் மலிந்து கிடந்தன. அதற்கான ஒரு வாழ்வியல் நியாயத்தை அங்குள்ள வாழ்முறையில் அது தாபித்துவிட்டிருந்தது.

பல்லின மக்களின் வாழிடமாக அது இருந்தது. தமிழரே பெரும்பான்மையாக இருந்தபோதும், சிங்களவர், முஸ்லிம்கள், தெலுங்கர், மலையாளிகள், ஆபிரிக்கர் கலந்திருந்ததில் இப் பல் கலாச்சாரத் தன்மையின் பிரசன்னம் அங்கே உணரப்பட்டது.

இவையே யாழ்ப்பாணத்திலிருந்து கலாச்சார வேறுபாடு கொண்டதாகத் திருகோணமலையை ஆக்கியதெனின், அதன் குணநலனாக எது அங்கே வெளிப்பட்டதென்ற வினாவும் முக்கியமானது. இதற்கான விடையைக் கண்டடைதல் கடினமானதெனினும், விடையே அற்றதாயிருக்கவில்லை. இங்கிருந்த கலாச்சார வேறுபாடுகளின் காரணமாய் ஒரு மீறல், ஒரு உள்ளடங்கிய கலக மனப்பான்மை அங்கே மேலெழுந்த உணர்வாயிருக்க வாய்ப்புள்ளது என்பதுதான் உலகின் துறைமுக நகரங்களின் ஒருதன்மைத்தான வரலாறாக இருக்கிறது.

இம் மீறலின் விளைவுகள் எத்தகையனவாய் இருந்தனவென்று கேட்டு, அவற்றினுக்கு புள்ளி வைத்ததுபோல் விடைகளைக் கண்டடைந்துவிட முடியாது. நமது கலாச்சார ரீதியான ஆய்வுகள்

இதுநாள் வரையில் அந்தளவு விஸ்தீரணம் கொண்டில்லை. ஆக, சில கேள்விகளுக்கான விடைகளை அனுபவங்களின் மேலெழுப்பும் ஊகங்களாகவே கொள்ளக் கிடக்கின்றது.

யாழ்ப்பாணம், திருகோணமலை ஆகிய இந்த இரண்டு இடங்களுக்கும், தமிழரின் தாய்நாடென்ற கற்பனை வெளியில் நின்றிருந்த தமிழகத்துக்குமான தொடர்பு மிகவதிகமாய் இருந்துள்ளதை அரசியல், இலக்கிய வரலாறுகள் தெளிவாகக் காட்டுகின்றன. கல்வி காரணமாகவும், உத்தியோகம் காரணமாக வும், மணவினைகளின் காரணமாகவும், அம் மணவினைகளால் விளைந்த உறவுகளின் நன்மை தின்மைக்கான ஊடாட்டங்களின் காரணமாகவும் இந்தப் போக்குவரத்துக்களின் ஒரு பகுதி இருந்திருந்ததாய்க் கொண்டால், கலைஞரின், குறிப்பாக நாட்டியம் சங்கீதம் வீணை மிருதங்கம் தவில் நாதஸ்வரம் போன்ற தொழில்முறையாளர்களின், போக்குவரத்துக்கள் இன்னொரு பகுதியாக அங்கே அதிகம் பட்டிருந்தன. கோயில் திருவிழாக் காலங்களில் இவை குறிப்பிடும்படி அதிகரித்திருந்ததை அக்காலத்தை நேரில் தரிசித்தவர்களின் செவிவழிச் செய்திகள் தெரிவிக்கின்றன.

பத்தொன்பதாம் நூற்றாண்டு இலங்கைத் தமிழ் இலக்கிய வரலாறுபற்றிச் சொல்லவந்த திருமலை நவத்தின் ‘திருகோணமலை கலை, இலக்கிய வரலாறு’ என்ற நூலின் வாழ்த்துரை, ‘ஆறுமுக நாவலர், சி.வை. தாமோதரம் பிள்ளை ஆகியோர் மேற்கொண்ட உரைநடை, புதிய இலக்கிய வடிவங் களும், பழைய தமிழ் நூல்களை அச்சேற்றி செய்த மிகச்சிறந்த தமிழ்ப் பதிப்புப் பணிகளும் காரணமாகத் தமிழிலக்கியத்தில் 19ஆம் நூற்றாண்டு ஈழத்துக்குரியதாகக் கொள்ளப்படுகிறது’ என்று கூறுகின்றமை புறக்கணிக்கக்கூடிய கருத்தல்ல. ஆயினும் பழைய மரபுகளைத் தக்கவைப்பதற்கான முயற்சிகளாக அவை யாழ்ப்பாணத்திலே எழுந்துகொண்டு இருந்தபொழுதில், திருகோணமலையிலேதான் குறிப்பிடக்கூடிய நவீன இலக்கிய முயற்சிகள் துளிர்த்தனவெனச் சொல்ல வேண்டும். அதனடையாளங்களை இலங்கைத் தமிழ் நாவல்களில் இரண்டு முதனூல்களினது தோற்றம் தெரிவிக்கின்றது.

முதல் நாவல்களாக

புதிய தகவல்களோ புதிய பார்வையோ இல்லாதவரை எது ஒரு மொழியின் முதலாவது நாவலென்ற பழைய கேள்வியை மீண்டும் கிளர்த்திக்கொள்ள வேண்டியதில்லை. இலங்கைத் தமிழ் நாவல் வரலாற்றைப் பொறுத்தவரை அந்த விஷயம் ஏற்கெனவே ஒரு முடிவுக்கு வந்துவிட்டதெனக் கொள்ளல் சரியாகவிருக்கும்.

சில்லையூர் செல்வராசன் ('ஈழத்தில் தமிழ் நாவல் வளர்ச்சி', 1967) திருகோணமலையைச் சேர்ந்த எஸ். இன்னாசித்தம்பியின் 'ஊசோன் பாலந்தை கதை' என்ற நூலே இலங்கையின் முதல் தமிழ் நாவலாக இருக்கின்றது என்ற தனது முடிவை முன்வைக்கிறார். சில்லையூர் செல்வராசன் தனது முடிவைத் தீர்மானகரமாக வெளிப்படுவது ஆச்சரியம் விளைக்கிறது. 'ஈழத்தின் முதலாவது தமிழ் நாவலை எழுதிய இன்னாசித்தம்பியும் கிறிஸ்து சமயத்தைச் சேர்ந்தவர்' என்றும், (மேற்கண்ட நூல், பக்: 33), 'தற்போதைக்கு, பொதுநோக்கில், இது (ஊசோன் பாலந்தை கதை) ஈழத்து முதலாவது தமிழ் நாவல் என்று குறித்துக்கொண்டு' (மேற்கண்ட நூல், பக்: 34) என்றும் கூறும் வரிகள் அதை உறுதிப்படுத்துகின்றன. அதேவேளை, அவரே இலங்கைத் தமிழ் நாவல் வரலாறு குறித்த முழுமையான ஆய்வொன்றினை முன்னெடுத்தார் என்ற தளத்தில் அவரது முடிவினை எழுந்தமானத்தில் நிராகரித்துவிடவும் முடியாது. ஆனாலும் அவரது நூல் வெளிவந்த சுமார் ஐம்பதாண்டுக் கால இடைவெளியில் ஆய்வு முறைகளும் தகவல் கோடல்களும் எவ்வளவோ மாறியிருக்கிற நிலையில் அம் முடிவை மேற்சென்று பார்ப்பதற்கான ஊடுகள் அதை இப்பகுதியில் ஆய்வுக்குட்படுத்தும் அவசியத்தை வற்புறுத்துகின்றன.

அதுபோலவே சி.வை.சின்னப்பபிள்ளையின் 'வீரசிங்கன் கதை அல்லது சன்மார்க்க ஜெயம்' (1905) என்ற நூலை இலங்கையின் முதல் தமிழ் நாவலென கலாநிதி நா.சுப்பிரமணியன் தமது 'ஈழத்துத் தமிழ் நாவல்கள்' என்ற நூலின் 1978ஆம் ஆண்டுப் பதிப்பில் கூறியிருப்பார். தனியான ஆய்வு நூலிலும் அதை அவர் தெரிவித்திருக்கிறார். 'வீரசிங்கன் கதை'யே முதல் இலங்கைபற்றிய நூலென்ற ஆதாரத் தளத்தில் அவரது அழுத்தம் விழுந்திருப்பதை அவதானிக்க முடிவதால் அதையும் நியாயமான தற்போதைய ஆதாரங்களின் மேல் எதிர்கொள்ள வேண்டும்.

மு.கணபதிப்பிள்ளை செல்வராசனின் நூலுக்கான முன்னுரையில் 'காவலப்பன் கதை'யே இலங்கையின் முதல் தமிழ் நாவலென்ற கருத்துப்பட எழுதுகிறார். மொழிபெயர்ப்பென அவரே அம் முன்னுரையில் குறிப்பிடும் நூல்பற்றிய தீர்க்கத்தை ஆர்வக்கோளாறானதென இலகுவில் நாம் கடந்துசெல்லலாம். அதற்கு முன்பாக அந்நூல்பற்றிச் சிறிதளவு தெரிந்துகொள்ளல் அவசியம்.

ஆங்கிலத்தில் வெளிவந்த ஹன்னா மூர்[2] என்ற அம்மையாரின் *'Parley the Porter'* என்ற நாவலின் தமிழ் மொழிபெயர்ப்பொன்று 'காவலப்பன் கதை'யென்ற பெயரில்

2. Hanna More (1745-1833), 'Parley the Porter', 1805

1856இல் வெளிவந்திருக்கிறது. இந்த நாவலை தமிழில் வாசிக்கும் வாய்ப்புப் பலருக்குக் கிடைக்கவில்லை. அதனால் பல தமிழ் இலக்கிய, நாவல் வரலாற்றாளர்களின் அபிப்பிராயங்களையே இந்த விஷயத்தில் முடிவுகளாய்க் கொள்ளும் நிலைமை ஏற்பட்டிருக்கிறது. Parley the Porter என்ற ஆங்கிலச் சொற்களின் பெயர்ப்பாக 'காவலப்பன் கதை' என்பதை மொழிபெயர்ப்பாசிரியர் ஏன் தேர்ந்துகொண்டார் என்பதற்கும் விளக்கமேதும் காணமுடியவில்லை. இரண்டு வெவ்வேறு மொழிபெயர்ப்புகள் 'பார்லே என்ற சுமைதூக்கி' என்ற பெயரில் 1869இலும், 'பார்லே என்னும் சுமையாளி' எனும் தலைப்பில் 1876இலும் தமிழ்நாட்டில் வெளிவந்திருக்கின்றன. அவற்றில் போர்டர் என்பதற்குத் சுமைதூக்கியென்ற பொருளே கொள்ளப்பட்டுள்ளது. ஆனால் காவலாளியென்ற அர்த்தத்தில்தான் இலங்கை நூல் ஆசிரியர் அச்சொல்லைப் பயன்படுத்துகிறார்.

'பார்லே த போர்டர்' என்ற நூலே 'காவலப்பன் கதை'யின் மூல நூலெனில், ஆங்கிலம் வழி அந்த நூலின் கதையையும், அது வெளிப்படுத்தும் கருத்தையும் சுலபமாக அறிந்துகொள்ளல் கூடும். ஆகப் பழைய 'Parley the Porter' பிரதியானது சுமார் ஐம்பது பக்கங்களை மட்டும் கொண்ட ஒரு சிறிய நாவலே ஆகும். பார்லே என்ற காவல்காரனின் கதையை அது கூறுகிறது. அக்கால ஆங்கில மொழியின் நடையில், வசனப் பிரயோகத்தில் அந்நூல் இயைந்திருப்பதாய்க் கொள்ளமுடியும். அக்கால ஏனைய நூல்கள்போல நூலின் உள்ளோடியுள்ள விபரங்கள் அட்டையிலேயே பூடகமாய்த் தெரிவிக்கப்பட்டு விடுகின்றன. இது ஓர் உருவகப் பாணிக் கதையென்பதை அதுவே தன் முகத்தில் பொறித்திருக்கிறது. *"Parley the Porter – an allegory: Showing how Robbers without can never get into a House unless there are Traitors within"* ஆகிய வார்த்தைகள் அட்டையிலே அச்சிடப்பட்டுள்ளன. அக்காலப் பதிப்புமுறை அதுவாயிருக்கலாமெனக் கொள்ள முடிவதால் அது அவ்வளவு அக்கறை கொள்ள வேண்டிய விஷயமாயில்லை. ஆனால் அதுவே கதையைச் சொல்லிவிடுகிறது.

ஆங்கிலக் கனவான் ஒருவருக்கு ஆரண்ய மத்தியில் அரண் சூழ் வீடொன்றிருக்கிறது. அதைக் காக்கக் காவலர்களை அவர் பணிக்கு அமர்த்தியிருந்தார். அவர்களுக்கு, 'கவனமாயிருங்கள். காவலில் அசட்டை கொள்ளாதீர்கள், ஆரம்ப சிறிய துன்பம் முடிவில் இன்பமாகச் சேரும்' எனத் தம் அறிவுரைகளையும் கொடுக்க அவர் தவறவில்லை.

அந்த ஆரண்யத்திலிருந்த கள்வர் கூட்டத்திற்கு அக் காவலின் கடுமையினால் வீட்டின் உள்நுழைந்து கொள்ளையடிக்கும் தம் எண்ணத்தை ஈடேற்ற முடியாது போய்விடுகிறது.

ஒருபோது ஃபிளாற்றர் வெல் என்ற ஒரு கள்வனுக்கும் அங்கே காவற்காரனாயிருக்கும் பார்லே என்பவனுக்குமிடையில் ஒரு மெல்லிய தொடர்பு ஆரம்பிக்கிறது. இனி கதையின் முடிவை அட்டையின் வாசகங்கள் தெரிவித்துவிடுகின்றன. ஒரு அரணை உடைத்து ஒரு வீட்டினுள் நுழைவதென்பது அங்கேயுள்ள மனிதர்களின் ஆதரவின்றி நடந்துவிடுவதில்லை என்பதற்கிணங்க, பார்லேயின் தகவல்களின் பிரகாரம் கள்வர் கூட்டம் ஒரு நாள் அரணை உடைத்து வீட்டினுள் நுழைகிறது. அதில் தாக்கப்படும் முதல் காவலாளாக பார்லேயே இருக்கிறான். அப்போது 'சிறிய அவதானமிழப்பு முழுத் துன்பத்திற்கும் காலாகிவிடுகிறது' எனத் தன் எஜமான் கூறியிருந்தது எவ்வளவு மெய்யென்பது அவனுக்குத் தரிசனமாகிறது.

காவலாளி கவனமாயிருத்தலென்பது பாவங்கள் அணுகாமல் மனிதர்கள் அவதானமாயிருத்தலென்றும், ஒரு பாவத்திற்கு வழி திறந்தால் ஏனைய பாவங்களும் அந்த ஜீவனின்மேல் அடுக்கப்பட்டு விடுகின்றனவென்றும் மதரீதியாக அதன் உள்ளூறை விளக்கத்தையும் அதிலிருந்து கொள்ளலாம்.

மதநூலாயினும் ஹன்னா அம்மையார் அதைச் செம்மையாகச் செய்திருக்கிறார் என்பதை இங்கே குறிப்பிடுவது அவசியம்.

மத ஈடுபாடின்றி இத்தகைய ஒரு நூலை யாரும் சுலபத்தில் மொழிபெயர்க்க முன்வந்துவிட மாட்டார்கள். அது மத நூலாயிருப்பதால் 'ரட்சண்ய யாத்திரிகம்' மற்றும் 'கலிவரின் யாத்திரை' ஆகிய மேனாட்டின் நாவலிலக்கிய முதனூல்களும் மதச் சார்புள்ளவையே என்ற தளத்தில் 'காவலப்பன் கதை'யை நாவலாக ஏற்றுக்கொண்டாலும், மொழிபெயர்ப்பென்ற தளத்தில் அதைத் தமிழ்நாவல் முதல் நூலாய்க் கொள்வதில் இடர்ப்பாடுண்டு.

வங்க மொழியில் முதனூலெனச் சொல்லப்பட்டது, 'கருணா ஓ புல்மொனிர் விபரண்' *(1852)* நாவல்; அதுபோல் மலையாள மொழியின் முதல் நாவல் எனப்பட்டது 'சர்தெர்வேஷ்' ஆகும்; ஆனால் மொழிபெயர்ப்பென்பதன் தளத்தில் அவற்றை முதனூல்களென்ற முடிவுகளிலிருந்து நீக்கி, வங்கமொழியில் 'துர்க்கேசநந்தினி'யையும் மலையாள மொழியில் 'இந்துலேகா'வையும் முதல் நாவல்களாக எடுத்துக் கொண்டுள்ளார்கள் அவ்வவ் மொழி இலக்கிய வல்லுநர்கள். அந்த உறுதி தமிழுக்கும் வேண்டும்.

5

முதல் மூன்று இலங்கைத் தமிழ் நாவல்கள்

அடுத்துக் கவனம் பெறவேண்டிய பிரதிகள் இலங்கைத் தமிழ் நாவல் இலக்கியத்தின் முதனூல்கள் எனப்படும் சித்திலெவ்வை மரைக்கா (1838–1898)ரின் 'அசன்பேயுடைய கதை' (1885), எஸ். இன்னாசித்தம்பியின் 'ஊசோன் பாலந்தை கதை' (1891); தி.த. சரவணமுத்துப்பிள்ளை (1865–1902)யின் 'மோகனாங்கி' (1895) ஆகியன. இவை சற்று விஸ்தாரமாகப் பார்க்கப்பட வேண்டும்.

அ) 'அசன்பேயுடைய கதை' இலங்கை நூலாவதன் நியாயப்பாடு

சித்திலெவ்வை மரைக்காயரின் 'அசன்பேயுடைய கதை' இலங்கையைக் களமாகக் கொண்டிராதது கொண்டு இலங்கைத் தமிழ் நாவல் அல்லவென உரைப்பார் சோ.சிவபாதசுந்தரம்[1]. உலக நாவல் இலக்கியங்கள் வரையறைப்பட்ட வரலாற்றினை நோக்கினால் இதுபோன்ற சிக்கலான தருணங்களை மிக இலகுவாகக் கடந்துவிட முடியுமெனத் தோன்றுகிறது.

உதாரணமாக, சல்மான் ருஷ்டியை எடுத்துக் கொள்ளலாம். 2000ஆம் ஆண்டுவரை அவர் ஒரு பிரிட்டிஷ் பிரஜை. அவரது 'மிட்நைற் சில்ட்ரன்' ('Midnight's Children') 1981இல் வெளிவந்தது.

---

1. 'தமிழ் நாவல் நூற்றாண்டு வரலாறும் வளர்ச்சியும்', பெ.கோ. சுந்தரராஜன், சோ. சிவபாதசுந்தரம், பாரி நிலையம், 2016.

அதன்மூலம் உலக கியாதி பெற்ற சல்மான் ருஷ்டி 1988இல் எழுதிய 'சாற்றானிக் வேர்சஸ்' *(Satnic Versus)* மூலம் ஈரானின் ஃபத்வாவுக்கு ஆளாகிப்போனார். அப்போதும் அவர் ஆங்கில நாட்டவராகவே கணிக்கப்பட்டார். அவரது நாவல்களும் இந்திய நாவல்களாகவன்றி, இங்கிலாந்து நாவல்களாகவே கவனிப்புப் பெற்றன. கில்லர் பரிசு பெற்ற நாவலான சியாம் செல்வதுரையின் 'ஃபனி போய்' *(Funny Boy, 1994)* கனடிய நாவலெனவே படுகிறதன்றி, இலங்கை நாவலாகவல்ல.

மேலும் 'அசன்பேயுடைய கதை'யை இலங்கைத் தமிழ் நாவலெனப் படுவதற்கான வேறுசில காரணங்களையும் இந்த இடத்தில் சுட்டுதல் பொருத்தம்.

இலங்கை முஸ்லீம்களுக்கும் இஸ்லாமிய நாடுகளுக்கு மிடையே வரன்முறையான நீண்டகாலத் தொடர்பு இருந்து வந்திருக்கிற நிலையில், எகிப்துடனான அவர்களின் தொடர்போ இன்னும் சற்று ஆழமானது. இதை மதரீதியான தொடுப்பினை யாகக் கொள்வது சரியான திசையில் நிகழ்வுகளைக் காண்பதைத் தடுத்துவிடும். அதைவிட அங்கிருந்த விடுதலை ஈர்ப்பின் காரணமான தொடர்பினையே இந்நிகழ்வுகளுடன் நியாயமாய்ப் பொருத்திக் காணல் தக்கது.

பிரிட்டிஷ்காரரின் ஆட்சி இலங்கையில் நடைபெற்றுக் கொண்டிருந்தபோது, எகிப்திய ராணுவ அரசுக்கெதிரான போராட்டத்தில் தேடப்பட்ட ஒறாபி பாஷா[2] என்ற போராட்ட வீரர் அங்கிருந்து தப்பி இலங்கை வந்து சுமார் 12 ஆண்டுகளைக் கழித்ததோடு, பல்வேறு கல்விசார் அறக் காரியங்களையும் இங்கே புரிந்திருக்கிறார். அவரது விடுதலை யுணர்வும் கல்விக்கான அர்ப்பணிப்பும் கூடுதலான தகைமைகளாய் இலங்கை முஸ்லிம்களை அவர்மீது பேரன்பு கொள்ள வைத்தனவெனக் கருதலாம். அவரது கல்வித் தொண்டுக்கு இன்றும் சான்றாக இருப்பது கொடையாளர் களுடன் அவர் சேர்ந்து உருவாக்கிய கொழும்புக் கல்வி நிறுவனமான சாஹிராக் கல்லூரியாகும். அதனால் எகிப்திய அரசுக்கெதிரான அவரது போராட்டத்தில் அவர் பன்மத, பல்லின நாடான இலங்கைக்கு ஓடிவருதலென்பது எப்படி மத, கலாச்சார அடிப்படையில் ஏற்புடைத்தாகவில்லையோ, அவ்வண்ணமே 'அசன்பேயுடைய கதை' நாவலில் வரும் நிகழ்வுகளும் பாத்திர வார்ப்புகளும் மதரீதியாகவன்றி வரலாற்றுரீதியாகவே ஒத்திசைவு கொள்கின்றன. அது 'அசன்பேயுடைய கதை'யை முழு இலங்கை இலக்கியத்தினுக்கும் பொதுவானதே ஆக்கும்.

---

2. Orabi Pasha, (1841-1911)

ஆ) அசன்பே சரித்திரம் – கதையும் பண்புநலனும்

1885இல் கொழும்பிலே முதன்முதலில் பதிப்பாக்கம் பெற்ற 'அசன்பேயுடைய கதை' நூலிலிருந்து 1890இல் சென்னையில் 'அசன்பே சரித்திரம்' என்ற தலைப்பில் பதிப்புக் கண்ட பிரதி உட்பட, இடையில் அச்சாக்கம் கண்டிருக்கக்கூடிய பல பதிப்புகளுடன் 2008இல் வெளியான 'அம்ருதா' பதிப்பகத்தின் வெளியீடுவரை அது எவ்வளவு உள்ளடக்க மாற்றத்தினைக் கொண்டுள்ளதென்பதை இந்நூல் கணக்கெடுக்கவில்லை. அதன் நோக்கெல்லைக்கு அது உட்பட்டதுமாகாது. அதனால் 'அம்ருதா' பதிப்பே தரப்பாட்டை வரையறுக்கும் மூலநூலாக இங்கே எடுகோளாகிறது.

'கல்வி செல்வங்களினாலே மிகச் சிறந்து விளங்கா நின்ற மிசுறு தேசத்தின் இராஜதானியாகிய காபீரென்னும் பட்டணத்திலே செய்யிது பாஷா என்பவர் இராச்சிய பரிபாலனஞ் செய்யுங் காலத்தில், அந்த பாஷாவினுடைய மாளிகைக்குச் சமீபமான ஓர் அலங்காரமுள்ள மாளிகையில் யூசுபு பாஷா என்பவர் ஒருவர் இருந்தார்' எனத் தொடங்கும் அசனின் கதை, 'ஜகுபர் (அசனின் வளர்ப்புத் தந்தை, ஆ–ன்) தம் மனைவியுடைய கபுறடியில் ஓர் மகாமைக் கட்டி, அதிலே குடியிருந்துகொண்டு அவருடைய காலம் முழுவதையும் வணக்கத்திலும், கவர்மெண்டார் ஒப்புக்கொண்டிருந்த தம்முடைய ஆஸ்திகளைக்கொண்டு தான தருமம் செய்வதிலும் செலவாக்கி வந்தார். மற்றவர்களோ சூரத்தில் ஒரு மாதமிருந்து அவர்களுள் அசன் பேயும், லேடி ஆமீனாவும் லண்டனுக்கும், மற்றவர்கள் மிசுறுக்கும் போய்ச் சேர்ந்தார்கள்' என்ற வரிகளுடன் முடிவடைகின்றது. இடையேயுள்ள 135 பக்கங்களில் மிக அழகான வசனங்களில் அrனின் வாழ்க்கை வரலாறு சொல்லப்பட்டிருக்கும்.

மிசுறு தேசத்து மந்திரியாகிய யூசுபு பாஷாவிற்கும் அவரது மனைவி குல்னார் பனூ என்பவளுக்கும் 1852 பிப்ரவரி மாதம் 24ஆம் தேதி ஒரு குழந்தை பிறக்கிறது. அது பிறந்த பதினாறாம் நாளில் மாளிகையிலிருந்து காணாமல் போய்விடுகிறது. ஆயினும் அதன் பின்னான பதினாறாம் நாளில் மாளிகை வாசலில் அதேபோன்ற ஒரு குழந்தை காவல்காரனால் காணப்பெறும். தொலைந்த குழந்தை மீண்டதாக அனைவரும் மகிழ்வுற்றிருக்கும் நிலையில், அதன் பின்கழுத்தில் ஒரு மறு இருந்தது ஞாபகமாகிய தாயானவள் அதைக் காணாது தடுமாறுகிறாள். பின் பிற அம்சங்களின் தெளிவால் தன்

சந்தேகத்தை நிவர்த்தித்துக்கொள்ளும் தாய் மகிழ்வோடு அதை வளர்த்துவரத் தொடங்குகிறாள்.

இதற்கிடையே, மாளிகையிலிருந்து பிள்ளை காணாமற்போன மூன்றாம் நாளிரவில் மிசுறு தேசத்தின் அலெக்ஸான்றியாத் துறைமுகத்திலிருந்து பம்பாய் புறப்பட்ட புகைக் கப்பலில் ஓர் அபஷியும் ஓர் அபஷிப் பெண்ணும் ஒரு குழந்தையோடு வந்து ஏறிப் பயணிக்கிறார்கள்.

பம்பாயை அடைந்த அபஷி குழந்தையற்ற தம்பதியர் வதியும் ஒரு அறபி வீட்டில் அக் குழந்தையை ஆண்டுக்கு இருநூறு தங்கப் பவுண் வேதனத்துக்கு வளர்க்கக் கொடுப்பான். குழந்தை தமதல்லவென அயலார் அறியாவண்ணமிருக்கத் தன் மனைவியான ஆயிஷாவோடு ஜகுபர் அவ்விடம் நீங்கிச்சென்று சூரத் என்னும் நகரில் வாழத் தொடங்குகிறான்.

அசனென்று பேர் பெற்றிருக்கும் குழந்தைக்கு ஆறு வயதானபோது ஜகுபர் இல்லாதவேளை வீடு வரும் ஒருவன், அவனைக் கண்டு நடுங்கியபடி நின்ற ஆயிஷாவுடன் இரண்டொரு வார்த்தைகள் பேசிவிட்டுப் போய்விடுவான். அசன் பதின்னான்கு வயதான வேளையில் மறுபடியும் அந்த மனிதன் வந்து ஆயிஷாவுடன் சிறிது பேசிப் போவான். ஆயிஷா பயந்து நடுங்கியது கண்டிருந்தாலும் தன் தாய்க்கு ஏன் அவ்வாறு நேர்ந்தென்பது அசனுக்கு விளங்குவதில்லை. மட்டுமன்றி, அந் நிகழ்வைத் தந்தையிடம் கூறவேண்டாமெனத் தாய் தடுத்தது மேலும் ஆச்சரியமாகியும் போகும்.

மறுநாள் ஜகுபர் வீட்டிலில்லாத நேரத்தில் ஒரு சிறுவன் கடிதமொன்றுடன் வந்து ஆயிஷாவிடம் கையளிப்பான். அதை வாசித்த ஆயிஷா மயக்கமாகிப் போவாள். ஜகுபர் வந்து நடந்ததென்னவென அசனை வினவியவேளை அசனுக்கு நடந்தவற்றைத் தெரிவிப்பது தவிர்க்க முடியாதுபோகும். உண்மையறிந்த ஜகுபர் மனநிலை பேதலித்தவன்போல் ஆயிஷாவையும் 'பாதகி'யென வைதுவிட்டு வீதியிலிறங்கி ஓடத் தொடங்குவான். ஓர் ஆற்றங்கரையை அடையும் அவன் அங்கே காணாமல் போய்விட, அவனைப் பிடித்துவர ஓடியவர்கள் அவன் ஆற்றில் மூழ்கி இறந்துவிட்டதாக எண்ணித் திரும்பிவிடுவார்கள்.

ஆயிஷா எனப்படும் இப்பெண்ணின் கதை மிக்க சோகம் நிறைந்ததாக நூலில் சித்திரிக்கப்பட்டுள்ளது. ஆயிஷா பிராயம் பத்து அடைந்திருந்தபோது மதீனத்தில் அவளுக்கும் இபுறாகீம் என்ற அறபிக்குமிடையே திருமணம் நடந்திருந்தது. அவள்

பெற்றார் வீட்டிலிருக்க, தூனிசுக்கு குதிரை வியாபாரம் செய்யப் புறப்படும் இபுறாகீம் அங்கே பேதி நோயினால் பீடிக்கப்படுவான். ஆனாலும் அவன் அந்நோயில் தப்பிவிடுவது அறியாது தூனிசிலிருந்து திரும்புபவர்கள் அவன் இறந்துவிட்டதாகச் சொல்லும் தகவலினால் ஆயிஷாவும் உறவினரும் பெருந்துயர் அடைவர்.

ஆனால் இபுறாகீமோ நோய் குணமானதும் வேறொரு பெண்ணை மணந்துகொண்டு அங்கேயே வாழ்ந்து வருவான். அங்கே மனைவி இறந்துபோவதுடன் வியாபாரத்தில் நஷ்டமும் அடையும் இபுறாகீம் மதீனம் திரும்பிவருவான். இடையிலே ஆயிஷாவுக்குத் திருமணமானதும், அவர்கள் அப்போது சூரத்தில் வளமாக வாழ்வதும் அறிந்து அங்கே செல்வான். தான் உயிரோடிருக்கையில் ஆயிஷா மறுமணம் செய்த விபரத்தை ஊர் நியாயஸ்தலத்தில் முறைப்பாடு செய்யப்போவதாக மிரட்டி ஆயிஷாவிடம் பணம் கேட்பான். ஊர்க் குளக்கரையோரத்தில் வைத்து அப் பணத்தைக் கொடுப்பதோடு தன்னை மீண்டும் அவன் தொந்தரவு செய்யலாகாதென்ற உறுதிமொழியும் பெற்றுக்கொண்டு வீடு மீள்வாள் ஆயிஷா. ஆனால் இபுறாகீம் மீண்டும் பணம் கேட்டு வருவான். சில காலங்களின் பின் அப் பணத்தையும் வியாபாரத்தில் நஷ்டமாகிவிடுபவன் மறுபடி ஆயிஷாவிடம் வருவான். ஒருமுறை அவன் கேட்ட பணத்தைத் திரட்ட முடியாத ஏக்கத்தில் ஆயிஷாவின் உயிர் பிரிந்துபோகிறது.

இந்நிலையில் யாருமற்றுப்போன அசனுக்குத் தன் (போலி) சிறிய தகப்பன் அலீயுடன் வாழ நேர்கிறது. அங்கு அலீயின் மகளான மரியத்தின் உண்மை அன்பிலும் அலீயின் போலியான உபசரிப்பிலும் நான்கு மாதங்களைக் கழிக்கிறான் அசன்.

ஒருநாள் இபுறாகீம், அலீ ஆகியோர் அசனைக் கொல்லத் திட்டமிடுகிறார்கள். அதிலிருந்து எதிர்பாராதவிதமாகத் தப்பித்துக்கொண்டாலும், அக் கொலை முயற்சி அசனுக்குத் தெரியவருவதில்லை. மாறாக அம் முயற்சியை அவன் தனது கனவென்றே எண்ணிக்கொள்கிறான். கடைசியில் அவர்களது நோக்கம் தெரியவருகையில் வீட்டிலிருந்து கிளம்பி விடுவதெனத் தீர்மானிக்கிறான். சிறிது பணத்தை எடுத்துக் கொண்டவன், தன் தந்தையான ஜகுபரின் ஞாபகார்த்தமாக அவரின் எழுத்துக்கள் அடங்கிய சில கடிதங்களையும் தன்னுடன் கொண்டுசெல்லக் கருதி எடுக்கிறான். அவற்றை வாசித்துப் பார்த்தவேளையில் தன் பிறப்பின் ரகசியம் தெரிகிறான் அசன். பின் தனது அயல் நண்பனான காசீமிடம் தன் எண்ணத்தைத் தெரிவித்துவிட்டு கல்கத்தா நகர் சென்றடைகிறான்.

கல்கத்தா நகரின் மத்தியிலிருந்த மைதானத்தில் ஒரு ஆங்கிலேயக் கனவான் மறந்து விட்டுச்சென்ற ஒரு நூலை, வேறொருவன் கையகப்படுத்துவதிலிருந்து காப்பாற்றிக் கணவனிடமே அதைச் சேர்ப்பிக்க நேர்கிறது அசனுக்கு. அவனது வாழ்வில் பெரிய மாற்றங்களை உண்டாக்கும் சம்பவமாக அது மாறிப்போகிறது. அவ்வாறு அவன் உபகாரம் செய்த கனவானே இந்தியாவின் தேசாதிபதியாக இருந்தார். அவர் மூலம் தொடர்ந்து கல்வி கற்கும் வாய்ப்பு அசனுக்குக் கிடைக்கிறது.

சூரத்தைவிட்டு அசன் வெளியேறிவிட அவனுடன் உறங்கிய காவலாளியை அசனென நினைத்து அலீயும் மற்றவர் களும் கொன்றுவிடுகிறார்கள். அசன் கொல்லப்பட்டதாகவும் கருதுகிறார்கள். அந்தப் பழி அசனின் நண்பன் காசீமின்மேல் சுமத்தப்படுகிறது. காசீம் விசாரணையை எதிர்பார்த்துச் சிறையில் இருக்கிறான். தனியாளாகிவிடும் அவனது தங்கை மைமூனை, அவளைத் திருமணம் செய்ய விரும்பியிருந்த முறைமாப்பிள்ளை மஹம்மது காப்பாற்றிவருகிறான். அவளையும் அம் மூன்று கொடியவர்கள் கடத்துவதும், அவள் கடைசியில் அவர்களிடமிருந்து தப்புவதும், அவளுக்குப் பெரிய செல்வந்தக் குடும்பமொன்றின் ஆதரவு கிடைப்பதுமென மைமூனின் கதை அசனின் கதையளவு நூலில் விரிந்து சென்றிருக்கும்.

மூன்று ஆண்டுகளில் தன் கல்வியை நிறைவுசெய்யும் அசனுக்குத் துரைத்தன உத்தியோகம் கிடைக்கிறது. அந்நிலையில் ஒருநாள் கொலைவெறிகொண்ட ஓர் எருதிடமிருந்து பாளினா என்ற ஒரு ஆங்கிலப் பெண்ணை அசன் காப்பாற்றுகிறான். அதனால் அவளுடைய தந்தையான டெலிங்டன் பிரபுவுடன் அவனுக்குத் தொடர்பு ஏற்படுகிறது. அதிலிருந்து பாளினா மேலான அசனின் விருப்பமும் அதிகரிக்கிறது. அசனை மிக ஆழமாக நேசிக்கும் பாளினாவும் இஸ்லாமுக்கு மதம்மாறி ஆமினாவாகப் பெயர் சூடிக்கொள்வாள்.

ஒருநாள் தனிப் பயணம் புறப்படும் பாளினா கள்வர் மத்தியில் அகப்பட்டுக்கொள்கிறாள். அதுபோல அசனும் அகப்பட்டுக் கொள்கிறான். பிறகு அவர்கள் விடுபடுவதும், அசன் தன் தாய் தந்தையரை அறிய மிசுறு தேசம் செல்வதும், சூழ்ச்சியாளரின் இடையூறுகளையும் மீறி அவன் தன் தாய் தந்தையரைக் கண்டடைவதும் நிகழ்கின்றன. அங்கேயே அவனுக்கும் பாளினாவுக்கும் திருமணம் நடைபெறுகிறது. ஜகுபரும் நடந்ததெல்லாம் அறிவதோடு, தன் மனைவியின் உண்மைத் தன்மையையும் அறிகிறான். அலீ, இபுறாகீம் ஆகியோரைப் பெருந்தன்மையோடு தண்டிக்காது எச்சரித்து அனுப்புகிறான் அசன்.

யூசுபு பாஷாவினுடைய மனைவியரில் ஒருத்தியாகிய பாத்துமதுல் ஹனூம் என்பவளின் கதை முக்கியமானது. குழந்தை இல்லாதுபோய்விடும் பாத்துமதுல் கொள்ளும் சினமே அசன் கதையின் மூலம். பாஷாவின் மற்றைய மனைவி குல்னார் கர்ப்பமானது தெரிய மாளிகையே கோலாகலத்தில் மூழ்கிப்போகிறது. அதேவேளை பாத்துமதுல் ஹனூமும் கர்ப்பம் தரிக்கிறாள். அதை, வறுமையில் வாடும் தன் வாழ்நிலை காரணமாய் மனத்துள் குமுறியெழும் கோபத்தில் அவள் தன் கணவனுக்குத் தெரிவிக்காது மறைக்கிறாள். இரு மனைவிருக்கும் ஒரேநேரத்தில் குழந்தைகள் பிறக்கின்றன. தன் மாற்றாளின் குழந்தை ராஜபோகத்திலும், தன் மகன் எளிய வாழ்வும் வாழ நேர்ந்ததேயென எண்ணியேங்கும் பாத்துமதுல் ஹனூனின் சூழ்ச்சியினால்தான் குல்னாரின் குழந்தை திருடப்பட்டு பம்பாய்க்குக் கடத்தப்படுகிறது. அதேவேளை தன் குழந்தையை மாளிகை வாசலில் விட்டு குல்னாரினால் மாளிகைவாசியாக வளர்க்கப்படச் செய்கிறாள். இவ்வாறாகப் புதிரோடு தொடங்கிய கதை, அதை அவிழ்ப்பிப்பதோடு முடிவடைகிறது.

அசன்பே சரித்திரமாக இருந்தாலும், இது பாதிக்குப் பாதி ஆயிஷா, மைமூன், ஜுலைகா, ஜுறைகா ஆகியோரதும் கதைதான். மைமூனின் கதை சற்று விஸ்தாரமானது. நூலிலே அரபு நாடுகள் முழுக்கக் கப்பல் பயணங்கள் நிகழ்கின்றன. இணைக் கதாபாத்திரங்கள் பல்வேறு நாடுகளில் சேர்ந்தும் பிரிந்தும் அலைந்துமாய்த் திரிகின்றன. கடைசியில் அவை மிசுறு வந்து தத்தம் குழப்பங்கள் நீங்கி, பின் அங்கிருந்து சூரத் வந்து தமதிஷ்ட இடங்களுக்குச் செல்லத் தயாராகின்றன. இவ்வகைக் கதையோட்டத்தைப் பிசிரற்ற விதமாக இலக்கியத் தகைமையும் துப்பறியும் திறனும் கொண்டதாய் ஒன்றிணைத்த படைப்பாளியின் ஆற்றல் சிலாகித்துச் சொல்லப்பட வேண்டியது. எம்.ஸி. சித்திலெவ்வையின் ஆழ்ந்த அனுபவமும், உலகியல் அறிவும், இஸ்லாமிய நாடுகளின் வரலாற்று பின்புலத் தெளிவும் நூலாக்கத்தில் அவருக்கு மிகவும் கைகொடுத்துள்ளன.

ஷம்சுன்னஹார் என்பாளுக்கும் அவளது மைத்துனனுக்கு மிடையிலான காதல் நூலில் மிக அற்புதமாகத் தெரிவிக்கப்பட்டிருக்கும். பின்னால் பிரெஞ்சு, ஆங்கில ஆட்சியாளரின் பொம்மைகளான முடியரசர்களுக்கெதிரான ஷெய்கு ஜமாலுத்தீனின் சுதந்திர வேட்கையின் உரைகள் கலகங்களாய் வெடிப்பதும் நூலிலே விவரணை பெற்றிருக்கின்றன. அவ்வுரைகள் கேட்கும் ஷம்சுன்னஹாரின் மைத்துனனும் புரட்சியாளனாகிறான். அதனால் நாடிகந்து செல்ல நேர்கிறான். அப்போதும் தன் காதலையும் சுமந்தவண்ணமே அவனது செலவு இருக்கிறது.

ஷம்சுன்னஹாரும் வீட்டில் ஏற்படும் திருமண நிர்ப்பந்தத்தால் வீட்டைவிட்டு நீங்குகிறாள். அவர்களும் பல அலைவுறுதல்களின் பின் எங்கோ, என்றோ சந்தித்துக்கொள்கிறார்கள். பொம்மையாட்சி செய்யும் முடியரசர்களை எதிர்த்து நடைபெற்ற அக் காலத்தியப் புரட்சிகளை அடையாளப்படுத்திய நூலாகவும் இது மதிப்புப்பெறுகிறது.

இஸ்லாம் மார்க்கத்தினைப் பதிவுறுத்த எழுந்ததாகக் கொள்வதைவிட, இஸ்லாம் மதம் நடைமுறையிலிருக்கும் நாடுகளினூடாக நகர்ந்து செல்லும் கதையம்சம்கொண்ட நூலாகவே இதனைக் கொள்ள வேண்டும். ஒருபோது பாளினா அசனைத் திருமணம் செய்யும் விருப்பத்தால் முஸ்லிமாக மாறிக்கொள்கிறாளெனினும், அது இஸ்லாம் மார்க்கத்தைப் போதனை செய்வதற்கான உத்தியாக ஆசிரியர் கையாண்டதாகக் கொள்ளமுடியாது. அதைக் கதையோட்டத்திற்குத் தேவையான உத்தியாகவே கருத வேண்டும்.

அசன் கள்வர்களால் சிறைப்பட்டிருந்த ஒரு தருணத்தில் நினைக்கிறான், கீர்த்தி மிக்க அரபு இராக் கதைகளினதை விடவும் தனது அனுபவங்கள் ஆச்சரியம் மிக்கவையென. அசனின் கதையினைக் கேட்கும் ஷம்சுன்னஹாரும், 'இவ்விதமான கதை நான் இதுவரையில் கேட்டதுமில்லை; ஒரு புத்தகத்திலாவது பார்த்ததுமில்லை' எனச் சொல்லுகிறாள். ஆயினும் மேற்குலக நாவல்களின் ஒப்பீட்டளவில் இதை அற்புத சாகஸக் கதையாக சொல்லிவிட முடியாதென்பதை ஓரளவு வற்புறுத்தலோடு சொல்ல வேண்டும். காதல், காமம், பொறாமை, போட்டிகள்போல், அன்பு, அர்ப்பணிப்பு, அறவுணர்வு, பரோபகாரம் ஆகியவற்றையும் சொல்லவந்த இலங்கைத் தமிழ் நாவலே இதுவென்பது இந்நூல்பற்றிய சரியான கணிப்பாக இருக்கமுடியும்.

இ) ஊசோன் பாலந்தை கதை

'ஊசோன் பாலந்தை கதை' பிறமொழிக் கதையொன்றின் தமிழ் வடிவமெனத் தெரிகிற அளவு, அது எந்த மொழியின் மூலத்தில் இருந்ததென்பது தெரியவரவில்லை. அது போர்த்துக்கீசிய நெடுங்கதையொன்றின் தமிழ் வடிவமென இலங்கை ஆய்வாளர்களும் விமர்சகர்களும் தெரிவித்துள்ளபோதிலும், 'பாலந்தையும் ஊசோ'னும் என்ற ஒரு கதைப் பிரதி *(Valatine and Orson)* ஆரம்பத்தில் பிரெஞ்சு மொழியில் இருந்ததான தகவலும், காலத்தில் அழிந்துபோன அப்பிரதியிலிருந்தே பிற மொழிகளான ஆங்கிலம், ஸ்பானிஸ், ஜேர்மன் போன்றனவற்றில் பாலந்தை ஊசோன் கதைப் பிரதிகள் தோன்றினவென்றும் மேலைத்தேய ஆய்வறிஞரின் முடிவுகள் தெரிவிக்கின்றன.

திருகோணமலையைச் சேர்ந்த எஸ். இன்னாசித்தம்பி என்பவரால் எழுதப்பெற்ற 'ஊசோன் பாலந்தை கதை'யின் முதற் பதிப்பு 'றிலிஜியஸ் சொசைற்றி'யினால் 1891இலும், அதன் இரண்டாம் பதிப்பு 1924இலும் வெளிவந்தது. அது 'அச்சுவேலி ஞானப்பிரகாச அச்சு யந்திரசாலை'யில் வண. பிதா சா. ஞானப்பிரகாச சுவாமிகளால் பரிசோதித்துப் பதிப்பாக்கம் பெற்ற தகவலை சில்லையூர் செல்வராசன் ('ஈழத்தில் தமிழ் நாவல் வளர்ச்சி', 1891 – 1962) தெரிவிக்கிறார். வெளிவந்த காலத்திலேயே 1500 பிரதிகள் அச்சிடப்பட்டுப் பிரதி 50 காசு களுக்கு விற்கப்பட்டிருக்கிறது.

இதன் பிரதிகள் கிடைக்கவில்லையென கலாநிதி நா. சுப்பிரமணியன் தெரிவிக்கிறபோது, நூலின் ஆரம்ப எழுத்துக்களை தன் ஆய்வு நூலில் வெளியிடுகிறார் சில்லையூர் செல்வராசன். அதனால் பிரதிபற்றிய வாசிப்புக்களிலும் விசாரிப்புக்களிலும் அறிந்ததைக்கொண்டே மேற்கொண்டு விசாரணையைச் செய்யவேண்டி இருக்கிறது.

கதையும் பண்புநலனும்:

அலுமான்ய தேசத்துச் சக்கரவர்த்தியாகிய அலெக்சாண்டர் என்பவருக்கும், பெப்பேஞ்சி தேசத்து அரசகுமாரி தொன் வெலிச்சாந்துக்குமிடையே மணப் பேச்சு நடக்கிறது. தாம் அதிகம் நேசித்த அரசகுமாரி பெப்பேஞ்சி தம் நாடிகந்து செல்வதை மக்கள் விரும்பாதிருக்க, கடைசியில் அரசகுமாரியின் வேண்டுகோளுக்கு மனம்மாறி அவளைக் கோலாகலத்துடன் அவர்கள் அலுமான்யா தேசம் அனுப்புகிறார்கள்.

அலெக்சாந்தருக்கும் தொன் வெலிச்சாந்துக்கும் அலுமான்ய தேசத்து சந்தாமரியா தேவாலயத்தில் திருமணம் நடைபெறுகிறது. இவர்கள் மகிழ்வோடு வாழ்ந்து வருகையில், துர்க்கு என்ற இஸ்லாமியன் ரோமுக்குள் நுழைந்து பலவந்த மாகக் கிறித்தவர்களை இஸ்லாமுக்கு மதம்மாற்றிவருவான். இத் தகவலைப் பாப்பாண்டவரின் ஓலைமூலம் அறியும் அலெக்சாந்தர் படையுடன் ரோம் நோக்கிச் செல்வான். தொன் வெலிச்சாந்து ராஜ்யப் பரிபாலனம் செய்வாள். அலெக்சாந்தரின் வளர்ப்பு மகனான பாலசுரத்தானெனும் களஞ்சியப் பொறுப்பாளனால் பாலியல்ரீதியிலான நெருக்குதல்களுக்கு ஆளாகிறாள் வெலிச்சாந்து. அதனால் நகரை நீங்க நேரும் வெலிச்சாந்து, வனத்தில் பிரசவிக்கும் இரட்டைக் குழந்தைகளை யும் பிரிய நேர்கிறது.

இவர்களில் ஒருவன் ஒரு கரடியால் வளர்க்கப்பெற்றுக் காட்டு மனிதனாகிறான். இவனுக்குப் பெயரற்றவன் என்ற

அர்த்தப்படும் ஊசோன் என்பதே பெயராகக் கதையிலே அமைகிறது.

அதேநேரத்தில் வேற்று அரச குலமொன்றால் மீட்டெடுக்கப்படும் மற்றைய குழந்தை பாலந்தையென்ற பெயர் சூட்டப்பெறுகிறான்; அரண்மனையில் வளர்ந்து அந்நாட்டின் தளகர்த்தனுமாகிறான். பாலந்தை மக்களைத் துன்புறுத்தி வாழ்ந்துவரும் ஊசோனை வென்றடக்குவதும், பல தொடர் சம்பவங்களின் பின் மணமகள்கள் தேரப்பட்டு அவர்களுக்குத் திருமணமும் நடைபெறுகின்றன. பின்னொரு போரில் தந்தையென்று தெரியாமலே அலெக்சாண்டரை வென்று அவரைக் கொல்லவும் செய்கிறான் ஊசோன். இறுதியில் உண்மையறிந்து தவமிருந்து தன்னுயிர் மாய்ப்பதும் தமிழிலுள்ள கதையாகத் தெரியவருகின்றது.

'Valantine and Orson' பிரெஞ்சு மூலநூலின்படி தொன் வெலிச்சாந்தும் அலெக்சாண்டரும்கூட ஒரு அரக்கனின் மாயத்தால் பிரிவதாகவும், பிரிந்துவாழும் அவர்கள் தம் பிள்ளை களால் பின்னொருபோது இணைவதாகவும் கதை விரிகிறது.

ஆனால் பிரதி கிடைக்காதவகையில் அது தழுவலா, மொழிபெயர்ப்பா என்பதோ, அவற்றின் கட்டுமானம், மொழிநடை என்பனவோ அறியவரவில்லை. ஆயினும் அது மொழிபெயர்ப்பென்ற தளத்தில் இலங்கைத் தமிழ் நாவலாக விசாரணைப்படுத்தும் செயற்பாட்டில் நிராகரிப்பைச் செய்யமுடியும். மேலும் 'அசன்பே சரித்திரம்' இலங்கையின் முதல் தமிழ் நாவலாக இதுமுதல் கொள்ள முடிவதால் 'ஊசோன் பாலந்தை கதை'க்கான மேல்விசாரணையை இங்கே நிறுத்திக்கொள்ளலாம்.

ஈ) மோகனாங்கி

திருகோணமலையைச் சேர்ந்த தி.த.சரவணமுத்துப் பிள்ளையின் 'மோகனாங்கி' (1895) நாவலானது தமிழிலக்கிய வரலாற்றில் தனக்குரிய இடத்தை ஒரு சிரமத்திலேயே பெறமுடிந்ததென்பது ஆச்சரியமானது. பல இலக்கிய வரலாற்று ஆய்வாளருக்கும் இலக்கியத் திறனாய்வாளருக்கும், அதன்மேல் மூடியிருந்த இருளை விலக்குவதற்கான சமரை இலங்கையின் உயர்கல்வி நிறுவனங்களுடனேயே செய்ய நேர்ந்தது. அதில் அந் நிறுவனங்களைச் சார்ந்த சிலரும் உடனிருந்து உழைத்தனர். இதன் வரலாறு நீண்டது. இதை 'மோகனாங்கி' பற்றிய தனியொரு நூலிலேயே செய்தல் கூடும். தமிழ் வாசகர் இவைபற்றிச் சுருக்கமாகவேனும் அறிந்திருத்தலின் அவசியம் கருதி நூலுக்குப் புறம்பான அவை சுருக்கமாய் இங்கே.

உயர்கல்வித் தேவைக்கான பேராசிரியர் வி.செல்வநாயகத் தின் 'தமிழ் இலக்கிய வரலா'ற்றில் 'மோகனாங்கி'பற்றிய குறிப்புக்கூட இல்லை. அதற்கான காரணமாக அந்த நாவல், தென்னிந்திய வரலாற்றுப் புலத்தில் புனையப்பட்ட ஆங்கில நாவலின்[3] தழுவலென்று சொல்லப்பட்டது. Jan Gondaவுடன் இணைந்து Kamil Zvelebil தொகுத்த பல பாகங்கள் கொண்ட 'A History of Indian Literature' நூலிலும், R.E. Archer எழுதிய 'The Tamil Renaissance and the Beginnings of the Tamil Novel' என்ற நூலிலும்கூட அந்த நாவல்பற்றிய குறிப்பேதுமில்லை. ஆனால் கமில் ஸ்வெலபில்லின் 'The First Six Novels in Tamil' என்ற கட்டுரையில் தமிழறிஞர் செய்த தவறுகளால் சில நூல்கள் விடுபட்டதில் தம் போன்ற பிறநாட்டாரும் அத் தவறுகளைத் தொடர நேர்ந்ததென்பதும், 'மோகனாங்கி' முக்கியமானவொரு நூலென்பதும் குறிப்பிடப்பட்டுள்ளது. அதைத் தொடர்ந்து பல்வேறு அறிஞர்களும் வெளிப்படையாகத் தம் ஆய்வு முடிவு களை முன்வைத்தனர்.

'தென்னிந்திய சரித்திரம்' எழுதிய பகடாது நரசிம்மலு நாயுடு, நாயக்கர் கால வரலாற்றில் தான் எதிர்கொண்ட பல வெளிகளை நிரப்ப 'மோகனாங்கி' நாவல் பயன்பட்டிருப்பதைக் குறிப்பிட்டிருக்கிறார். தில்லி பல்கலைக்கழக இணைப் பேராசிரியர் ச.சீனிவாசன் 'ஒப்பிலக்கியம் – இனவரைவியல் – சமூகம்' என்ற நூலில் அந்நாவலின் வரலாற்று முக்கியத்துவம் உறுதிப்படுத்தப்பட்டுள்ளது. 'தமிழ் நாவல் நூற்றாண்டு: வரலாறும் வளர்ச்சியும்' என்ற நூலில் "வரலாற்று நாவல் என்ற வகையில் இலங்கையரான சரவணமுத்துப் பிள்ளை ஒரு தனிப்பட்ட, ஒரு சிறந்த முன்னோடியாக விளங்குகிறார்" என அதன் ஆசிரியர்களும் குறிப்பிடுகிறார்கள். "வரலாறு கடன் வாங்கிய புனைவு" என்ற உச்சபட்ச இலக்கியார்த்தமான மதிப்பீடு சுகந்தி கிருஷ்ணமாச்சாரியினது. "நாயக்கர் கால வரலாற்றை அடிப்படையாகக்கொண்டு தி.த. சரவணமுத்துப் பிள்ளை எழுதிய மோகனாங்கி என்பதுவே தமிழில் எழுந்த முதல் வரலாற்று நாவல்" என்பதாக கி. நாச்சிமுத்துவும் அதனிடத்தை அச்சொட்டாக வரையறுத்தார்.

கல்வி நிறுவனங்களுக்கு வெளியேயிருந்த கல்வியாளர்களா லேயே இம்முயற்சிகள் முன்னெடுக்கப்பட்டன என்பது குறிப்பிடத்தக்கது. குறிப்பாக பால சுகுமார், சத்தியதேவன் சற்குணம், முல்லைமணி, வித்துவான் க. செபரத்தினம் ஆகியோர் இதற்கான முன்முயற்சிகளை எடுத்திருந்தார்கள்.

---

3. Charles Kingsley (1819-1875), Hypatia - 1853

இவ்வாறு 'மோகனாங்கி'யின் இருத்தலின் விபரமும் நியாயமும் நிறுவனங்களுக்கெதிரான சமரில் வெற்றிகொள்ளப்பட்டன.

மோகனாங்கி: கதையும் பண்புநலனும்

திருச்சியைத் தலைநகராக்கி ஆட்சி செய்துகொண்டிருந்த அரசன் சொக்கநாத நாயக்கனுக்குத் தஞ்சையிலிருந்து ஆண்ட விஜயராகவ நாயக்கனது மகள் மோகனாங்கிமீது காதல். அவளை இரகசியமாகச் சந்தித்துத் தன் உள்ளத்தைப் பரிமாறிய சொக்கநாதன், தன் ராஜமுத்திரை மோதிரத்தையும் தன் அன்பின் பரிசாக மோகனாங்கிக்கு அளித்து நாடு மீள்வான்.

பின் முறைப்படி மணம்பேசத் தனது அமைச்சனைத் தஞ்சைக்கு அனுப்புவான் சொக்கநாதன். ஆனால் மோகனாங்கியை மணஞ்செய்ய விரும்பியிருந்த விஜயராகவனின் இரண்டாம் மனைவியின் தம்பி அழகிரி நாயக்கன், புரோகிதன் கோவிந்தாச்சாரியின் துணையோடு சூழ்ச்சிசெய்து, அமைச்சனை அவமானித்து அனுப்பிவிடுவான். மணம்பேசிச் சென்றவன் பட்ட அவமானத்தில் சினங்கொண்ட சொக்கநாதன் தஞ்சைமீது படையெடுப்பான்.

யுத்தத்தை நிறுத்தி சொக்கநாதனுடன் சமாதானமாகச் செல்லும்படி மோகனாங்கி எவ்வளவோ அறிவுறுத்தியும் தந்தை அதைப் பொருள் செய்வதில்லை. இந்நிலையில் தஞ்சைப் படை தோற்கிறது. அரசன் விஜயராகவனும் மாள்கிறான். அரண்மனைக்குள் சொக்கநாதனின் படைகள் நுழைகின்றன. அவ்வாறான ஒரு சந்தர்ப்பத்தில் எவ்வாறு இயங்குவதெனத் திட்டமிட்டிருந்தபடி அரண்மனைக்குள் வைக்கப்பட்டிருந்த வெடிகுண்டுகளைத் தஞ்சைக்காரர் வெடிக்கச் செய்கிறார்கள். ஆனால் தீப்பற்றி அரண்மனை வெந்தழியும் முன்னான சிறுபொழுதில் தனக்கு சொக்கநாதனால் முன்பு அளிக்கப்பட்ட முத்திரை மோதிரத்தைக் காட்டித் தன் தோழியுடன் அரண்மனையிலிருந்து வெளியேறிவிடுவாள் மோகனாங்கி.

பாசறை அடையும் மோகனாங்கி அங்கிருந்து திருச்சிக்கு எடுத்துச்செல்லப்படுவதும், சொக்கநாதனுக்கும் அவளுக்கும் திருமணம் நடைபெறுவதும் தொடர்ந்து நிகழ்கின்றன.

'மோகனாங்கி' 17ஆம் நூற்றாண்டில் நாயக்கர் காலத் தமிழகத்து வரலாற்றுப் பின்னணியில் உருவாகிய நாவல். அதன் ஆசிரியரான தி.த. சரவணமுத்துப் பிள்ளைக்கு அது குறித்து நிறைய ஆய்வுகளைச் செய்யவேண்டி இருந்தது. அப்போது அவர் கீழைத்தேயச் சுவடிகள் நூலகத்தில் பணியிலிருந்தமை மிகவும் அனுகூலமாகப் போயிற்று.

கால வரையறைப்படி 'மோகனாங்கி' தமிழின் முதலாவது வரலாற்று நாவலென நிறுவப்பட்டிருந்தாலும், முன்னுரிமையெதனையும் நாவல் குறித்த திறனாய்வு அளிக்க வேண்டியதில்லை.

முதன்மையாக அது ஒரு வினாவை ஆரம்பத்திலேயே சந்திக்கிறது. வரலாற்று நாவலின் முக்கியமான பெண் பாத்திரமான மோகனாங்கி வரலாற்றுப் பாத்திரமான ராணி மங்கம்மாள் என்பது தெளிவாகவே தெரிந்திருந்தும், அது ஏன் மாறுபெயரில் நாவலில் படைக்கப்பட்டது என்பதே அது. வரலாற்றுப் போதாமைகளினாலா, சுவையூட்டற் பொருட்டாகவா என்பன உபரிக் கேள்விகளாகத் தொக்கி நிற்கின்றன. இவற்றின் விடை பல ஐயங்களைத் தீர்த்துவைக்கும். அப்போது பல இலக்கிய வரலாற்று முடிவுகள் மாறி அமையும்படியும் நேரலாம்.

இனி நூலின் பண்புநலனைக் கவனிக்கலாம்.

கலாநிதி க. அருணாசலம் கூறுவதுபோல் எளிமையான பேச்சு வழக்குச் சொற்கள் நாவலின் பயன்பாட்டில் உள்ளனவென்பது சரிதான். முல்லைமணி தெரிவிப்பதுபோல், அது கடின சந்தி விகாரங்களையும் நீண்ட வசனங்களையும் கொண்டிருக்கிறது என்பதும் மெய்யே. இவையெல்லாம் பின்னால் தோன்றிய பல வரலாற்று நாவல்களிலிருந்தும் 'மோகனாங்கி'யை வேறுபடுத்தும் அம்சங்களாக விளங்கின. மேலும் அது காலத்துக்குரிய கட்டிறுக்கம்கொண்டதாகப் பிரதியை ஆக்கியதென்பதும் உணரற்பாலது.

6

இலங்கைத் தமிழ்நாவல் வரலாற்றின் கால வகைமைப்பாடு

தமிழகத்திலோ இலங்கையிலோ தமிழில் தோன்றிய நாவல்களில் முதனூல்களெனக் குறிப்பிடப்பட்டவை, இன்றைய நாவல் இலக்கிய விதிகளின் அடியாகத் தரநிர்ணயம் செய்யப்படவில்லை. எந்த மொழியிலும் அவ்வாறு பார்க்கப்படுவதுமில்லை. யாத்தலின் நோக்கம், நோக்கம் புலப்படுமாறு அமைக்கப்பட்ட உள்ளுடன், குடும்பம் அல்லது சமூகத்தின் வரலாற்றுப் பின்புலத்தில் பண்பாட்டு விரிவு மற்றும் வாசகரை ஈர்த்திருக்கும் நடை நீண்ட கதைப் பின்னல் ஆகியவற்றுடன் ஓரளவு வடிவ நேர்த்தியும் கொண்டனவாய் முன்னணியத்தில் வெளிவருவன முதல் நூல்களெனத் துணியப்படும்.

எல்.ஆர்.லீவிஸ், இயன் வாட் ஆகியோர் ஒழுங்குபடுத்திய நாவல் விதிகளைத் தாண்டி, பின் அமைப்பியல், பின்நவீனத்துவக் கருது கோள்களின்படி இன்று ஒரு நூலை நாவலெனவோ, அல்லவெனவோ நிறுவுவதும் நிராகரிப்பதும் வாசக மய்ய விமர்சனச் செயற்பாங்கில் சாத்தியமாகியுள்ளன. ஆனால் இதனடிப்படையில் இலக்கிய வரலாறெழுத்தியல் தன் பதிவுகளைச் செய்வதில்லை. அவ்வாறு அது செய்துவிடவும் கூடாது. இன்றும் ஓர் இலக்கிய உள்வட்ட

விவகாரத்தின்படியே பிரதிகளின் தரமதிப்பீடுகளும் தேர்வுகளும் செய்யப்படுகின்றன என்பதே மெய்.

அதை மனத்தில்கொண்டே வரலாற்று வழியிலான படைப்பின் நிர்ணயமெனவும், படைப்பு வழியமைக்கும் வரலாற்றின் அமைவெனவும் இருவேறுபட்ட கூறுகளிலிருந்து இப்பிரதியின் நாவல் இலக்கியக் காலகட்டப் பகுப்பு அண்ணளவாகச் சுமார் முப்பது முப்பது ஆண்டுகளாக அமைவது பின்வருமாறு:

- *1895–1925:* மத இலக்கியத் தோற்ற காலம்
- *1926–1955:* அற இலக்கியத் தோற்ற காலம்
- *1956–1983:* முற்போக்கு இலக்கியக் காலம் (இதனுள் எதிர்ப்பிலக்கியக் காலமும், தமிழ்த்தேசிய இலக்கியக் காலமும் அடங்குகின்றன)
- *1984–2020:* புலம்பெயர் இலக்கியக் காலம்.

முதலாவது நாவலிலக்கியக் காலகட்டமாகத் தேர்வாகுவது 1895–1925க்கு இடைப்பட்ட மூன்று தசாப்தக் காலக் களத்தில் இயங்கிய ‘மத இலக்கிய தோற்ற கால’மாகும். வரலாற்றுப் பெரும் பரப்பில் இப்பகுதியில் மட்டுமே மதக் கருத்துக்கள் வெளிப்படும்படியான இலக்கியங்கள் யாக்கப்பட்டனவென்று இல்லாமல், மதக் கருத்துக்கள் போட்டி மனநிலையிலும் தர்க்கரீதியிலான விவாதங்களுடனும் பல்வேறு இலக்கிய வடிவங்களிலும் முன்னெடுக்கப்பட்ட காலமெனவே இதற்கு அர்த்தம் கோடல் வேண்டும்.

அடுத்த காலகட்டமாக 1926–1955க்கு இடைப்பட்ட ஆண்டுகள் அமைகின்றன. அக்காலத்தின் இலக்கிய விசேஷம் அறபோதனைகளாக இருந்ததாய்க் கணிக்க முடிகிறது. அதற்கான இலக்கியப் படைப்புகளை அதிகமாகவும் சிறந்தனவாகவும் இப்பகுதியில் காணமுடியாவிட்டாலும், காலம் அவ்விசை கொண்டே இருந்திருந்தது.

அடுத்த காலகட்டம் 1956இன் பெரும் அரசியல் சுழற்சியுடன் ஆரம்பித்து 1983வரை தொடர்கிறது. இதை மூன்று அம்சங்கள் குவிந்துள்ள ஒரு பல்குணிக் காலமாய் எடுத்துக்கொள்ளலாம். தமிழ்த்தேசியம் வளர்ந்ததும், முற்போக்கு இலக்கியம் வீச்சுப் பெற்றதும், இலங்கைக்கேயுரிய இலக்கியக் கோட்பாடுகளை முன்வைத்தோரால் புனையப்பட்டவை எதிர்ப்பிலக்கியமாக முகிழ்த்ததும் இக்காலகட்டத்திலேதான். இருந்தும் முற்போக்கு இலக்கியக் காலமெனவே அதன் பெருவிசை கருதி அது வரையறை

கொள்கிறது. அதன்மேல் ஜூலை 83 இனக் கலவரத்திலிருந்து 2020வரை தொடர்ந்தது புலம்பெயர் இலக்கிய காலமாகும்.

இப்பகுப்புகள் 1998இல் இப்பிரதியாளனால் எழுதப்பெற்று 'நவீன இலக்கியம்: ஈழம் – புகலிடம் – தமிழகம்' என்ற நூலில் இடம்பெற்றிருக்கும் 'ஈழத்து நாவல் இலக்கியம்: தோற்றம் வளர்ச்சி போக்குகள் குறித்து' என்ற உரைக்கட்டிலுள்ள இலக்கிய காலகட்டப் பகுப்புகளோடு கொண்டிருக்கும் மாறுபாடுகள் சுமார் இருபதாண்டுக் காலவெளியின் இலக்கிய வரலாலெழுத்தியலின் புதிய அணுகுமுறைப் பயில்வுகளது காரணமானவையென்பதை இவ்விடத்தில் நினைவுகொள்ள வேண்டும்.

நாவலிலக்கியமெனப் பெயர் பெறுவதன் முன்னரே வெகுத்த வாசகப் பரப்பின் ஆதரவுடன் இவ்விலக்கிய வடிவம் பத்திரிகை சஞ்சிகைகளில் பயில்வாகியபொழுதில், அதை ஆங்கிலத்தில் சீரியல் (Serial) என்றும், தமிழில் தொடர்கதையென்றும் அழைத்துக்கொண்டார்கள். உலக நாவல்களெனப் பெயர்பெற்ற பல சிறந்த படைப்புகள் ஆங்கிலத்திலும் ரஷ்ய மொழியிலும் தொடர்கதைகளாக வெளிவந்தவையே. தமிழிலும் நிலை இதுவாகவே இருந்தது. ஆனால் நூலாக்கத்தின்போது எவ்வளவு செம்மையாக்கப் பணி மேற்கொள்ளப்பட்டது என்பது கேள்விக்குரியது. அதனால் நாவலாய் ரசித்தது தொடரில் ரசிக்காமலிருந்ததும், தொடரில் ரசித்தது நாவலின்கண் ரசிக்காமல் போனதுமென ரசனைகளின் மாற்றம் நிகழ இங்கே சாத்தியம் அதிகம் ஏற்பட்டது. அவை வரன்முறைத் தொடர்ச்சியோ தொடர்ச்சியின்மையோ கருதப்படாமல் கவனத்தில் எடுக்கப்படும்.

இன்னொன்றன் விளக்கமும் இங்கே அவசியமாகின்றது.

ஆங்கில இலக்கிய வரலாற்றினடியாகவே தமிழிலும் குறுநாவலென்ற வடிவம் மிக வீச்சுப்பெற்றதாக வளர்ந்துவந்தது. பெரும்பாலான தமிழகத்து மாத சஞ்சிகைகள், குறிப்பாக *ஆனந்த விகடன்*, *கலைமகள்*, *தீபம்* போன்றன, குறுநாவல்களை அதிகமும் வெளியிட்டு வந்தன. பின்னால் இதன் வடிவ நேர்த்தியின் விதிகள் வரைபட்டபோது, நெடுங்கதையென்ற வடிவமும் தமிழில் புழக்கத்திற்கு வரலாயிற்று. தொடர்கதை, நாவல், குறுநாவல், நெடுங்கதை ஆகியன நிச்சயமான விதிகளின் வரையறை கொண்டிருந்தன. இவைபற்றி ஜெயமோகனின் 'நாவல்' (1995) சிறப்பான விளக்கம் தருகிறது. இங்கே இப் பிரதி கவனம்கொள்ளும் விஷயம், காலப்போக்கில் தொடர்கதை நாவலாகவும், நெடுங்கதை குறுநாவலாகவும், சற்று நீண்ட குறுநாவல் நாவலாகவும் கொள்ளும் வடிவ மாறாட்டம் பற்றியது.

சற்று முற்பட்ட கால ஆங்கில இலக்கிய உலகில் சொற்களின் தொகையில் இவ்வடிவங்கள் வகைமைப் படுத்தப்பட்டதும் உண்டு. விமர்சனரீதியில் நாவலெனவோ குறுநாவலெனவோ ஒரு பிரதி அடையாளப்படும் வேளையில், பதிப்பகத்தின் அளவைகளுக்குள் அடங்கிய வகைமைப்பாடு தீவிரமாய் எதிர்க்கப்பட வேண்டியது.

இன்று நாவலென்ற ஒற்றை வடிவமே பதிப்புத் துறையில் அங்கீகரமாகிறதுபோல் தெரிகிறது. இதில் விற்பனை சார்ந்த காரணம் பிரதான பங்கு வகிப்பதாகக் கொள்ளமுடியும். அபூர்வமாக ஒன்று அல்லது இரண்டு நூல்கள் தம்மின் தகைமைகளைச் சரியானபடி அடையாளப்படுத்துகின்றன. இன்றும் குறுநாவல் வடிவம் கவனத்திலும் கரிசனையிலும் இருக்கிறது. ஆனால் அதுதான் மிக அபூர்வமான வேளைகளில் தவிர தன்னை வெளிப்படுத்துவதில்லை.

அதனால் குறுநாவல்களையும் நாவல்களோடு ஒப்ப ஒரு வட்டத்துள்ளேயே கணிப்புக்கு இப்பிரதி எடுத்துக் கொள்கின்றது. தனியாகக் குறுநாவல்களென ஒரு வகைப் பாட்டை இப்பிரதி கொண்டிருக்கவில்லை. தமிழ்க் குறுநாவல் வரலாறெனத் தனியாக ஒரு துறை இலக்கியத்திலும் பயில்வில் இல்லையாதலில் இப்பகுப்பு இசைவானதென்க.

7

1895–1925:
மத இலக்கியத் தோற்ற காலம்

இக்காலகட்டத்துள் தோன்றிய நாவல்களுள் கணிசமானவையும் மத போதனை சார்ந்தவைகளாக இருந்தபொழுதில், சில மட்டும் அவ்வரையறையிலிருந்து வருங்காலத்தின் அடையாளத்தைக் கொண்டும், மனிதாயத மேன்மைகளின் அறவியற் பின்னணிகொண்டும், முடிந்தளவு கூடுதலான நாவலின் வடிவநேர்த்தி கொண்டும் விளங்கின. இங்கே நாவல்கள் எனக் குறிப்பிடப்பட்டவற்றுள் பலவும் தோற்றகாலத்தின் நலிவுகள் பலவற்றையும் கொண்டிருந்தன என்பதையும் சொல்ல வேண்டும். ஆயினும் காலத் தராசில் அவை வெகுவாகப் பின்னடைந்து போகாதிருந்தன.

1895இன் பின்னரும் நாவல்களின் தோற்றம் அவதானிக்கப்பட்டது. அவற்றுள் பெரும் பாலானவையும் தமிழகத்தில் எழுந்த நாவல் அலையின் பிரதிபலிப்புகளாக அமைந்துபோயின. ஆயினும் சில தம் தனித்துவம் காட்டின. அவற்றுள் சிலவே வாசக அவதானத்தைக் குவியப்பண்ணின. அவையாவன:

அ) சி.வை. சின்னப்ப பிள்ளையின் 'வீரசிங்கன் கதை அல்லது சன்மார்க்க ஜெயம்' *(1905).*

ஆ) மங்களம் தம்பையாவின் 'நொறுங்குண்ட இருதயம்' *(1914).*

இ) இடைக்காடரின் 'நீலகண்டன் ஒரு சாதி வேளாளன்' *(1925).*

அ) வீரசிங்கன் கதை

இலங்கைத் தமிழ் நாவலிலக்கிய வரலாற்றில் இருபதாம் நூற்றாண்டின் ஆரம்பத்தில் தன்னை முக்கியத்துவம் உடையதாய் சிலரறியப் பிரகடனப் படுத்திக்கொண்டு ஒரு நூலின் வரவு இருந்தது. அது 'பாவ சங்கீர்த்தன இரகசியப் பலி' என்கிற 1903இல் வெளிவந்ததாகக் கொள்ளப்படும் எஸ். ஆசீர்வாதத்தின் நூல். இதில் கவனமாகவேண்டிய அம்சம் பாரிஸில் நடந்த ஓர் உண்மைச் சம்பவம் இதில் புனைவாகியதென்பது. மத இலக்கியத் தோற்ற காலத்தில் இதுபோன்ற மறைஞானக் கதைகளும் சம்பவங்களும் நாவலாய், கதையாய், பாடலாய் விரிந்தெழுவது வரலாற்றில் தொடர்ச்சியாய்ச் சம்பவிப்பவையே. ஆங்கிலத்தில் அவ்வாறு நடந்தது. இந்தத் தொடர்ச்சியை அறுக்கும் நாவலே காலத்தின் எதிர்பார்ப்பாகவிருக்கிறது. அவ்வாறானதே 1905இல் தோன்றிய சி.வை. சின்னப்பபிள்ளை யின் 'வீரசிங்கன் கதை அல்லது சன்மார்க்க ஜெயம்.'

இலங்கைத் தமிழின் முதல் நாவலெனச் சில ஆய்வாள ரால் சிறிதுகாலம் இது கருதப்பெற்றிருந்தது என்பது முன்பே குறிக்கப்பட்டது. இலங்கை மண்ணைக் களமாகக் கொண்டு நாவல் புனைவாவதின் தொடக்கத்தை இதிலிருந்து அடையாளப்படுத்த முடியும். 'அசன்பே சரித்திரம்', 'ஊசோன் பாலந்தை கதை', 'மோகனாங்கி' யாவும் அந்நிய நிலத்தையும் பாத்திரங்களையும் எடுத்து விரித்திருந்த நிலையில், 'வீரசிங்கன் கதை அல்லது சன்மார்க்க ஜெயம்' நூல் இலங்கை மண்ணையும் கதாபாத்திரங்களையும் அம்மண்ணின் பிரச்சினைகளையும் பேசுபொருளாக்கியிருந்தது.

இலங்கையின் வடமாகாணத்திலுள்ள மல்லாகம் என்ற இடத்திலிருந்து தொடங்கி இலங்கை பூராவும் கதையை விரித்துச்செல்கிறது நாவல். நாவலென்ற வடிவம் மெருகுபெற்று வரும்நிலையில் தன் நோக்கங்கள் எவ்வாறிருக்க வேண்டுமென அதன் படைப்பாளிக்குத் திட்பமான யோசனைகள் இருந்திருக்கிறது. அதை அவரே பின்வருமாறு கூறுவார்: 'இந்திய வாசகர்களுக்கு ஈழத்து மக்களின் சாதாரணக் கிராம வாழ்க்கையையும் பழக்கவழக்கங்களையும் தெளிவாக விளக்குவதே இப்படைப்பின் நோக்கமாகும்.'

இதேபோன்ற கருத்தை சுவாமி விபுலாநந்தர் 1943இல் நடைபெற்ற 'மறுமலர்ச்சிச் சங்க' கூட்டமொன்றில் கூறுவதற்கு வெகுகாலம் முன்னதாகவே சி.வை. சின்னப்பபிள்ளையின் கூற்று இடம்பெற்றிருந்ததென்பதைக் கூடுதலான ஓர் அம்சம்.

இலங்கைத் தேசிய உணர்வு சார் முதல் இலக்கியப் பதிவு இதுவே என்பதும் நோக்கற்பாலது. நூலின் அழகியற் கூறுகள் பொறுத்து அதன் சமகாலத்திலும் சற்றுப் பின்னாகவும் வெளிவந்த நாவல்களிலும் பார்க்க இது ஓரளவு மேம்பட்டு இருந்தது. ஆயினும் இரசிகமணி கனக செந்திநாதன், சில்லையூர் செல்வராசன், கலாநிதி நா. சுப்பிரமணியன் ஆகியோர் 'வீரசிங்கன் கதை அல்லது சன்மார்க்க ஜெய'த்துக்குக் கூடுதலான நியாயம் செய்திருந்தார்களெனவே எண்ணத் தோன்றுகிறது. இதன் இலங்கைத் தேசிய அடையாளப் பதிவைமட்டும் எடுத்துக்கொண்டு மேலே எதுவித விசாரணையுமின்றி இப் பிரச்சினையைக் கடந்துபோக இப் பிரதியாளனுக்குச் சம்மதம்.

இங்கே சில்லையூர் செல்வராசன் குறிப்பிட்டுள்ள ஒரு விஷயம் முக்கியமானது. 1910–1920 காலப் பகுதியில் இலங்கை நாவல் இலக்கிய வரலாற்றில் சி.வை.சின்னப்பபிள்ளை முடிசூடா மன்னனாக விளங்கினாரென்கிறார் அவர். அக்காலத்தில்தான் அவரது மேலும் இரண்டு நாவல்கள், 'உதிரபாசம் அல்லது இரத்தின பவானி', 'விஜயசீலம்' ஆகியன வெளிவந்திருந்தன. இவ்வாறான செயற்பாட்டால் 'நாவல்களை அந்தக் காலத்தில் விரும்பிப் படிக்கும் ஓர் இலக்கிய உருவமாக ஆக்கித் தந்தவர் இவர்' என சில்லையூர் சொல்வது ஏற்கத்தக்கதே. ஆங்கில இலக்கியத்தில் டானியல் டீஃபோ, வால்டர் ஸ்காட் ஆகியோர் ஆற்றிய அதே பணியென்றும் இதனைப் பொருத்திக் காணலாம்.

ஆ) நொறுங்குண்ட இருதயம்

இக்காலகட்ட (1895–1925) த்துள் அடங்கும் முக்கியமான நாவல்களுள் ஒன்றான மங்களநாயகம் தம்பையாவின் 'நொறுங்குண்ட இருதயம்', 'வீரசிங்கன் கதை அல்லது சன்மார்க்க ஜெயம்' என்ற நாவலுக்கு ஒன்பது ஆண்டுகள் பின்னால் வெளி வருகிறது. கலாநிதி நா.சுப்பிரமணியன் ('ஈழத்து தமிழ் நாவல் இலக்கியம்'), கலாநிதி ஆ. சிவநேசச்செல்வன் (ஆய்வரங்கக் கட்டுரை) மணி வேலுப்பிள்ளை (தமிழோடை வலைப்பூ, 2011) ஆகியோர் தவிர்ந்த தமிழிலக்கிய ஆய்வாளர் பலரினதும் கூற்றில் அதன் முக்கியத்துவம் வெளிப்படவேயில்லை. மதவிலக்கியத் தோற்ற காலமாகிய இக்காலகட்டத்தின் சுமார் முப்பது ஆண்டுகளில் வெளிவந்தவற்றுள் மிக முக்கியமான நாவலான இதுபற்றி 'ஈழத்து இலக்கிய வளர்ச்சி' எழுதிய சில்லையூர் செல்வராசன் மேலோட்டமாகக்கூட குறிப்பிடவில்லை என்பது விசித்திரமானது. அதனாலேயே பின்னால் செ.செல்லம்மாவின் 'இராசதுரை' கதைப் புத்தகம் 1924இல் வெளிவந்தபோது இலங்கையின் முதலாவது பெண் படைப்பாளியினதென சில்லையூரால் கொண்டாட நேர்ந்தது.

'நொறுங்குண்ட இருதயம்' நாவலை மதிப்பாய்வு செய்த மேற்சொன்ன மூவருள் கலாநிதிகளின் திறனாய்வுகள் பிரதிக்கு நியாயம் செய்திருந்தவேளை, மணி வேலுப்பிள்ளையினதோ வாசிப்பின் அழகியலோடு அணுகியிருந்தது. கலாநிதிகளின் திறனாய்வுகள் முறையியலோடு இருந்தவகையில் முக்கிய மானவை. காலப் பின்னணியிலிருந்து பாத்திர வார்ப்பு, மொழிநடை, சமூகப் பதிவெனப் பல அம்சங்களும் அவர்களது ஆய்வில் கருதப்பட்டிருந்தன. கலாநிதி ஆ. சிவநேசச்செல்வனது கட்டுரை ('நொறுங்குண்ட இருதயம்: கதையும் கதைப் பண்பும்') யில், 'ஒட்டுமொத்தமாக நோக்குங்கால், 'நொறுங்குண்ட இருதய'க் கதையில் பாத்திரங்களின் தொகையும் போக்கும் கதையைச் சிக்கல் நிறைந்ததாக்குகின்றது. எனினும் காலத்தின் ஒளியில் நோக்கும்போது மங்களநாயகம் தம்பையாவின் முயற்சி முழுமையடைகிறது எனலாம்' எனத் தெரிவிப்பதை ஒப்புக்கொள்ளலாம்.

கலாநிதி நா. சுப்பிரமணியனின் நூலின் அனுபந்தத் தனிக் கட்டுரை அந் நாவல் பற்றிய விரிவும் ஆழமும் கொண்டது. நாவல்பற்றிய திறனாய்வு நோக்குநிலையிலான முடிவுகள் சிறப்பானவை. 'இந்நாவலின் புனைதிறனில் குறிப்பிட்டத்தக்க முக்கியத்துவம் உடைய ஓர் அம்சம் இதன் மொழிநடை'யென கூறப்படுவது மிகச்சரியான வார்த்தை. நாவலை ஒரு மதப் பிரச்சாரக் கருவியாகப் படைப்பாளி கையாண்டுள்ளதான குறைபாடு பல ஆய்வாளராலும் சொல்லப்பட்டதாயிருக்க, அது காலத்தின் பிரதிபலிப்புக்கு உகந்ததேயெனத் தன் கருத்தை வெளிப்படுத்துகிறார் கலாநிதி நா. சுப்பிரமணியன். இப் பிரதியாளனின் முடிவும் அதுவே. அவரது வார்த்தைகள் அதையொரு மதப்பிரச்சார நாவலாகக் கொண்டுவிட்ட பலரின் முடிவுகளையும் நொறுக்கித் தள்ளியது. 'இந் நாவலிற் கிறிஸ்துவத்தின் பங்கு என்ன?' எனக் கேட்டு கலாநிதி தெரிவிக்கிறார்: 'இக்கதையில் நிகழும் சமய மாற்றம் சமகால சமூகச் செய்தி என்ற அளவிலேயே கொள்ளத்தக்கது. ஆசிரியை தமது சமய ஈடுபாட்டை நாவலிற் பதிவு செய்துள்ளார், அவ்வளவுதான்.'

1914இல் வெளிவந்த 'நொறுங்குண்ட இருதயம்' சமகாலத்திலும் அதற்கு எவ்வளவோ பின்னாலும் வெளிவந்த இலங்கைத் தமிழ் நாவல்களின் தலைப்புகளினது ஒப்பீட்டில் மிகக் கட்டிறுக்கமும் மீறலின் குணாம்சமும் கொண்டதாய் விளங்குகிறது. மட்டுமில்லை. அதன் உள்ளடக்கம் அக்காலச் சமூகத்தின் வாழ்முறையைத் துல்லியமாய்ப் பிரதிபலித்துமிருந்தது. அதனாலேயே இதனை இயல்புவாதத்தின் தொடக்கத்தினுக்கு

முன்சாலோட்டும் படைப்பாகவும் கொள்ள முடியும். அதற்கிணையான படைப்பு இலங்கைத் தமிழ் நாவல் இலக்கிய வரலாற்றில் ஐம்பதுகள்வரை வெளிவரவில்லையெனச் சொல்லலாம்.

குமாரகுலசிங்க முதலியார் என்பவரின் மூத்த மகளாகவும், கலாநிதி ஐசக் தம்பையாவின் மனைவியாகவும் சமூகத்தின் கல்வியறிவு பெற்றவோர் உயர் சமூகத்துப் படைப்பாளியிடமிருந்து தோன்றிய இப்படைப்பு, இன்னோர் அம்சத்தாலும் முக்கியத்துவம் பெறுகிறது. இவ்வாறான உயர்நிலைச் சமூகத்திலிருந்து நாவல், தொடர்கதைபோன்ற ஆக்கங்கள் பெண்களிடத்தில் தோன்றுவதன் ஆரம்பமாகவும் இது அமைந்துபோனது.

அதுவரை மிகவும் செம்மையானதும் மரபு சார்ந்ததுமான முறைமைகளிலும் வடிவங்களிலும் தோன்றிக்கொண்டிருந்த இலங்கை இலக்கியமானது தன் உன்னதமிழந்து சந்தைப் பொருளாக நீர்த்துப்போகும் நிலையும் மெல்லமெல்ல இப் புள்ளியின் எதிர்நிலையில் நிதானமாய் உருவாகிறது. அதுவே 1926இன் மேல் உதயமாகவிருந்த இலக்கியப் போக்கினைத் தீர்மானிக்கிற தன்மை கொண்டிருந்ததென்பது மறுக்கமுடியாத உண்மை.

இ) நீலகண்டன் ஓர் சாதி வேளாளன்

இடைக்காடரின் (இயற்பெயர்: த. நாகமுத்து) 'நீலகண்டன் ஓர் சாதி வேளாளன்' நாவல் வெளிவந்த காலத்தில் இதுபற்றிய பிரஸ்தாபமானது இலக்கிய வரலாற்றாய்வாளர், திறனாய்வாளர் மத்தியில் வெகுவாக இருக்கவில்லை. 'ஈழத்து தமிழ் நாவல் இலக்கிய'மும் அதைவிடச் சற்று அதிகமாக 'ஈழத்தில் தமிழ் நாவல் வளர்ச்சி'யும் இதுபற்றிக் கூறியிருந்த போதும், இக்காலகட்டத்தின் நாவலென்ற வகையில் எதுவித முக்கியமான அம்சமும் இந்த நாவல்மேல் பதிவாகவில்லை.

ஆனால் நீண்டகாலத்தின் பின்னான ஒரு வாசிப்பில் கலாநிதி க. கைலாசபதிக்கு அந்நாவல்பற்றிய மீள் மதிப்பாய்வு சாத்தியமாகியிருக்கிறது. 'ஈழத்து இலக்கிய முன்னோடிகள்' என்ற தமது நூலில் தனியொரு அத்தியாயத்தையே அதற்காக அவர் ஒதுக்கியிருக்கிறார். அது சற்று மிகையான மதிப்பீடு எனப் பலருக்கும் தோன்றக்கூடும். அது இப்பிரதியாளனின் கவனமில்லை. ஆனால் இதன் முக்கியத்துவத்தை வேறொரு புறத்திலிருந்து வற்புறுத்த முடியும். ஓர் இலக்கியக் காலகட்டம் முடியும் தறுவாயில் தோன்றிய இந்த நாவல் வரப்போகும் புதிய காலகட்டத்தின் தன்மைகளை வெகுவாக உள்வாங்கியிருந்து

வரலாற்று ரீதியிலான வளர்ச்சியை இனங்காட்டியது என்பது கவனமாக வேண்டும்.

இரண்டு பாகங்களாய் வெளிவந்த இடைக்காடரின் 'சித்தகுமாரன்' நாவலை விடவும் 'நீலகண்டன் ஓர் சாதி வேளாளன்' கலைத்துவமானது என்பதில் எந்த ஐயப்பாடும் இருக்கவில்லை. இந்த 192 பக்க நாவல் தன் உள்ளகம் முழுக்க இலங்கைபூராவும் தன் முதன்மைப் பாத்திரம் பயணித்த தகவலைத் தருகிறது. ஒருவகையில் இதற்கு சற்றொப்ப இருபது ஆண்டுகளுக்கு முன் வெளிவந்த சி.வை.சின்னப்ப பிள்ளை யின் 'வீரசிங்கள் கதை அல்லது சன்மார்க்க ஜெய'த்தின் பாதிப்பு இதன்மேல் இருந்திருக்கக்கூடிய வாய்ப்பை ஒருவரால் சுலபத்தில் ஒதுக்க முடிவதில்லை. வீரசிங்கன்போலவே நீலகண்டனும் யாழ்ப்பாணம், கண்டி, அனுராதபுரம் போன்ற இடங்களெல்லாம் அலைந்து திரிகிறான். சொந்த ஊரில் மனப்புலியென்னும் பிரபுவின் கையாட்களின் கொலை முயற்சிக்குப் பயந்து ஊர்களெங்கும் அலைந்து இறுதியில் அனுராதபுரம் வந்து அங்கே நீலக்க பண்டா என்ற பெயரில் வாழ்ந்து உயிர் பிழைக்கிறான். அங்கிருந்து கண்டி செல்லும் அவனுக்கு கோமளவல்லி என்னும் பெண்மேல் விருப்பமுண்டாகி அவளைத் திருமணம் செய்துகொள்கிறான். இவ்வாறாக விரிந்துசெல்லும் நாவல் யானையை எதிர்கொள்ளல், ஷிங் சொய் என்ற சீனப் பயணியுடனான சந்திப்பும் அந் நிலத்துக் கதைகளின் பகிர்தலுமெனப் பல அற்புதத் தருணங்களோடு அக்கால வழக்கப்படி சுபமுடிவு காண்கிறது.

முழுக்க முழுக்க இலங்கையைக் களமாகவும் இலங்கைக் கதாபாத்திரங்களை முதன்மையாகவும்கொண்ட நாவல்களென 'வீரசிங்கன் கதை அல்லது சன்மார்க்க ஜெயம்', 'நீலகண்டன் ஓர் சாதி வேளாளன்' இரண்டையுமே கூறமுடியும். ஆனால் மொழிநடையில் நெகிழ்வுத் தன்மை அதாவது வாசிப்பின் இலகுத் தன்மை முதலாவது நாவலில் இருந்திருக்க, மற்றைய நாவலில் ஆழ்ந்த மத சித்தாந்தங்களை விளக்குவதற்கு ஓர் இறுக்கமான நடையே பயில்வாகியிருப்பதைக் காணமுடிகிறது.

ஏறக்குறைய அக்காலத்தில் நிகழ்ந்த சமரச சன்மார்க்கத்தைப் பிரச்சாரம் செய்துவந்த திரு.வி.க.வின் இலங்கை வரவு இடைக்காடரின் அந்த மதரீதியான சித்தாந்தத் தீவிரத்திற்கு காரணமாக இருக்க முடியுமென்கிறார் கலாநிதி க. கைலாசபதி ('ஈழத்து இலக்கிய முன்னோடிகள்').

நீலகண்டனுக்கும் அவனுக்கு ஞானகுருவாக வரும் சுப்பிரமணிய தேசிகருக்குமிடையே இடம்பெறும் உரையாடல்கள்

கனதியானவை. ஒரு வெகுஜன வாசகர் புரிந்துகொள்ளச் சிரமமானவை. சைவசித்தாந்தங்களான சரியை, கிரியை, யோகம், ஞானம் ஆகிய நான் மார்க்கங்களும் இடைக்காடரின் 'சித்தகுமாரன்' நாவலில் ஆழமான விளக்கத்துக்கு எடுக்கப்பட்டிருந்தாலும், 'நீலகண்டன் ஓர் சாதி வேளாளன்' நாவலிலும் அவ்விசாரணைகள் உள.

இந்நூலின் தலைப்பை நோக்குகையில், சாதிப் பாகுபாட்டின் மறுப்பினையல்ல, அதை நியாயப்படுத்தும் தன்மையையே உணரக்கூடியதாக உள்ளது. சாதியபிமானம் மிக்கோர் தம் உயர்சாதிக்கேற்ற உயர் எண்ணங்களைக் கொண்டிருக்க வேண்டும் என்ற உபதேசத்தின் மூலம் சாதியற்ற சமூக நிலைப்பாட்டில் ஆசிரியரின் பற்றுறுதியின்மை தெரிகின்றது.

திறனாய்வாளர் எஃப்.ஆர். லீவிஸின் அபிப்பிராயப்படி நாவல்களுக்கு அறவியற் கோட்பாடுகளோடு இணைந்துபோகும் தன்மையுள்ளதெனத் தெரிகிறது. எனினும் இவ்வறவியற் பண்பானது எல்லா நாவல்களிலும் துல்லியமாய் வெளிப்படுமெனச் சொல்லமுடியாதெனவும் அவர் விளக்கினார். இன்றைய காலத்தின் வெளிப்பாடுகள்கொண்ட படைப்பாளிகளில் ஒருவரே இடைக்காடரென கலாநிதி க. கைலாசபதி கருதினார். 'அந்தக் கால மு.வ.' என அவரின் அறவியல் சார்ந்த எழுத்துக்களை முன்வைத்து சில்லையூர் செல்வராசன் இடைக்காடரைக் குறிப்பிடும்போது கைலாசபதியின் கருத்து மேலும் வலுப்பெறுகிறது.

மேலே குறிப்பிடப்பட்டவை தவிர வேறு அனுசரணை எதனையும் இக்காலகட்டம் தன் இலக்கியத்துக்கு வழங்கியதெனச் சொல்லமுடியாது.

8

நாவலாக்கத்தின் வீச்சு குறைந்தது

1926-1955க்கு இடைப்பட்ட இந்த இலக்கியக் காலகட்டத்தைச் சமூக சீர்திருத்தக் காலமாகச் சிலர் கூறுவர். இந்தியாவில் அவ்வாறு குறிப்பிடக் கூடிய நிலைமை இருந்ததெனினும், இலங்கையில் பிரிட்டிஷாரின் சீர்திருத்தங்கள் தாராண்மைவாத அடிப்படையில் ஒரு போராட்டத்தினதோ கிளர்ச்சியினதோ முன்னெடுப்பின்றி இலங்கை மக்களுக்குக் கூடுதலான சமூக அரசியல் உரிமை களை அளித்தவகையில், இயல்பில் மதநம்பிக்கை மிகுந்த அவர்கள் அற விழுமியங்களில் மேலும் கரிசனைகொள்ள, அச்செயற்பாடுகள் அவ் விழுமியங்களின் போற்றுதலாக அமைந்ததில், அதையொரு சமூக அறவியற் காலமெனல் கூடுத லான பொருத்தம் கொண்டது. அதன்வழி அக்கால இலக்கியத்தையும் அறவியல் இலக்கியமெனல் தக்கது.

பண்பாட்டுப் பெருவெளியில் அறத்தின் எடுத்துரைப்பும், போதனையும்கொண்ட மரபுதான் தமிழரிடையே இருந்ததெனக் கொள்ள லாம். வரலாற்றினடியாக அறவியற் பண்பாட்டுப் போராட்டமேதும் சைவ - வைணவ மதப் பிரச்சினைதவிர, இன்றுவரை நடந்திருக்கவில்லை. பண்டைய தமிழ் இலக்கிய வரலாற்றை எடுத்து நோக்கினாலும் சங்க காலமென்ற உச்சத்துக்குப் பின்னால் வருவது சங்க மருவிய காலமான

ஓ) ‘பூஞ்சோலை’ (1953) – மூலம்: தியோடர் சுதாம் – தமிழில்: பேரா.க. கணபதிப்பிள்ளை.

மூல நூல்களிலிருந்து மொழிபெயர்த்தோ தழுவியோ இலங்கையரால் செய்யப்பட்ட இந் நூலாக்கங்களுடன் தமிழகத்தில் வங்கம், மராத்தி ஆகிய மொழிகளிலிருந்து தமிழில் செய்யப்பட்ட பெயர்ப்புகளும் வாசிப்புச் செயற்பாங்கில் முக்கிய பங்காற்றின. அக் காலத்தில் மராத்திய மொழியானது புரட்சியின் கனல் மணத்த எழுத்துக்களைக் கொண்டிருந்தது. சமூக ரீதியான, குடும்ப ரீதியான முற்போக்குச் சிந்தனைகளை மராத்தி நாவல்கள், குறிப்பாக கே.ஏ. அப்பாஸின் ‘முதலிரவு’, ‘நக்ஸல்பாரிகள்’ போன்றவை வற்புறுத்தின. தாம்பத்திய வாழ்வினதும், பெண்ணுரிமையினதும், சமூக எழுச்சியினதும் அறைகூவல்களைக்கொண்ட நாவல்கள் பலவற்றை அவர் எழுதியிருந்தார். இத்தகைய நாவல்கள் இலங்கைத் தமிழ் நாவலிலக்கியத்தில் பெரும் பாதிப்புக்களைச் செய்தன. எம்.ஏ. அப்பாஸின் ‘இவளைப் பார்’, ‘கள்ளத் தோணி’ போன்ற கதை நூல்கள் அவற்றின் பின்னணியிலேயே எழுந்தன எனல் வேண்டும்.

கவனமாகும் மலையக எழுத்துக்கள்

பிராந்தியரீதியிலான இலக்கிய அக்கறையை இப்பிரதி கொண்டிருக்கவில்லை. என்றாலும், இந்த இடத்தில் மலையக இலக்கிய நிலைமையைச் சற்று ஊடறுத்துப் பார்ப்பது இலக்கிய வரலாற்றுப் புரிதலுக்கான ஒரு வாய்ப்பாக அமையக் கூடும்.

தமிழகத்தில் ‘தமிழக மலையக எழுத்து’ எனவொரு வகைமை ஆய்வுரீதியான தேவைக்காகக்கூடப் பயில்வில் இல்லாமைகொண்டு, ‘இலங்கை மலையக எழுத்து’ என்ற வகைமைப்பாடு அமையும்பட்சத்தில் அதன் வலுக்கொண்ட அர்த்தம் புரியப்படலாகும். கு. சின்னப்ப பாரதியின் ‘சங்கம்’போல் சில நூல்கள் தமிழக மலையகத் தோட்ட மக்களின் வாழ் நிலைமைகளை மய்யங்கொண்டு பிறந்துள்ளனவாயினும், அவை அவ்வாறான ஒரு வகைமைக்குள் அடக்கப்படாதிருப்பதற்கு வரலாற்றுக் காரணங்கள் உள. ஆயினும் ‘இலங்கை மலையக எழுத்துக்கள்’ என்ற பகுப்பு தேவையும், முக்கியத்துவமும் உடையது.

இவ் இலக்கிய காலப் பிரிவில் மலையகத்தில் ஓரிரு நாவல்கள் தோன்றினவெனத் தெரியவருகிறது. 1869இல் தோன்றிய ஆபிரஹாம் ஜோசப்பின் ‘கோப்பிக் கிருஷிக் கும்மி’ என்ற நூலுக்கு ஏறக்குறைய 68 ஆண்டுகள் கழித்து 1937இல் ஆ. போல் என்பவர் எழுதிய ‘சுந்தர மீனாள் அல்லது காதலின் வெற்றி’ என்ற நாவல் வெளிவந்திருக்கிறது. இதுபற்றிய

பூரண விபரங்கள் மு. நித்தியானந்தனின் 'கூலித் தமிழ்' நூல் மூலம் அறிய முடிந்தது. நூலில் மு. நித்தியானந்தன் கதைச் சுருக்கமும், விமர்சனரீதியிலான விளக்கத்தையும்கூடப் பதிவிட்டிருப்பார். கனதியான இலக்கியாம்சம் பொருந்திய நூலாக இல்லாவிடினும் ஆர்வமேற்படுத்தும் விஷயங்களின் பதிவுகளோடு ஜனரஞ்சகமாய்ச் சென்றிருக்கிறது நாவல். ஆ. பால் எழுத்துவளம் கைவரப்பெற்றவர் என்ற மு. நித்தியானந்தனது அபிப்பிராயம் கதைக் கட்டுமானத்தையும் கதைப் பின்னலையும் வைத்து நோக்குகையில் ஏற்கக்கூடியதாகவே தென்படுகிறது.

ஆபிரஹாம் ஜோசப்பின் 'கோப்பிக் கிருஷிக் கும்மி'க்கும் தெளிவத்தை ஜோசப்பின் 'காலங்கள் சாவதில்லை' நாவலுக்கும் இடையே ஒரு நூற்றாண்டுக்கு மேலான இடைவெளியுண்டு. இந்த இடைவெளி மலையக இலக்கிய வரலாற்றில் ஆச்சரியமுடன் பார்க்கப்படுவது. மண் வஞ்சிக்கப்பட்ட மக்களிடமிருந்து ஆழமான நூல் எதுவும் தோன்றுவது சிரமமானது என்பதுதான் அதற்கான பதிலாக அமையமுடியும்.

ஜூலை 22, 1939இல் நடந்த பண்டித ஜவகர்லால் நேரு கலந்துகொண்ட ஹட்டன் கூட்டத்தில், தோட்டத்தில் வேலைசெய்ய வந்த தமிழர்கள் இன்னும் இந்தியராகவோ இலங்கையராகவோ இல்லாது நாடற்று உறும் அவதியை நடேசய்யர் விளக்கியிருந்தார். அதுவொரு தனிநிலை. அந்தரத் திலிருந்து இலக்கியம் படைத்துவிட முடியாது. அதற்கு மேலும் நாளெடுக்கும்.

'சுந்தர மீனாள் அல்லது காதலின் வெற்றி' நாவலைத் தொடர்ந்தும் சில நாவல்கள் உருவாகியதை மு. நித்தியானந்தன் 'கூலித் தமி'ழில் தெரிவிக்கிறார். அவற்றுள் 1940இல் தோன்றிய ஜி.எஸ்.எம். ஸாமுவேல் எழுதிய 'கண்ணனின் காதலி' என்பது ஒன்று. 'சாதிய ஒடுக்குமுறைகள் குறித்த சமூகப் பிரக்ஞைகொண்ட சாமுவேல், கண்ணன் என்ற தலித்தையே தனது நாவலின் நாயகனாகப் படைத்திருப்பது, அக்காலகட்டத்தில் முற்போக்கான சிந்தனையோட்டத்தையே காட்டுகிறது. சமுதாயத்தில் ஆதிக்கம் செலுத்திய சாதியச் சக்திகளின் வலைப்பின்னலுக்குள் துணிச்சலோடு ஒரு தலித்தை நாயகனாகச் சிருஷ்டித்தமை கலகக்காரனின் எதிர்ப்புணர்வையே வெளிப்படுத்துகிறது' என்கிறார் அவர் ('கூலித்தமிழ்', ப:150).

இலங்கைத் தேசிய இலக்கிய உணர்வு

ஒரு சமூகவியக்கத்தின் காலத்தை நிகழ்வுகளுக்குப்போல் அச்சொட்டாக வரையறுத்துவிட முடியாது. எந்த இலக்கியக்

காலகட்டத்தின் எல்லைக் கணிப்பும் இந்த விதிக்கு அடங்கியே சாத்தியமாகிறது. அதுபோல வரையறுக்கப்பட்டக் காலகட்டங்களின் ஊடாய்த் தேவைகளின் அடிப்படையில் சில புதிய காலப் பிரசன்னங்களும் நிகழ்ந்துவிடுகின்றன. புதிதெனப்பட்டாலும் இது ஏற்கெனவே வரலாற்றுள் அழுந்தியிருந்த காலகட்டமாகவே கணிக்கப்பட வேண்டும். அது இலங்கைத் தேசிய இலக்கிய உணர்வுக் காலமாகும்.

இடைக்காடரின் 'நீலகண்டன் ஒரு சாதி வேளாளன்' நாவலானது வடக்கு, கிழக்கென்ற குறுகிய நிலவெல்லையின் வரையறையற்றதாய் இலங்கைத் தீவு என்ற கருத்தியல் தளத்தில் பயில்வு பெற்றமை மெய்யாகவே நடந்திருந்தது. அதன் ஆரம்பத்தின் மெல்லிய இழைகளை சி.வை. சின்னப்பபிள்ளையின் 'வீரசிங்கன் கதை அல்லது சன்மார்க்க ஜெயம்' நாவலிலும் காணமுடியும். ஆயினும் வெகு பலஹீனமான இழைகள் அவை. 'நீலகண்டன் ஒரு சாதி வேளாள'னிலும் அது ஆழமாய் இருந்ததென்று சொல்லமுடியாது.

ஆனால் கொழும்பிலே 1930இல் தோன்றிய *வீரகேசரி*யோ, 1931இல் தோன்றிய *தினகரனோ* அச்சுக்கான தீனியை இலங்கை அளாவிய கதைகளின் பின்புலங்களில் தேடியதில் இலங்கைத் தேசியம் அங்கு முனைப்புக் கொண்டிருந்ததைக் காணமுடிகிறது. எண்ணிப்பார்க்கையில், 'நீலகண்டன் ஒரு சாதி வேளாள'னில் தோற்றம் காட்டிய இலங்கைத் தேசிய உணர்ச்சி அத்தோடு அடங்கிவிடவில்லையென்பது தெரிய வருகிறது. *வீரகேசரி* ஆசிரியராயிருந்த எச். நெல்லையாவின் 'சோமாவதி அல்லது இலங்கை இந்தியர் நட்பு' நாவலும் முழு தேசத்தையும் கதைப் பின்புலம் ஆக்கியதோடு, ஈரினக் கதாப்பாத்திரங்களின்மூலம் கதையை நகர்த்தி உணர்வுத் தொடர்ச்சியின் கண்ணியாய் விரிகிறது. இவ்வாறாக இலங்கைத் தேசிய இலக்கியக் காலம் தன் தொடக்கத்தை 1926இலிருந்து காண்கிறது.

இலங்கைத் தேசிய உணர்வு வீச்சாக வளரத் தொடங்கியதற்கு சுதந்திரம்பெற்ற 1948ஐ ஒரு மைல் கல்லாகக் காட்டினால், பேராதனையின் ஐம்பதுகளை அதன் அருகிலுள்ள இன்னொரு அடையாளமாகச் சுட்டமுடியும். அந்த ஐம்பதுகளிலேதான் பேராதனைப் பல்கலைக்கழகத்தில் பயின்ற படைப்பாளிகளான சிங்கள மாணவர்கள் ஓர் இயக்கமாக ஒன்றிணைந்தார்கள். அவர்கள் 'பேராதனைச் சித்தாந்திகள்' எனப்பட்டனர். அவர்களுக்குச் சிங்கள நாடகத் துறைக்கு, ஓரளவு தமிழ் நாடகத் துறைக்கும்தான், பெருந்தொண்டாற்றிய எதிரிவீர சரத்சந்திர

ஆதர்ஷமாகவும் வழிகாட்டியுமாக இருந்தார். அந்த அமைப்பினர் மூலமாகவே சிங்கள மொழியில் தேசிய உணர்வுள்ள ஆக்கங்கள் தோன்றத் தொடங்கின. மட்டுமன்றி, 1948இல் இலங்கை சுதந்திரம் பெற்று பிரிட்டிஷ் ஆட்சி அகன்றதிலிருந்து இலங்கையர் வசமாகியிருந்த ஆட்சியும் நாம் இலங்கையரென மக்களை இன, மத, மொழி பேதங்கள் கடந்து நினைக்கவே செய்தது. அதன் பதிவுகளை நாம் சிங்கள, தமிழ் இலக்கியங்களிலிருந்தே தேடவேண்டியவராய் இருக்கின்றோம்.

ஆனால் அவ்வாறு தமிழில் வளர்ந்துவந்த இலங்கைத் தேசியம் 1956 பின் இருக்கவில்லை. மேலே அது நீளமுடியாதபடிக்கு அரசியல் நிகழ்வுகள் தடுத்துவிட்டிருந்தன. ஏகாதிபத்திய முதலாளிகளிடமிருந்து 1956இல் ஆட்சியைக் கைப்பற்றிய சிறிலங்கா சுதந்திரக் கட்சி தான் வாக்களித்திருந்தபடி ஒருமொழிக் கொள்கையைச் சட்டவாக்கம் செய்ததின்மூலம் அதைச் சாதித்தது.

மொத்தத்தில் 1926–1955 காலகட்டமானது பெறுமதியற்ற நாவல்களின் காலமாக ஆகிப்போனது. இக்காலத்தின் அடைதலாக ஏதாவது சாத்தியமாகியிருந்தால் அடுத்த காலகட்டத்தின் இலக்கிய வளர்ச்சிக்கு அது கொண்டிருந்த உரமாகவே இருக்கமுடியும். முன்னோடி எழுத்துக்களது தோற்றம் அக்காலத்தில் முகிழ்ந்ததென்பது அதனொரு பலம். ஆனால் அதற்கான எதிர்வினைகள் அடுத்த இலக்கியக் காலகட்டத்திலேதான் விளையவிருந்தன. மரபிலக்கியம் சார்ந்து பண்டித வர்க்க எழுத்தாளர்கள் ஒரு சக்தியாய் இக்காலகட்டத்தில்தான் திரள ஆரம்பித்தார்கள். முன்னோடிகளும், மறுமலர்ச்சி எழுத்தாளர்களும், பண்டித வர்க்க எழுத்தாளர்களும் கோஷங்களற்றும் ஆரவாரமற்றும் இருந்தாலும் ஒரு பனிப்போருக்கான உட்கனலைக் கொண்டிருந்தார்கள். இக்காலகட்டத்தின் பண்பும் பயனும் இம்மட்டே.

9

இலங்கை இடதுசாரியச் சிந்தனை

1948இல் யூனியன் ஜாக் கொடி இறக்கப் பட்டு இலங்கைத் தேசியக் கொடி இலங்கைப் 'பாராளுமன்ற' கட்டிடத்தின் மேல் பறக்கவிடப் பட்டபோது, சிங்கள தமிழ், முஸ்லீம், பறங்கி மக்களின் மனம் குதூகலித்தாலும் முழுநிறைவை அடைந்துவிடவில்லை. அது ஓர் ஆட்சி மாற்றமெனி னும் ஆட்சி மாறாத பாங்கிலேயே இலங்கை இருந்திருந்தது. கொள்ளுப்பிட்டி பிரிட்டிஷ் விமானநிலையத்தில் இன்னும் யூனியன் ஜாக் கொடியே பறந்துகொண்டிருந்தது. திருகோணமலை சீனன்குடாவிலும் அவ்வண்ணமே. இலங்கை நீதி விவகாரத்தில் மேலாதிக்கம் இன்னும் பிரிவி கவுன்ஸில்[1] வசமே இருந்தது. ஏறக்குறைய 450 வருஷங்களாகச் சொந்த மண்ணில் அந்நிய ஆட்சியின் அவலங்கள் யாவும் பட்ட இலங்கை மக்களுக்கு, விதேச அதிகார மய்யம் அகன்ற போதும் அதனிடத்தில் அவர்கள் தாசர்களின் அதிகாரம் கொலுவிருந்ததை அனுசரித்துப்போக முடியாத மனநெருக்கடி ஏற்பட்டது. உயர் வகுப்பார் அனுசரித்துப்போன வேளையிலும், ஏனையோர் தமக்கான எதிர்ப்புணர்வில் இணைந்தே இருந்தனர். அதன் பெறுபேறுதான் உடனடிப் பொருளாதாரக் காரணத்தை முன்வைத்து நடந்த ஒகஸ்ற் 12, 1954இன் முழு இலங்கையையும் அதிரவைத்த ஹர்த்தால் போராட்டம்.

1. Privy Council of the United Kingdom

நாடே ஸ்தம்பித்தது. அதை இலங்கையின் முதல் இடதுசாரிக் கட்சியான லங்கா சமசமாஜக் கட்சி முன்னெடுத்திருந்தது. அதன் தொடர் நிகழ்வுகளின் வெற்றியாக, 1956இல் நடைபெற்ற பொதுத்தேர்தலில் கூட்டு இடதுசாரிக் கட்சிகளின் மக்கள் ஐக்கிய முன்னணி ஆட்சியைப் பிடித்தது. அதிலுள்ள துரதிர்ஷ்டம், சிறீலங்கா சுதந்திரக் கட்சியைக் கூட்டணியின் முதன்மை ஸ்தானத்தில் நிறுத்தியதே.

பொதுத் தேர்தலில் மக்கள் ஐக்கிய முன்னணியின் வெற்றியினால் இரண்டு முக்கியமான விளைவுகள் ஏற்பட்டன்.

- திருகோணமலைத் துறைமுகம் தேசியமயமாக்கப் பட்டது. கல்ரெக்ஸ், ஷெல், ஸ்ரான்டார்ட் வக்யும் ஆயில் கொம்பனி ஆகியன நாட்டுடைமை ஆக்கப்பட்டன. துறைமுக ஏற்றுமதி–இறக்குமதி வேலைகளை அரசு பொறுப்பேற்றது.
- சிங்களம், தமிழ், ஆங்கிலம் ஆகிய மும்மொழிகளும் அரச கரும மொழிகள் என்றிருந்த சரிநிலை மாறி, சிங்கள மொழிமட்டும் அரச மொழியென்ற பிழைநிலை உருவானது. அதேவேளை வேறொரு முனையில் தமிழ், சிங்கள மொழிகளை ஆங்கிலத்தின் பின்னிற்கும் நிலையிலிருந்து விடுவித்து முன்னணிக்கு அது கொண்டு வந்தது.

ஆயினும் பெரிய இன, மத, மொழித் துவேஷங்களின்றி இருந்த சமூகத்திலே முதன்முதலாக மொழி, இனம் சார்ந்த வேற்றுமைகள் தலைதூக்கி இலங்கைத் தேசியமென்ற கருத்தாக்கத்தின் பிரம்மாண்டத்தில் வெடிப்புத் தோன்றச் செய்தன. இலங்கைத் தேசியத்தை முன்மொழிந்திருந்த தமிழிலக்கியம் திசைகெட்டு நின்றது. தொடர்ந்து நிகழ்ந்த 1958இன் இனக்கலவரம் இலங்கை மக்கள் அனைவரும் சமத்துவமானவர்கள் என்றிருந்த உயர் சிந்தனையைத் தமிழ் மக்களின் மனத்திலிருந்து முற்றாக அழித்தது.

ஏற்கெனவே நிறைவேற்றப்பட்டிருந்த 1948இனதும் 1949இனதும் குடியுரிமைச் சட்டங்களால் நாடற்றவராக்கப்பட் டிருந்த இந்தியச் சமூகத்தின் மேலும் 1958 இனக்கலவர காலத்தில் துவேஷங்கள் கட்டவிழ்த்து விடப்பட்டன. யாழ்ப்பாணிகள்போலவே இந்தியத் தோட்டத் தொழிலாளரும், கொழும்பு இந்திய வர்த்தகர்களும் பாதிக்கப்பட்டனர்; எரியூட்டப்பட்டனர்; அழிக்கப்பட்டனர்.

இந்த இனக்கலவரச் சூறையின் பின், மௌனமாய் ஒரு புரட்சி முகிழ்ந்தது. ஒல்லாந்து, போர்த்துக்கல், இங்கிலாந்து

ஆகிய நாடுகளை நோக்கிப் பறங்கி இனத்தார் பெயரத் தொடங்கினார்கள். கலப்பினத்தவர்களான அந்த மக்கள், குறிப்பாக இலங்கை – போர்த்துக்கீசிய ஒல்லாந்த ஆங்கிலக் கலப்பினம், ஆங்கிலமும் அதிகார மொழியாய் இருந்த வரையில் தனக்கும் நாட்டுக்குமிடையே ஒரு தொடர்பிருப்பதாகக் கருதியிருந்தது. ஆனால், 1956இல் சிங்களம் மட்டும் அரசகரும மொழி ஆனதோடு தன் பிறப்புரிமையே இழந்துபோனதாய் அது அவலமெய்தியது. அதில் அதிகமும் ஈடுபட்டவர்கள் கல்விப் புலத்தைச் சேர்ந்தவர்களாய் இருந்தார்கள். 'ஐம்பதுகளின் மொழிச்சட்டம் பர்கர்களை நாடிழந்தவர்களாக ஆக்கியது' என்கிறார் பேராசிரியர் செல்வா கனகநாயகம்.[2]

சிங்கள மொழி இலக்கியமானது இதனால் அரச ஆதரவு தவிர்ந்த எத்தகைய சாதக நிலைமையினை எதிர்கொண்டதென நிச்சயமாய்க் கூறமுடியவில்லை. ஆனால் தமிழ் இலக்கியம் தன்னை இலங்கைத் தேசியத்திலிருந்து விடுவித்துக்கொண்டு தவிர்க்கமுடியாத மாற்றங்களை அடைந்தது.

ஆற்றல் வாய்ந்த வடிவமாக ஆகியிருந்த சிறுகதையும், இன்னும் சிறப்பாக வடிவமைந்துகொண்டிருந்த நாவல் கலையும் தமிழினத்திற்கு ஏற்பட்ட அழிவுகளை எடுத்துரைத்தன; மரணங்களின், உயிருடனான எரியூட்டல்களின் அநியாயங் களைப் பேசின. அப்போதும் அரசியல் நிலையிலிருந்தே அதன் எதிர்ப்பு அதிகமும் பிறந்திருந்தது. இதை வரலாற்றில் தமிழ்த் தேசியம் வீச்சுடன் தொடங்கிய காலமெனச் சொல்லமுடியும். அது ஏறக்குறைய 1983 வரை தொடர்ந்ததாகக் கொள்ளலாம்.

ஆனால் இலங்கை முற்போக்கு அணி இலங்கைத் தேசியத்தை இன்னுமே தன்னோடு இணைத்துக்கொண்டிருந்தது. மட்டுமன்றி, மொழியை ஒரு புறவயக் கருத்தாக்கமாக்கி அதன்மீதான தன் பற்றின்மையையும் வெளிப்படையாகக் காட்டியது. அது அந்தநேரத்தில் மார்க்சியச் சித்தாந்த அடிப்படையிலான ஒரு நிலைப்பாட்டையே எடுத்ததெனக் கூறமுடியும். அது மண்வாசனைபற்றிப் பேசியது; இலங்கைத் தேசியம் பேசினாலும், தமிழிலக்கியத்தின் தேசியம் பேசியது; இலங்கைத் தமிழிலக்கியம் தனித்துவமானது என்றது.

ஆம், தமிழ்நாட்டு இலக்கிய மேலாண்மையை விதேசிய மேலாண்மையாகவே அது கணித்தது. இந்தியச் சஞ்சிகைகளின், நூல்களின் அபரிமிதமான இறக்குமதியை அது எதிர்த்தது; இந்தியத் தமிழ் வர்த்தகச் சமூகமென நோக்காமல், விதேசிகளின்

---

2. 'இலக்கிய வரலாறும் திறனாய்வும்: பின்காலனித்துவ அணுகுமுறை', ப: 134, 2015.

மேலாண்மையான வர்க்கமாய் எண்ணியது. சகல உழைக்கும் மக்களையும் இன வேறுபாடின்றி விவசாயிகளாயும் தொழிலாளராயும் கண்டு, அதன் வர்க்கரீதியான அசைவுகளை ஒன்றிணைத்தது. அது விதேச முதலாளி வர்க்கத்தாலோ அதன் சிந்தனையாளராலோ ஜீரணிக்கப்பட முடியாதது.

இக்காலகட்ட இலக்கியம்பற்றிச் சிறிது ஆழமாகப் பார்ப்பது அவசியம். இது விரிவான காலக் களத்தில் (1956–1983) அதன் வளர்ச்சியது அக, புறக் காரணிகளின் விபரங்கள் நிறையக் கொண்டது.

இலங்கை முற்போக்கு எழுத்தாளர் சங்கம் (1954–1974)

1956–1983க்கு இடைப்பட்ட இவ் இலக்கியக் காலமானது, பொதுவில் தமிழ்த்தேசிய இலக்கியக் காலம், முற்போக்கு இலக்கியக் காலம் ஆகிய வெவ்வேறு கருத்தியல்கள் அரசியல் சார்புற்று இயங்கியதன் வரலாற்றைக் கொண்டுள்ளதென முன்பே அடையாளப்படுத்தப்பட்டது. வெவ்வேறு நாமகரணங்களுடன் இருந்திருந்தாலும், அவை ஒவ்வொன்றும் உள் ஊடாட்டம் கொண்டியங்கின என்பதும் தெரியவருகிறது. உதாரணமாக, பண்டிதமணி சி. கணபதிப்பிள்ளை, வித்துவான் பஞ்சாட்சர சர்மா ஆகியோர் மரபில் காலூன்றி நின்றவரானாலும் அவர் களுக்கு முற்போக்கு அணியினருடன் நெருக்கமான இலக்கியத் தொடர்பும் இருந்தது. நாவலருடனான முற்போக்கினரின் அணுக்கத்தின் கால் அவர்களாக இருந்தனர்.

இலங்கையில் பொதுவுடைமைச் சித்தாந்தத்தின் பரவலுக்கு 30களிலிருந்து வரலாறுண்டு. இன்னும் சித்தாந்த அடிப்படை யிலேயே தொழிலாளர் சங்கங்களும் செயற்பட்டுக்கொண்டு இருந்தன. அதாவது, அவை அரசியல் கட்சிகளின் கீழுள்ள தொழிற்சங்கங்களாய் இருந்தன. பொதுவுடைமைச் சித்தாந்தத்தை அடிப்படையாய்க் கொண்டிருந்த தொழிற்சங்கங்கள் மிக்க வலுக்கொண்டிருந்தன. முற்போக்குக் காலகட்டத்திலிருந்தே முற்போக்குச் சிந்தனையிலான இலக்கியம் தோன்றியிருப்பினும் அது எக் காலகட்டத்திலும் இருந்திருக்கக்கூடிய ஓர் எண்ணக் கருதான்.

முற்போக்கு என அடைமொழிப் பெயர்பெறும் இக்கால கட்டத்தின் மய்யமாக இருக்கக்கூடிய அமைப்பொன்று ஜூன் 1954இல் உருவெடுத்தது. எனினும் அதன் தோற்றப்பாட்டினுக்கு முன்னனுபவங்களாகிய வரலாறு உண்டு. அது இலங்கை சுதந்திரத்திற்கு முன்னான காலம். இலங்கைத் தேசியத்தின் உணர்நிலையில் தமிழ், சிங்கள, முஸ்லிம் கலைஞர் படைப்பாளர்க்கிடையில் செயற்பாட்டுக்கான ஒருங்கிணைவின்

துவக்கத்தை 1947இல் 'இலங்கை எழுத்தாளர் சங்கம்' என்ற பெயரில் உருவான சங்கம் அடையாளப்படுத்தியது. அதன் தலைவராக விபுலாநந்த அடிகளும், துணைத் தலைவராக சிங்கள மொழி எழுத்தாளர் மார்டின் விக்கிரமசிங்ஹவும், இணைச் செயலாளர்களாக கே. கணேஷ், எதிரிவீர சரத்சந்திர ஆகியோரும் தேர்வாகியிருந்தனர். இது ஐம்பதுகளில் செயலூக்கம் அற்றுப்போக, 'இலங்கைத் தமிழ் எழுத்தாளர் சங்கம்' என்ற பெயரில் வேறோர் அமைப்பை கே. கணேஷின் ஆர்வம் உருவாக்கியது. அதுவும் பெரிதான செயற்பாட்டில் இறங்குவதன் முன்னரே அழிநிலை எய்தியது. அதன்மேல் கே. கணேஷ், இளங்கீரன், கே. இராமநாதன் போன்றவர்கள் ஹட்டன் இலக்கியக் கூட்டமொன்றில் சந்தித்தபோது 'இலங்கை முற்போக்கு எழுத்தாளர் சங்க'த்தை ஆரம்பிப்பதெனத் தீர்மானமெடுத்தனர். அதன்படி ஜுன் 1954இல் சங்கம் அங்குரார்ப்பணம் செய்து வைக்கப்பட்டது. 1956 ஜனவரியிலிருந்து *புதுமை இலக்கியம்* என்ற இதழையும் அது வெளியிட ஆரம்பித்தது.

முந்திய அமைப்புகள் முற்போக்கைத் தம் பெயரில் கொண்டிராவிட்டாலும், அதன் சித்தாந்தத் தளத்திலேயே ஸ்தாபிதமாகின என்பது வெளிப்படை. இது செயற்பாட்டளவில் இயங்கிய 1975வரையான காலமே இலங்கை இலக்கிய வரலாற்றில் முற்போக்கு இலக்கியக் காலகட்டம் எனப்படுகிறது.

'முற்போக்கு இலக்கிய எழுத்தாளர் சங்க'த்தின் இயக்கமே பரவலான கருத்து நிலையிலிருந்த மரபு இலக்கிய வாதத்தின் வெளிப்படையான இயங்கலுக்குக் களமமைத்தது. இந்தக் கருத்துநிலைகளிலிருந்து பல்வேறு காரணங்களில் உதிர்ந்தவர்களி லிருந்தே எதிரிலக்கிய அணியெனக் கருதத்தக்க ஓரணி உருவாதல் சாத்தியமானது.

இலங்கையில் முற்போக்கு இலக்கியமானது 'இலங்கை முற்போக்கு எழுத்தாளர் சங்க'த்துடன் மட்டும் தோன்றியிருக்க வில்லை. அது ஏற்கெனவே மலையகத்து எழுத்தாளர் ஸாமுவேல், வடக்கின் எழுத்தாளர் ஆனந்தன் (கவிஞர் க. சச்சிதானந்தன்) போன்றோரின் எழுத்துக்களில் சாதியத்துக்கெதிரான குரல்களாகப் பதியவைக்கப்பட்டிருந்தது என்பது ஞாபகம் வைத்திருக்கப்பட வேண்டியது. ஆக, முற்போக்கு இலக்கியத்தின் தோற்றம் அரசியல் நிலை சார்ந்ததுமாகும் என்பது தெளிவாகிறது. அதன் வீச்சான வளர்ச்சிக்கு 1954இன் நாட்டையே ஸ்தம்பிக்க வைத்த ஹர்த்தாலும், தொடர்ந்து நிகழ்ந்த சோவியத்தின் நிலாவெளிப் பயண வெற்றியும் பெருந்துணையாயின. முற்போக்கு இலக்கியக் கோஷம் அனைத்து இலக்கியப் போக்குகளையும் வெட்டி வீழ்த்தி முன்னகர்ந்தது.

அதற்கு உறுதுணையாயின பேராசிரியர்கள் க. கைலாசபதி, கா. சிவத்தம்பி ஆகியோருக்கேற்பட்ட அதனுடனான இணைவு. அவர்கள் அதன் கொள்கை வகுப்பாளர்களாகவும் கருதப் பட்டனர். பின்னால் *தினகரன்* வார மஞ்சரிக்கு க.கைலாசபதி ஆசிரியரானமை (1959) படைப்புகளின் பிரசுர வகையில் முற்போக்கு இலக்கியத்திற்கு வலுச்சேர்த்தது.

முற்போக்கு இலக்கியவாதம் மார்க்சிய இலக்கிய மானதும், தனக்கான சொந்த விமர்சனப் போக்கில் இலக்கியங்களின் தாரதம்மியத்தைக் கண்டதும் முற்போக்கு இலக்கியவுலகின் தொடர் நடைமுறையாகிப் போயிற்று. க. கைலாசபதி, கா. சிவத்தம்பி ஆகியோரின் பல்கலைக்கழக ஆசிரிய பீட நுழைவினால் கல்வி நிறுவனங்களிலும் மார்க்சிய இலக்கிய விமர்சனப் போக்கு தன்னிருப்பைத் தாபித்துக் கொண்டது. இது அண்டை நாடுகளின் தமிழ்ப் புலத்திலும் பாரிய தாக்கத்தினை விளைவித்தது.

இலங்கையைப் பொறுத்தவரை அது பலமான இலக்கியரீதியான பாதிப்புகளை விளைவித்தது.

- 'கிராமத்துக்குத் திரும்புதல்' (*Pastoral*) என்ற இலக்கிய வகைமை 'மண்வாசனை' இலக்கியமாக முகிழ்ப்புப் பெற்றது.
- மண் வாசனை இலக்கியம் இலங்கைத் தமிழ் இலக்கியமென்ற கருத்தியலை முன்னிறுத்தியது. தமிழ்நாட்டிலக்கியம் பிறிதொரு நாட்டு இலக்கியமென்ற தெளிவு அதிலிருந்து பிறந்தது.
- அதனால் இலங்கைத் தமிழ்ப் பரப்பில் தமிழ்நாட்டு வெகுஜனக் குப்பைகளுக்கிருந்த மதிப்பைக் குறைக்கும் வண்ணம் ஒன்றில் அவற்றின் இறக்குமதி தடை செய்யப்பட்டது அல்லது இறக்குமதியின் தொகை குறைக்கப்பட்டது.
- தமிழின் தீவிர இலக்கிய வட்டம்போல் முற்போக்கு அணியும் வெகுஜன எழுத்துக்களை, குறிப்பாக அகிலன், நா. பார்த்தசாரதி, கல்கி ரா. கிருஷ்ணமூர்த்தி ஆகியோரினதைத் தயவுதாட்சண்யமின்றி நிராகரிப்புச் செய்தது.

இதுவரை கண்ட இலக்கியக் காலகட்டம் எதனினும் கூடுதலான இலக்கியக் கொள்கைகள் பயில்விலிருந்த காலம் இதுவெனவே தோன்றுகிறது. அவை தம்முள் முரண்டின; முட்டிக்கொண்டன. இம் முரண்களுக்கு, சித்தாந்தங்களைக்

கருத்தியல்களைமீறிய தனிப்பட்டதான மதமாற்சரியங்கள் காரணமாயினவென மு. தளையசிங்கத்தின் 'ஏழாண்டு இலக்கிய வளர்ச்சி 1956–1963' என்ற நூல் தெளிவாக எடுத்துரைக்கிறது.

முற்போக்கு, நற்போக்கு, மெய்யுளெனக் கருத்தியல்கள் பல வெளிப்பட்டு முரண்பாட்டின் பெருங்களமாய் விளங்கிய இக்காலம் உண்மையில் பல சந்தேகங்களைத் தானாகவே கிளப்புகின்றதுதான். அவற்றினுக்கு மேலோட்டமாகவேனும் பதில்களைக் கண்டுபிடிக்க இயலும். இருபதாம் நூற்றாண்டு இரண்டாம் பாதியின் தொடக்கத்திலிருந்து ஐரோப்பாவில் விசைகொண்டெழுந்த இலக்கியச் சித்தாந்தங்களான அமைப்புமையவாதம், பின்அமைப்பியல், பின்நவீனத்தும் ஆகியவற்றின் பாதிப்பு இலங்கை இலக்கிய வட்டத்தில் பயில்வையல்ல, தோற்றத்தைக்கூடக் காட்டாதது ஏனென்ற கேள்வி கிளப்பப்படலாம். நற்போக்கு, மெய்யுள் ஆகிய சிந்தனைப் போக்குகள் இலங்கைத் தமிழ்ப் பரப்பில் தோன்றினாலும் அவை விவாதத்தில் நிமிர்ந்து நிற்கமுடியாத பலஹீனமான இரண்டு ஆர்வக் கோளாறுகள் என்பது பின்னால் விளங்கிப் போனது. 'மெய்யுள்' நற்போக்'கைவிட தத்துவப் புலம்கொண்டது என்பது ஒப்புக்கொள்ளப்படக் கூடியதே. அதையும் இங்கிலாந்தில் அல்டஸ் ஹக்ஸ்லியின் சிந்தனையையும் செயற்பாட்டையும் உதாரணம் காட்டிச் சிலர் மறுப்பர்.

அவ்வவற்றின் மூலவர்கள் பற்றிப் பேசநேரும் தருணங்களில் இச் சிந்தனைகள் பற்றிய சிறிய அறிமுகத்தை அவசியமானவளவுக்கு செய்துகொள்ளலாம். இப்போது முற்போக்கு இலக்கியம், அதை மூர்க்கமாய் எதிர்த்த மரபு இலக்கியக் குழு, இவர்கள் இரு சாராரையும் வெட்டியும் ஒட்டியும் நின்ற எதிரிலக்கிய வாதிகள் ஆகிய அனைத்துத் தரப்பாரின் படைப்புக்களையும் இனி நோக்க வேண்டும்.

10

பல்குணிக் காலம்
(1956—1983)

இந்த நாவலிலக்கிய காலகட்டத்தைப் பல இலக்கியக் கோட்பாடுகள் பயில்விலிருந்த காரணத்தால் 'பல்குணிக் கால'மெனலும் பொருந்தும். இக்காலகட்டம் மூன்று முக்கியமான இலக்கியப் போக்குகளினை உள்ளடக்கியிருக்கிறது. அவையாவன: *i)* முற்போக்கு இலக்கியம் *ii)* எதிர்ப்பிலக்கியம் *iii)* தமிழ்த்தேசிய இலக்கியம்.

இவற்றுள் முன்னைய இரு வகைப்பாடுகளுக்கும் உதாரணமாகக் கூடிய நாவல்கள் உள. ஆனால் தமிழ்த்தேசிய இலக்கிய வகைப்பாட்டுக்கான உதாரண நாவல்களைக் கண்டடைய முடியாது. அக் கருத்தியலில் நாவல்கள் தோன்றினவெனினும் குறிப்பிடத் தகுந்தவையாய் அமைந்திருக்காவிடின் அவைபற்றிய பிரஸ்தாபத்தை இப்பிரதி திட்டமாய்த் தவிர்த்துவிடும். அதற்காக அவ்வகைக் காலமொன்றின் அவசியப்பாட்டை மறுக்க வேண்டியது இல்லை. கவிதை, சிறுகதை போன்ற மற்றைய இலக்கிய வகையினங்கள் அவற்றுக்குத் தகுந்த உதாரணங்களை வழங்கமுடியும்.

முற்போக்கு இலக்கியம் எழுச்சிபெற்ற காரணங்கள்

விண்வெளியில் பயணித்த, பூமியை விண் மார்க்கத்தில் வலம் வந்த முதல் மனிதனாக ஜுரி அலெக்ஸியேவிச் ககாரினது சாதனைகள்

நிகழ்ந்த ஏப்ரல் 12, 1961இன் பின்னாக சோஷலிச அரசுகள்மேல் மக்களுக்கெழுந்த பெரு ஈர்ப்பு, அவர்களது ஜனநாயகமற்ற தன்மைமீதான கடும் விமர்சனங்களை மீறியும் வலிதாக எழுந்திருந்தது. விண்வெளிப் பயணங்களில் முயன்றுகொண் டிருந்த ஐக்கிய அமெரிக்காவையே வென்றிருக்கிறது சோவியத் யூனியன்; அமெரிக்கா அச்சாதனை கண்டு கதிகலங்கிப் போயிருக்கிறது; தன்னில் விழுந்த தோல்வியாய் சோவியத் யூனியனின் வெற்றியை அது உணர்ந்துகொண்டிருக்கிறது; இவ்வாறான சிந்தனைகளில் மக்கள் தம்மை வெற்றிவீரர் களாய்ப் பாவித்து இறும்பூதடைந்து திரிந்தனர். இலங்கையில் மார்க்ஸியக் கட்சிகளின் கூட்டணி ஆட்சியிலிருந்து தேசிய முதலாளித்துவத்தின் நலனுக்கான சகல முன்னெடுப்புக்களையும் செய்தது. இடதுசாரிகளின் பொற்காலமாயிருந்தது அது.

அரசியல் சார்ந்த இவை நினைவுகொள்ளப்படும் வேளையில், இலக்கியரீதியாக முற்போக்கு இலக்கியம் இக் காரணங்களால் பெற்ற உத்வேகம் 1975 வரை ஓயவேயில்லை. பல்கலைக்கழக மாணவர்களின் திறமான அணியொன்றும் (பின்னால் இவ்வணியிலுள்ளோர் இலங்கை நிர்வாக சேவை அதிகாரிகளாயினர்) படைப்பின் கதிபெற்று இயங்க ஆரம்பித்திருந்தது. அதன் இன்னொரு புற வளர்ச்சியாக வெளியிலிருந்தும் நிறைய எழுத்தாளர்கள் மனிதனைப் பாட எழுந்தார்கள். இது முற்போக்கு அரசியலுக்கும் இலக்கியத்திற்கு மான காலமாக மெய்யாகவே கருதப்பட்டது.

இக்காலகட்டம் ஒருவகையில் தனக்கு முன்பின் ஒப்புவமை யற்ற விமர்சனக் காலமாயும் இருந்ததென்பது முன்னரும் குறிப்பிடப்பட்டது. ஆயினும் விமர்சனத்தின் தன்மை மரபு சார்ந்த கண்டனக் குரல்களாக முற்போக்கு இலக்கியத்திற்கு எதிராகவே பெருகியிருந்தன. முற்போக்கிலக்கியத்தின் உரை, உரைநடை மரபை அது 'இழிசனர்' வழக்கென்றது. இதனாலுண்டான சலசலப்பில் நிறைய எழுத்தாளர்கள் உருவானார்கள். இவைகளைக் கண்டுதான்போலும் 'ஈழத்து நாவல் வளர்ச்சி'யில் கலாநிதி நா. சுப்பிரமணியன் இக்காலப் பிரிவினை 'எழுத்தார்வக் காலம்' எனப் பெயரிட்டார்.

இக்காலத்தில் புகழுக்கான படைப்பெழுத்து முயற்சி போலவே பத்திரிகை ஆசிரியருக்கான கடிதங்களிலிருந்து கண்டன மதிப்புரையெனவும் படைப்புகள்பற்றிய அபிப்பிராயத் தெரிவிப்புகளுமென நிறைய எழுத்துக்கள் பிறந்தன. இவ் அலைக்குள் மாணவர்களையும் உள்ளீர்க்கும் வகையில் இக்காலப்

பத்திரிகை, சஞ்சிகைகளில் 'மாணவப் பகுதி'யென ஒன்றும் இடம்பெறத் தொடங்கியது. எழுத்து முனைப்பை ஊக்கப்படுத்தக் கணிசமாக அது உதவியதென்பது உண்மை.

ஆனால் பத்திரிகையில் பெயர் வர எழுதியவர்கள் யாவருமே எழுத்தாளரெனத் தம்மை அடையாளப்படுத்தினார்கள். இதை 'ஈழத்து இலக்கிய வளர்ச்சி' நூலில் அதன் ஆசிரியர் கனக செந்திநாதன் பின்வருமாறு தெரிவிப்பார்: 'இலக்கிய முயற்சிகளைப் பற்றி எழுதப் புகுங்காலை மிகவும் எச்சரிக்கையோடும் நிதானத்தோடும் உள்நுழைய வேண்டியிருக்கிறது. இலக்கியப் படைப்பாளிகளான எழுத்தாளர்களுடன், 'வாசக' எழுத்தாளர், 'நேயர் கடித' எழுத்தாளர், 'கேள்வி – பதில்' எழுத்தாளர், 'எழுத்தாளர் சங்க அங்கத்துவ' எழுத்தாளர் என்று பல தரப்பட்ட, பெயரளவிலே தோன்றியுள்ள எழுத்தாளர்களும் 'பயிருடன் வளர்ந்த களை'களாகப் பல்கிப் பெருகியுள்ளார்கள்' (பக்: 69). எழுத்தார்வம் மறுதலையான விளைவையே சந்தித்தது. படைப்பின் கணம் உன்னித்தெழுந்து ஆழ்ந்த அனுபவ தரிசனத்தின் எழுத்தாக்க முயற்சிகள் அபூர்வமாக நிகழ இது காரணமாயிற்று.

1944இல் வெளிவந்த சிங்கள நாவலான 'கம்பெரலிய' என்கிற மார்ட்டின் விக்கிரமசிங்ஹவின் நாவல் காரணமாய் எழுந்த சிங்கள இலக்கிய அலை தமிழிலக்கிய உலகையும் அசைத்திருக்க முடியும். சிங்கள இலக்கியத்தில் 'கம்பெரலிய' முன்வைத்த கிராமத்தை எழுதுதல் கோட்பாடுபற்றி எங்கெங்குமான பேச்செழுந்தது. மேலும் அக்காலத்தில் இந்திய நாவலிலக்கியத்தில் அது 'கிராமத்துக்குத் திரும்புதல்' என்ற வகையினமாகச் சொல்லப்பட்டதையும், அது இலங்கை இலக்கியத்தில் செய்த பாதிப்பையும் அவதானிக்க வேண்டும்.

'Back to the Soil' என ஆங்கிலத்தில் சொல்லப்பட்ட இந்த இலக்கிய வகைமை பிரேம் சந்தின் 'கோதான்' நாவலில் திறம்பட வெளிப்பட்டிருந்ததாக விமர்சகர்கள் கூறுவார்கள். இது, இதுபோன்ற சமூக, பொருளாதார நிலைமைகள் மேற்குலகில் நிலவியபோது அங்கேயும் தோற்றம் காட்டிய வகையின மெனவும் தெரியவருகிறது. இலங்கையில் அது பரவலாகச் சிறுகதைகளில் ஆங்காங்கே தன்னை 'மண்வாசனை'யென்ற அடையாளத்தில் வெளிப்படக்காட்டியது. இதை 'கம்பெரலிய'வின் தமிழ் வடிவம் 1964இல் வெளிவந்த பின்னால் இன்னும் தீர்க்கமாகக் காணமுடிந்தது. இக்காலகட்டத்தில் தோன்றிய நூற்றுக்கணக்கான நாவல்கள், தொடர்கதைகள், குறுநாவல்கள்,

நெடுங்கதைகளிலிருந்து முக்கியமானவற்றை விமர்சனரீதியாக அணுகிக் காண வேண்டும்.

முற்போக்கு இலக்கிய நாவல்கள்

காலகட்டங்களை அண்ணளவாக முப்பது, முப்பது ஆண்டு களாக வகுப்பதிலுள்ள அனுகூலம்போலவே, பல வகையான இலக்கிய முன்னெடுப்புகள், கோட்பாடுகள் அல்லது கருதுகோள்கள் இயைந்து அதனால் அக்காலகட்டம் குழம்பிக் கொள்ளும் பிரதிகூலமும் பிறக்கக்கூடும்.

முடிந்தவரை தெளிவு தோன்றும்படியாக அந்தந்த வகைக்கான நாவல்களை இனங்காணப் பிரதி முயலும். அவையும் பேசுந்தரத்தனவாய் உளதாக வேண்டுமென்பதும் விதியாகிறது. காலத்தை அழுத்திய அல்லது காலத்தால் அழுத்தம்பெற்ற படைப்புகளே எப் பகுதிக் காலகட்டத்திலும் விசாரணையாகின்றன என்பதை, இது அனைத்து நூல்களையும் பதிவாக்கும் பட்டியல் விவகாரமோ இலக்கிய வரலாற்றுப் பதிவேடோ அல்லவாயிருந்து உறுதிப்படுத்திக் கொள்கிறது.

அ) செ.கணேசலிங்கனின் 'முந்நாவல் தொகை'

முற்போக்கு இயக்கத்தின் முக்கியமான நாவல்களாக முதலில் செ.கணேசலிங்கனின் 'நீண்ட பயணம்' (1965), 'சடங்கு' (1966), 'செவ்வானம்' (1967) ஆகியவற்றைக் குறிப்பிட முடியும். இவை மூன்றும் இலங்கை நாவல்களில் முதலில் வந்த 'முந்நாவல் தொகை' (Trilogy)யென க.கைலாசபதியும் தெரிவித்திருக்கிறார். மேலும் அவர் தனது 'தமிழ் நாவல் இலக்கிய'த்தில் தெரிவித்துள்ள இன்னொரு கருத்தும் முக்கிய மானது. அதில், 'ஆசிரியரது (செ.கணேசலிங்கன்) முந்திய நாவல்களைப் படித்தபோது அவற்றின் பாத்திரங்களின் வாழ்க்கையோடு அரசியல் போதியளவு இணைந்து முழுமையாகாது விட்டிசைத்து நிற்கக் கண்டேன். இந்நாவல் ('செவ்வானம்') அக் குறைபாடின்றி அரசியல் விஷயத்தைக் கலையுண்மை ஆக்கியுள்ளது' (பக்: 231) என்கிறார் அவர்.

நல்லது. பேராசிரியருக்கு இந்த முந்நாவல் தொகையிலுள்ள 'செவ்வானம்' நாவலில் அரசியலுண்மை பிரதியுண்மையோடு பின்னமுறாமல் நிற்பதாகத் தோன்றுகிறதெனின், இன்னொரு திறனாய்வாளருக்கு அவரது இன்னொரு நாவல் சிறந்ததாக அமைய முடியும். ஆயினும் இந்த இடத்தில் இந்த மூன்று நாவல்களும் அந்த வகையில் மட்டுமே தம் திறத்தைச் சிறப்பாகக் காட்டுகின்றன என்பதை அறிய வேண்டும். மேலும் இலங்கைத்

தமிழ் நாவல்கள் தம் தோற்ற காலத்தில் இயல்புவாதப் பண்பு வாய்ந்தவையாகவே இருந்தன. ஆங்காங்கே சில நாவல்களில் இயல்புவாதத்திலிருந்து யதார்த்த வாதத்திற்கான மீறல் தென்பட்டபோதும், அதற்கான முழு முயற்சியிலீடுபடும் நாவல்களில் ஒன்றாக செ.க.வின் 'செவ்வான'த்தைச் சொல்ல முடியும். முற்போக்கு இயக்கத்தின் வரலாற்றில் முன்னணிக்கு வந்த அந்த முந்நாவல் தொகைக்கு அக் காலப் பகுதி இலங்கைத் தமிழ் நாவல் இலக்கிய வரலாற்றிலும் கணிசமான முக்கியத்துவம் உள்ளது. அவ்வகையினத்துக்கான உதாரணம் இந்தியத் தமிழ் நாவல் வரலாற்றில் காணப்படுவதில்லை. அது கரிசனை கொண்டிருந்த இலக்கியப் போக்கு வேறாகயிருந்தது. இலங்கையில் அதன் பாதிப்பு அல்லது பிரதிபலிப்பு நிச்சயமாக இருந்தது. அதற்கான செல்நெறியை நவீன யதார்த்தத்தின் இலக்கிய நெறிகள் வகுத்து வைத்திருக்கின்றன. ஆஸ்டன் வார்ரன்[1] *'The Theory of Literature'* நூலில் கண்டபடி 'சமூகவியலுக்கும் அரசியலுக்கும் பதிலியானதல்ல இலக்கியம்; அது அதற்கான குறிக்கோளும் தோற்ற நியாயமும் கொண்டது' என்ற இலக்கிய எடுகோளில் வாசகர் அதிக நம்பிக்கை வைத்திருக்கிறார். தமிழ்நாட்டின் இலக்கிய நம்பிக்கைகளும் அதுவாகவே இருந்தன.

தன் எழுத்துலக வாழ்வில் இதுவரை நூறளவான ஆக்கங்களைத் தந்திருக்கும் ஈழத்து மூத்த எழுத்தாளரான செ. கணேசலிங்கனின் வாழ்வு அர்ப்பணத்துவமானது. குமரன் சஞ்சிகையின் வரலாறு அவரை எங்கும் இனங்காட்டும்.

அவரது எழுத்துக்களை ஒரு திறனாய்வாளனளவு ஒரு வாசகர் செய்துவிடமாட்டார். அந்த காலகட்டத்து இலங்கை வாசகர் ஒருவர் செ.க.வின் எழுத்துக்களைக் கடந்து வருதலென்பது துர்லபமானது. 'அன்புள்ள குமரனுக்கு', 'குந்தவைக்கு' ஆகியவை மு. வரசராசன், அப்துல் ரஹீம் போன்றோரது அடிச்சுவட்டில் தோன்றியிருப்பினும் அவை இலங்கையருக்கான நடையும் விஷயங்களும்கொண்ட அரசியலும் சமூகமும் சார்ந்த எழுத்துக்களே. அவை தமக்கென வாசகரில் ஓரிடத்தைப் பொறித்தே வைத்திருக்கின்றன.

ஆ) கே. டானியலின் 'போராளிகள் காத்திருக்கின்றனர்'

இக்காலகட்டத்துள் முக்கியமான ஆளுமை கே.டானியல். ஆரம்பத்தில் சிறுகதை எழுத்தாளராகத் தன் எழுத்தின் நெடும்பயணத்தைத் தொடக்கிய டானியலின் அக் காலகட்டத்திய எழுத்தனுபவம் சுமார் இருபது ஆண்டுகள். டானியல் சிறுகதை

1. Austen Warren, 1899-1986, 'The Theory of Literature' 1944-46

களுக்கு இலங்கை சாஹித்ய மண்டலப் பரிசும் கிடைத்திருந்தது. இந்த நிலையிலேதான் 'நெடுந்தூரம்' குறுநாவலின் மூலம் அவரது நாவலுலகப் பிரவேசம் நிகழ்கிறது. ஏறக்குறையப் பத்து நாவல்களைப் பட்டியலிட முடியுமெனினும் முக்கியமான நாவல்களாகத் தேறுபவை 'கானல்', 'கோவிந்தன்', 'போராளிகள் காத்திருக்கின்றனர்' ஆகிய மூன்றாகவே இப் பிரதியாளனின் தேர்வில் நிற்கின்றன.

டானியலின் நாவல்கள் அம்பேத்கர் நூற்றாண்டுக் காலகட்டத்திலிருந்து தமிழில் உருவாகிய தலித் இலக்கியத்தின் தோற்றத்துக்கு முன்னோடியானவையென அ. மார்க்ஸ் போன்ற விமர்சகர்கள் வலியுறுத்தித் தமிழ்நாட்டில் பேசுவர். அது உண்மையும்கூட. மேலும் வெங்கட் சாமிநாதன் அவரது எழுத்துக்களை நாவலின் கட்டமைப்பு, பேசுபொருள் ஆகியவற்றினாலும் சிறந்தவையெனக் குறிப்பிடுவார்.[2]

ஆனால் அரசியல், இலக்கிய விமர்சகர் ந. இரவீந்திர னுடைய டானியலின் நாவல்கள்மீதான அபிப்பிராயம் சிறிதளவு வித்தியாசமானது. சாதிப் பகுப்பு முறைச் சமூகத்தை டானியல் அணுகிய விதம் அரசியல் பாங்கற்றது என்பது அவரது வாதம். தலித்தியக் கருதுகோள்களின்படி இலங்கையில் இருக்கின்ற சாதிப் பிரிவினையை அணுகுவதற்கும், தாழ்த்தப்பட்ட அல்லது பஞ்சமர் சமூகம் என்ற அரசியல் கோணத்தில் அணுகுவதற்கும் வித்தியாசமுண்டு என்பார் அவர்.[3]

மூத்த கல்விப்புல விமர்சகர் கலாநிதி நா. சுப்பிரமணியனுக்கு டானியல் நாவல்களில் இன்னொருவகையான தேர்வுண்டு. டானியலின் 'கோவிந்தன்' (1982), 'கானல்' (1986), 'தண்ணீர்' (1987) நாவலின் கட்டமைப்பு வகையிலும், சமூகப் பிரச்சினைகளை முன்மொழிவதிலும் முக்கியமானவையென்கிறார் அவர்.

'கானல்' நாவல் நல்லது; ஆயினும் அதைவிட *வீரகேசரி* பிரசுரமாக வெளிவந்த 'போராளிகள் காத்திருக்கின்றனர்' என்ற அவருடைய நாவல் இன்னும் சிறந்ததெனச் சொல்ல முடியும்.

---

2. 'இந்த நாவலும் (கோவிந்தன்) ஒரு யதார்த்தச் சித்திரமாகவும், குறியீட்டு நாவலாகவும் இரண்டு நிலைகளிலும் படிக்கப்படலாம். இப் புதுமையான கையாளல் இந்நாவலுக்கு இன்றைய தமிழ் எழுத்தில் ஒரு தனியிடத்தைப் பெற்றுத் தந்துள்ளது... 'பஞ்சமர் என்ற நாவலைத் தவிர்த்துவிட்டால் டேனியல் வேறு எந்த எழுத்திலும் தன் குரலை உரத்து எழுப்புவதில்லை. ஆசிரியரின் தலையீடு இல்லாமலேயே வாழ்க்கை தன்னை வெளிப்படுத்திக் கொள்கிறது' ('கடல் கடந்தும்', பக்கம்: 129).

3. 'முற்போக்கு இலக்கிய எழுச்சி' – நான்கு முன்னோடி முற்போக்கு எழுத்தாளர்கள், ந. இரவீந்திரன்.

அதை நாவலென்பதைவிடவும் குறுநாவலென்பதே சரியான வகைமைப்பாடாயிருக்கும். சிறந்த வடிவமைப்புள்ள நாவல் களுக்குத் தமிழில் நூறு நூல்களை உதாரணம் சொல்ல முடியுமென்றால் குறுநாவலுக்குப் பத்து நூல்களைக் காட்டுவதும் சிரமமானது. அது தனித்த, தனித்துவமான ஓர் இலக்கிய வடிவம். அது சிறிய நாவலென்ற அர்த்தமோ, குறைந்த பாத்திரங்களில் கட்டப்பெறுவது என்ற கருத்தோ கொண்டதில்லை. நாவலின் விகாசத்தை அடைவதன் முன்னான படிநிலையிலுள்ள படைப்பு என்பதைச் சரியான விளக்கமாகச் சொல்லலாம். அதன்படி எஸ். அகத்தியரின் 'இருளினுள்ளே . . .', தேவகாந்தனின் 'சொல்ல வல்லாயோ', அ.செ. முருகானந்தனின் 'புகை நடுவினில் . . .', வ.அ. இராசரத்தினத்தின் 'ஒரு காவியம் நிறைவு பெறுகிறது', ஸ்ரீதரனின் 'இராமாயண கலகம்', பிரேம் – ரமேஷின் 'கனவில் பெய்த மழையைப்பற்றிய இசைக் குறிப்புகள்', ஜெயமோகனின் 'பத்ம வியூகம்' போன்றவற்றை சிறந்த குறுநாவல்களாக அடையாளங் காட்டலாம். இவற்றோடு இணையக்கூடிய தரம் 'போராளிகள் காத்திருக்கின்றன'ருக்கு உண்டு.

"தொங்குதசை வலக்கரத்தை மெதுவாக உயர்த்தி உயர்த்தி . . . முதுமை கண்டு நடுங்கிக்கொண்டிருந்த விரல்களை நிரைப்படுத்தி நிரைப்படுத்தி . . . கண்களுக்கு நிழல் தேடிக் கொண்டே சந்தியாக் கிழவன் கடலின் அந்தத்தை நோக்கினான்" என்று தொடங்குகிறது குறுநாவல். கிழவனும், அவன் பெயரும், மீன் பிடிக்கக் கிளம்புதலும் ஏர்னெஸ்ற் ஹெமிங்வேயின் 'கடலும் கிழவ'னையும் உடனடியாக நினைக்கவைத்தாலும் இது அந்தமாதிரி அல்ல. இந்தக் கடற் பகுதியும், இந்த மக்களும், இந்தக் கதையுமே யாழ்ப்பாணக் கடற்பகுதிக்குச் சொந்தமானவை.

1975இல் வெளிவந்த இந்த நூலின் போராளிகள், இயக்கப் போராளிகளை எந்தநிலையிலும் குறிப்பிட்டுவிடவில்லை. ஊமை அலஸைக் காக்கப் பண வல்லமை படைத்த சின்னச் சம்மாட்டிக்கெதிராகத் திரண்டிருக்கும் கடற்றொழிலாளரையே குறிக்கின்றது.

இரண்டு நாள் கடல் கொந்தளிப்பிலும் புயலிலும் இரணை தீவுப் பக்கமாய் மீன் பிடிக்கச் சென்ற நாற்பத்தெட்டு மீனவரின் முடிவு தெரியாது போனநிலையில் ஊரே சாவுக்களை கொண்டுவிடுகிறது. தன் உள்ளுணர்வுகொண்டு அவர்களுக்கு எந்த இடையூறுமே வந்திருக்காதென்ற நம்பிக்கையை அவர்களது உற்றார் உறவினர்க்கு அளித்துவிட்டு சந்தியாக்

கிழவன்தான் இன்னும் சில இளைஞர்களையும் அழைத்துக் கொண்டு ஐந்து படகுகளில் காணாமல் போனவர்களைத் தேடிப் புறப்படுகிறான். சென்றவனுக்கு அவர்கள் கிடைப்பதில்லை. ஆனால் வேறு தோணிகளில் சென்று மரணித்தவர்களின் மனிதக் கட்டைகளோடு திரும்புகிறான். ஒப்பாரியும் ஓலமுமாய்க் கடற்கரை அல்லோலகல்லோலம் பட்டுக்கொண்டிருக்கையில் இறந்துபோய்விட்டதாக எண்ணப்பட்ட அந்த நாற்பத்தெட்டு பேரும் தோணிகளில் கரை வந்துசேர்கிறார்கள்.

அவ்வாறு உள்ளுணர்வுகளில் பல விஷயங்களை அறிந்து கொள்பவனாய் மட்டுமில்லை, சந்தியாக் கிழவன் கடலை, கடற்றொழிலை, மீன்பாடுகளை, அவற்றிற்கான காலத்தையும் அறிந்தவனாக இருக்கிறான். அவனது கதையையே பேசத் தொடங்கியிருந்தாலும் அவனது மகள் வறோணிக்கா, அவள் கணவன் மரியதாசன், ஊமை அலசு மற்றும் மரியதாசனின் முதல் தார மகள் சொர்ணம் ஆகியோருக்கிடையில் உள்ளோடிய உணர்வுகளின் தெறிப்புகளையும் பிரஸ்தாபிக்கிறது குறுநாவல்.

ஆயினும் ஊமை அலஸே கதையின் நாயகனாக இருக்கிறான். தந்தையற்றுச் சிங்களப் பெண்ணொருத்திக்குப் பிறந்த குழந்தையை மடுக்கோயிலில் கண்டு வாங்கிவந்து பேத்திக் கிழவியால் வளர்க்கப்பட்டவனாக இருக்கிறான் அலெஸ். சிறந்த கடற்றொழிலாளியான அவன்மேல் சொர்ணத்துக்கு விழும் அன்பின் எதிர்ப்பே சம்மாட்டி குடும்பம் அலஸைத் தாக்குவற் கான காரணம். சண்டையின் அடிப்படை இதுவானாலும், அந்த ஊரின் ஒரு கன்னியை எந்த வாலிபனாவது கைப்பிடித்திழுத்து விட்டால் அந்தக் கன்னி அவனையே மணக்கவேண்டுமென்ற கட்டுப்பாட்டினை ஊர் எதிர்ப்பதினாலும்தான் அந்தச் சண்டை.

127 கிரௌண் பக்கங்களில் கடலுக்கும் கடற்றொழிலுக்கும் மீன்பாடுகளுக்குமான மொழியில் ஒரு பெரும் சமூகமும் அதன் வாழ்முறையும் பற்றியதுமான அற்புதமான குறுநாவலிது.

அவரின் ‘பஞ்சமர்’ நாவல் வரிசையிலுள்ள இரண்டும், இலங்கைத் தமிழ் நாவல் புலத்தில் சாதிப் பிரச்சினையை முன்னெடுத்த நல்ல நூல்களாக முற்போக்கு இலக்கிய வகைமைக்குள் இனங்காணமுடியும்.

இ) இளங்கீரனின் ‘நீதியே நீ கேள்’

50களுக்கு மேலான இங்கிலாந்தில் நடுத்தர வகுப்பாருக்கும் தொழிலாளருக்குமான நாவல்களும், பிற இலக்கிய வகை எழுத்துக்களின் தோற்றமும் வேகம் பெற்றிருந்தன. ஜோர்ஜ்

ஓர்வெல்[4], அல்டஸ் ஹக்ஸ்லி[5] போன்றோரின் லண்டன் தொழிலாளரை மையப்படுத்திய நாவல்கள் பெருவரவேற்புப் பெற்றிருந்தன. பழைமைவாதக் கட்சியும் தொழிற்கட்சியும் மாறிமாறி ஆட்சியைப் பிடித்துக்கொண்டிருந்த காலமாயுமிருந்தது அது. தொழிற்கட்சியின் பதவிக் காலம் தொழிலாளருக்குச் சாதகமான நிலைமைகளை அனைத்து எத்தனங்களிலும் ஏற்படுத்தியது. அதனால் இலக்கியவாதிகள் லண்டன் மாநகரத்து கடைச் சிப்பந்திகள், விபச்சாரிகள், திருடர்கள், ஏமாற்றுப் பேர்வழிகள், பெண் தரகர்கள், மனநிலை பேதலித்தோர் போன்றோரைப் பாத்திரங்களாக்கி இலக்கியம் புனைந்தார்கள். வெகுஜன எழுத்தான அது வேகமாகப் பயணித்தது. அண்மைக் காலம்வரை குடியேற்ற நாடாகவிருந்த இலங்கை இலக்கியத்தை யும் தவறாமல் அது பாதித்தது.

இளங்கீரனின் 'நீதியே நீ கேள்' போன்ற நாவல்களின் தோற்றம்போல் 'ஒரு விலைமகளைக் காதலித்தேன்' போன்ற நாவல்களின் வெளிப்பாட்டையும் அவை ஊக்குவித்தன. அதை வெகு திறமையாய் உள்வாங்கி இலங்கை நாவல் வரலாற்றில் ஆழப் பதித்தவர் இளங்கீரனே.

இளங்கீரன் அக்காலகட்டத்து இலங்கையின் எழுத்துலகில் ஒரு சகாப்தம் எனப்படுகிறார். சமூகப் பிரச்னைகளுக்குத் தீர்வுகூற முனைந்த முதல் நாவலாசிரியராகவும், தன் எழுத்துக்களில் ஒரு தேசியச் சாயலைத் தரமுயன்றவராகவும் இனங்காண்கிறார் கலாநிதி நா. சுப்பிரமணியன். முற்போக்கு எழுத்தாளராகவும், இலங்கை முற்போக்கு எழுத்தாளர் சங்கத்தின் தோற்றத்தில் முக்கிய ஆளுமையாகவும்கூட அவர் இருந்திருக்கிறார்.

1959இல் தொடராக வெளிவரத் தொடங்கிய இளங்கீரனின் 'நீதியே நீ கேள்' அவரது இருபதளவான நாவல்களில் குறிப்பிடக்கூடியது. இதைவிட நாவலின் கட்டமைப்பில் சிறந்த அவரது வேறு நாவல்கள், 'தென்றலும் புயலும்' (1955), கடைசி நாவலான 'அவளுக்கொரு வேலை வேண்டும்' (1972), போன்றன, இருக்கின்றனவெனினும், கொண்ட எடுகோளினாலும் இளங்கீரன் தனது நாவல்களில் கையாளும் பல அம்சங்கள் அதில் இருப்பதனாலும் தன் காலத்தில் அழுத்தம் விழுத்திய 'நீதியே நீ கேள்' நாவலை விசாரணைக்கு எடுத்துக்கொள்ளலாம்.

தினகரன் பத்திரிகையில் தொடராக வெளிவந்தவற்றுள் வெகுஜனங்களால் விரும்பி வாசிக்கப்பட்ட நாவல்களில்

---

4. George Orwel 1903 - 1950
5. Aldous Huxley 1894 - 1963

முதன்மையானது அது. தொடர் முடிந்து அறுபதுகளின் ஆரம்பத்திலேயே அது நூலுருப்பெற்றது.

இளங்கீரனது நடை பொதுவாக யதார்த்தமாக இருந்தாலும், 'நீதியே நீ கேள்' நாவலில் அது உச்சம்தொட்ட நடையாக இருந்தது. அதாவது மிகை யதார்த்தமாக இருந்தது. யதார்த்த வகை எழுத்தை 1) யதார்த்தம் 2) போலி யதார்த்தம் 3) மிகை யதார்த்தம் என மூன்றாக பேராசிரியர் எம்.ஏ. நுஃமான் வகைப்படுத்தியிருப்பார்[6]. இதிலுள்ள மிகை யதார்த்தத்தை தொடர்கதைக்கான புதிரை உண்டாக்குவதற்கும் ஆர்வத்தைத் திணிப்பதற்குமாய் இளங்கீரன் கைக்கொண்டதாய் எடுத்துக்கொள்ளலாம்.

பொதுவாக இளங்கீரனின் நாவல்களிலே உரையாடல் ஒரு செம்மையான வடிவத்தில் இருக்கும். பேசுவதுபோல் எழுதவேண்டுமென்பதில் ஆர்வம் காட்டியவரல்லர் இளங்கீரன். நாவலிலக்கியம் தோன்றத் தொடங்கி அறுபது எழுபது ஆண்டுகளாகியும் சிறந்த நாவலெதையும் இலங்கைப் படைப்பாளிகளால் தரமுடியாது போனமைக்கு உரைநடை யின் போதிய வளர்ச்சியின்மையை ஒரு காரணமாகச் சொல்லலாம். பேச்சுநடையின் வீறார்ந்த மொழியில் படைப்பு வெளிவருவதற்குரிய காலம் மேலும் ஒரு தசாப்தத்துக்குத் தள்ளிப்போனது.

நாவலில் அன்சாரி, வல்லிபுரம், கணேஷ், பத்மினி, டாக்டர் பிரேமலதா போன்ற பல பாத்திரங்கள் நினைவைவிட்டு அகலாதவை. ஒரு காலகட்டத்தில் வாசிப்பில் தீவிரமாகத் தென்படும் ஒரு நாவல், வெகுகாலத்தின் பின்னாலும் வாசிப்பின் அதே பரவசத்தைத் தருமென உத்தரவாதம் செய்ய முடிவதில்லை. 'நீதியே நீ கேள்' அன்றைய வாசிப்பில் சிறப்பானதாகவே இருந்தது.

அறுபதுகளின் இலங்கையில் கடைச் சிப்பந்திகள் என்ற தெளிவான ஒரு சிறிய சமூகம் வளர்ச்சி பெற்றிருந்தது. வறுமையின் பிடிக்குள் இருந்தாலும், எத்தனை கடுமைக்குள் ளாகவும் ஒரு வேலையைக் கொண்டிருந்த வகையில் அவ்வப்போது வறுமையின் அடியாழத்திலிருந்து மேலே வந்து மூச்சிழுக்க முடிந்திருந்த ஒரு சமூகமும் அது. அதை இந்தியாவில் கீழ்த்தட்டு மத்தியதரத்தின் நிலைமையோடு ஒப்பிட முடியும். ஒரு தொழிற்சாலைத் தொழிலாளிபோல

---
6. 'மொழியும் இலக்கியமும்', 2006

இறுகிப்போன வாழ்முறையையே அது கொண்டிருந்தாலும், அந்த நிலைமையிலிருந்து கல்வியினாலும் உழைப்பினாலும் சரிவுகளிலிருந்து நிமிர்ந்துவிடும் நம்பிக்கையுடன் சகல துன்பங்களையும் அநாயாசமாகத் தாங்கிக்கொண்டிருந்தது.

அந்தச் சமூகத்திலே காதலும் வரமுடிந்திருந்தது. 'காதல் செய்வீர் உலகத்தீரே!' என்ற கவிக் குரல் எல்லா மனிதருக்கும் ஒரேபோல்தான் ஒலிக்கிறது. ஆயினும் பல தருணங்களில் இது நிறைவேறாத காதலாகவே முடிந்துபோய்க்கொண்டும் இருக்கிறது. வறுமையைவிட இந்த அழுத்தம் யார்மீதும் வலுவாகவே விழுகிறது. இந்தச் சிப்பந்திச் சமூகத்தின் வாழ்நிலைமைக்குள்ளும் மனவுணர்வுகளுக்குள்ளும் பிரவேசிக்கும் ஒரு படைப்பாளிக்கு நிறையத் தகுதி தேவைப்பட்டிருந்தது. வெளிப்படைத் தோற்றங்களிலிருந்து மனித உள்கள்வரை பயணம் செய்யத் தெரிந்திருத்தல் அவசியமானதாக இருந்தது. மொத்தத்தில், அந்தச் சிப்பந்திச் சமூகத்தை அவர் மனவியல் சமூகவியல், பொருளியல்ரீதியாகப் புரிந்துகொண்டிருக்கவேண்டிய அவசியம் கொண்டவராய் இருந்தார். எதிர்பாராதவிதமாக இச் சமூகத்திலுள்ள மிகப் பெரும்பாலானோர் முஸ்லிம்களாக இருந்தனர். தென்னிந்தியாவிலிருந்த வியாபாரச் சமூகத்தைப்போல கடல் கடந்த வர்த்தகர்கள் இச் சமூகத்தில் குறைவு. ஆயினும் உள்நாட்டு வியாபார நுணுக்கம் தெரிந்த சமூகமாய் இது இருந்தது. தென்னிந்தியச் செட்டியக் குடும்பங்களே கொழும்பிலிருந்தும் அந்தத் தொழிலைச் செய்துவந்தன. ஆனால் சில தொழில்கள் பரம்பரைத் தொழில் நுணுக்கம் காரணமாக முஸ்லிம் சமூகத்தவர்களாலேயே செய்யப்பட்டன. முஸ்லிம் சமூகத்து யுவதிகளும் யுவர்களும் அதனால் அவர்களிடத்தில் தொழில் வாய்ப்புப் பெறுதல் இலகுவாகவிருந்தது. பலசரக்குக் கடை, துணிக் கடைகளில் வேலை செய்ய முஸ்லிம் சமூகத்திலன்றி வேறு ஆளில்லை என்ற பேச்சு நடப்பியலாய் இருந்தது.

இவ்வாறான ஒரு முஸ்லிம் தொழிற் சமூகம்போல் தமிழ், சிங்களச் சமூகத்திலேகூட இருக்கவில்லை. அதேபோல் அரசு கொண்டுவந்திருந்த சட்டங்களும் இச் சமூகத்தையும் பொதுமக்களையும் ஆதரிப்பனவாகவே இருந்தன. இவை போராடிப் பெறப்பட்டன என்ற உண்மை இங்கே முக்கியம். இச் சட்டங்கள் சாய்ப்புச் சட்டங்கள்[7] எனப்பட்டன. ஒரு சிப்பந்தி ஒரு தொழிலாளிபோல் அல்லாவிடினும் அவருக்கும் வேலைநேரம் நிர்ணயிக்கப்பட்டிருந்தது. ஒரு கடை இத்தனை மணிக்குத் திறந்து, இத்தனை மணிக்குப் பூட்டப்பட வேண்டும் என்ற நிர்ணயம் இருந்தது. ஞாயிறுகளில் கடைகள் பூட்டியே

7. Shop and Office Law in Srilanka in 60s and 70s

இருந்தன. அந்தக் காலத்தில்தான் இன்ன பொருள் இன்ன விலையென்ற விலைக் கட்டுப்பாடு இருந்தது. இதை மீறிய வியாபாரிகள் மேல் வழக்குகள் தொடுக்கப்பட்டன.

இந்தச் சிப்பந்திச் சமூகத்தையும், அது கடை முதலாளிகளுடன் கொள்ளும் முரண்களையும் மிக அழகாய்ப் பதிவாக்கியிருந்த படைப்புகள் இளங்கீரனுடையவை; குறிப்பாக அவரது 'நீதியே நீ கேள்'.

எதிர்ப்பிலக்கிய நாவல்கள்

ஏற்கனவே விளக்கப்பட்டதுபோல், அப்போது நடைமுறையிலிருந்த கோட்பாடுகளுக்கு, குறிப்பாக முற்போக்கு இலக்கியக் கொள்கைக்கு எதிராக 'நற்போக்கு', 'மெய்யுள்' ஆகியவற்றை முன்வைத்தவர்களின் படைப்புகளை எதிர்ப்பு இலக்கிய வகைமையுள் வைத்து நோக்குவதே தக்கது. மரபினை உடைக்கவும் முற்போக்கை எதிர்க்கவும் தாம் எழுதுவதாகச் சொன்னவர்கள் அவர்கள். 'ஈழத்து முன்னோடிச் சிறுகதைகள்' என்ற க. குணராசாவின் தொகுப்பில் அவர் இந்தமாதிரி மரபிலக்கியம், எதிர்ப்பிலக்கியம், முற்போக்கு இலக்கியமென சிறுகதைகளை வகைமைப்படுத்தியிருப்பார். அந்தவகையில் எஸ். பொன்னுத்துரையின் 'தீ' மற்றும் 'சடங்கு' நாவல்களையும், மு. தளையசிங்கத்தின் 'ஒரு தனி வீட்'டினையும் இப்பகுதியில் வைத்து நோக்கலாம்.

அ) எஸ். பொன்னுத்துரையின் 'சடங்கு'

மார்க்ஸிய விமர்சன முறை மிக வலிமையாக இருந்த காலகட்டமிது. பேராசிரியர்களான க. கைலாசபதியும் கா. சிவத்தம்பியும் மார்க்ஸிய இலக்கியத்தின் கொள்கை வகுப்பாளராகக் கொள்ளப்பட்டிருந்தனர். அது மார்க்ஸியத் திறனாய்வை மிக முக்கியமான திறனாய்வு அலகாக ஆக்கியதோடு, கல்வி நிறுவனங்களின் விமர்சன முறையாகவும் ஆகியிருந்தது. இக்காலத்தைப் பற்றிச் சுருக்கமாக விளக்குவதெனில் அளவுகோல் சரியாகவிருந்தும் அளந்தெடுக்கப்பட்டவை தரமற்றவையாக இருந்த விசித்திர காலமென்று சொல்லலாம். அந்த எஃகு வலிதை உடைத்துக்கொண்டு ஒரு படைப்பு அங்கீகாரம் பெறுவதென்பது அசாத்தியமானதாக இருந்தது. இந்தக் காலகட்டத்திலேதான் எஸ். பொன்னுத்துரையின் 'தீ' (1961), 'சடங்கு' (1966) ஆகிய இரு நாவல்களும் வெளிவந்திருந்தன.

எஸ். பொன்னுத்துரையை வாசிப்பதில் பிரச்சினையிருந்தது. அவர் அறுபதுகள் தொடங்கும்வரை இலங்கை இலக்கிய உலகில் தன்னையொரு மார்க்ஸிய எழுத்தாளராகவே

இனங்காட்டியிருந்தார். இதை அவரின் ஒப்புமூலத்தாலும் அறிய முடியும்.[8]

'தீ' நாவல் தமிழ்நாட்டில் 'சரஸ்வதி' பதிப்பாக வெளி வந்தபோதே பெரும் சலசலப்பை ஏற்படுத்தியது. அவ்வாறான நாவல்களில் அது முக்கியமானது. தமிழ்நாட்டிலும் எழுத்து சஞ்சிகையில் இதன்மேலான வாதப் பிரதிவாதங்கள் நடை பெற்றன. இலங்கைப் படைப்பாளிகளான பிரமிள், மு. தளையசிங்கம் போன்றோர் இவற்றில் கலந்துகொண் டிருந்தார்கள். தன் நடை, பாவனை மொழி, பேசுபொருள் சார்ந்தன்றி 'தீ' இலக்கியவுலகில் ஸ்தானம் பெறவில்லை. ஆனால் *சுதந்திரன்* பத்திரிகையில் நான்கு வாரத் தொடராக வந்த 'சடங்கு' நாவல் காத்திரமானது; கவனிக்கவேண்டியது. அது அதன் இலகுத் தன்மையினதும் படைப்பு விசையினதும் காரணங்களால் உருவாகிற்றெனச் சொல்லமுடியும். புழங்குமொழிக்கு இலக்கிய அந்தஸ்தை ஏற்படுத்தியதில் 'சடங்கு'க்கு ஒரு முக்கியமான இடமுண்டு. பின்னால் அது மாத வெளியீட்டு நாவலாக தமிழ்நாட்டில் வெளிவந்தது. அதன் எளிமையை மீறி நாவலின் கட்டிறுக்கமும், பாத்திர வார்ப்பின் நேர்த்தியும், அது விரிந்தெழுந்த கதைக் களத்தின் விபரிப்பும் அதைச் சிறந்த நாவலாக்கினவெனக் கொள்வதில் தவறில்லை.

எஸ். பொன்னுத்துரைபற்றிப் பேசும்போது அவரது 'நற்போக்கு' இலக்கியக் கொள்கை ஞாபகம் வராமல் போகாது. அவரே பின்னால் அதைப் பேசாமல் கைவிட்ட கொள்கை அது. தமிழ்த்துவம் என்ற பதத்தையே பின்னால் (1995இன் பின்) அவர் எழுத்திலும் பேச்சிலும் பாவிக்கத் தொடங்கியிருந்தார். அதிலிருந்து 'நற்போக்கு' அடங்கிப்போனது. பின்னால் 'தமிழ்த்துவ'மும்.

அவரது 'மாயினி' நாவல் வித்தியாசமானது. வித்தியாசமாக எழுதப்பட்டதென்ற தோற்றம் தென்படப் புனையப்பட்டது.

---

8. "சமவுடைமைக் கருத்துக்களை முன்னெடுத்துச் செல்வதற்கு இலக்கியத்தை ஊடகமாகப் பயன்படுத்தலாம் என்பதை உணர்ந்த கம்யூனிஸ்ட் கட்சிக்குச் சார்பான எழுத்தாளர்கள் 'முற்போக்கு இலக்கியம்' பற்றிப் பேசவும், அதற்கான எழுத்தாளர் சங்கம் அமைக்கவும் முற்பட்டனர். விளைநிலத்தின் தன்மையைப் புரிந்துகொள்வதற்கு, மண்ணின் மார்க்ஸியப் பரம்பலின் வரலாறும், எழுத்துத் துறை சார்ந்த தமிழ் ஊழியக்காரர்களுடைய சேவைகளும் ஆவணப்படுத்தப்படுதல் வேண்டும். இந்தக் கடமை எனக்கும் உண்டு. இலங்கை மண்ணிலே, முற்போக்கு எழுத்து எழுச்சியிலே முகிழ்ந்த தலைமைப் படைப்பாளி என நான் உரிமை பாராட்டுவதினால், இதனைக் கடமை என்றேன்" ('வரலாற்றில் வாழ்தல்', எஸ். பொன்னுத்துரை, பாகம்: 1, பக்: 31)

அது வரலாறும் புனைவும் கொண்டதெனினும், வரலாறு தூக்கலாயிருப்பது. எஸ்.பொ.வின் பிற்காலத்தில் எழுதப்பட்ட அந் நாவலைப் புலம்பெயர் இலக்கியப் பகுப்பில் வைத்தே தரம் காண வேண்டும்.

ஆ) மு. தளையசிங்கத்தின் 'ஒரு தனி வீடு'

மு. தளையசிங்கத்தின் 'ஒரு தனி வீடு' நாவலும் இக்காலகட்டத்தில் தோன்றியதே. ஆனால் சிறுகதைகளிலும், கட்டுரைகளிலும் சாதித்ததை, 'ஒரு தனி வீடு' நாவலில் அவர் சாதிக்கவில்லை. அவரது குறுநாவல்களிலும் 'சுசுல்' சுமாரானது; 'கலைஞனின் தாகம்' குறிப்பிடக்கூடியது.

1956இன் பின் வெளிவந்த நாவல் அது. சரியாகச் சொன்னால் 1962இல் எழுதப்பெற்று 1984இல் வெளிவந்ததென்ற தகவல் 'மு. தளையசிங்கம் படைப்புகள்' என்ற நெடுந்தொகுப்பில் உண்டு. 'கலைச்செல்வி' நாவல் போட்டியில் முதல் பரிசும் பெற்றிருக்கிறது. அந்த நாவல் தமிழ்த் தேசியத்தின் மூர்க்கமான அடையாளம் கொண்டது என்பதைவிட, மார்க்சியத்தை மறுதலிக்கும் முயற்சியை வீச்சாகத் தொடக்குகிறதென்பதே சரி. அக் காலகட்டத்தில் தோன்றிய பல தமிழ்த்தேசிய அடையாளம்கொண்ட நாவல்களிலும், நாவல் தன்மையாலும் நடையின் செழுமையாலும் கட்டிறுக்கத்தாலும் இது குறிப்பிடக்கூடிய நாவலாகிறது. இந் நாவல் எழுதப்பட்ட காலத்தில் சிங்கள இனவாதம் தலையெடுத்திருந்த நிலையிலும் தனிநாட்டுக் கோஷம் தோன்றியிருக்கவில்லை. ஆனால் 'ஒரு தனி வீடு' தெரிவிப்பது தனிநாட்டின் அவசியத்தைத்தான். கொழும்பில் தொடங்கும் இனக் கலவரத்தோடு மார்க்சியச் சார்பு அரசியல் அந்தக் கிராமத்தில் தகர்ந்து, தமிழரசுக் கட்சிக்கான ஆதரவு அதிகரிப்பதைக் கவனிக்க முடிகிறது.

அயலவர்களாய் நீண்டகாலம் வசித்த இரண்டு குடும்பங் களின் அந்நியோன்யம் பின்னால் சொந்தப் பிரச்சினைகளால், சரியாகச் சொன்னால் குடிவெறியால், பகைகொண்டு சிதறுவதுடன் ஆரம்பிக்கும் நாவல், கொழும்பு இனக் கலவரம், அதில் கல்யாணமாகிச் சென்ற இக்குடும்பத்தின் பகையாளிக் குடும்பப் பெண் சேதா தன் கணவனை இழந்து ஊர் திரும்புவது, அதைத் தளநிலை வேறுபாடுகளால் சேதாமீதான காதல் மறுக்கப்பட்டிருக்கும் அடுத்த வீட்டு சிங்கராசன் திருமணம் செய்ய முனைந்து அவர்களின் சம்மதம் பெறுவதாகத் தொடர்கிறது. ஆனால் தனக்கு அதற்கு முன்பாக ஒரு வீடு தேவையென அவன் முடிவெடுப்பது இனக் கலவரக் காலத்தின் அழிப்புகளுக்குப்

பின்னால் ஒரு தனி நாட்டின் அவசியத்தையே பூடகமாகத் தெரிவிக்கிறது.

மு. தளையசிங்கத்தின் முக்கியமான பங்களிப்பு அது எவ்வளவு உன்னதமோ தாழ்ச்சியோ கொண்டதாயினும் அவரது சமூக, இலக்கியச் சிந்தனையான பிரபஞ்ச யதார்த்தமே யாகும். 'மெய்யுள்' என்பதும் அதுவே. அதையொரு இலக்கியச் சிந்தனையாக முன்வைத்தபோது யாரும் அந்தச் சிந்தனை முறையில் கவனமும் வைக்கவில்லை; அதைப் புரிந்துகொள்ளும் நிலையிலும் இலங்கைத் தமிழ் இலக்கியவுலகு இருக்கவில்லை. வெகுகாலத்தின் பின் தமிழ்நாட்டிலே ஒருபோது இது குறித்து அபிப்பிராயம் சொன்ன சுவாமி வினய சைதன்யா, இது நீட்சேயின் சிந்தனை போன்றது என்றார். லெவி ஸ்ட்ராஸின் சிந்தனையான வடிவங்களை அழித்துப் படைப்பெனும் ஒற்றை வடிவெடுக்கும் கலைக் கொள்கையைப் போன்றதெனவும் இதைச் சொல்லமுடியும்.

எஸ். பொன்னுத்துரைபோல் ஆரம்பத்தில் மார்க்ஸியத்தில் மு. தளையசிங்கமும் ஈடுபாடு கொண்டிருந்தார். அவரது அரசியல் 1956 சிங்கள மொழிச் சட்டத்தின் பின் மாறிப்போன தெனக் கொள்ளமுடியும். அவரது சிறுகதைகள் சிலவும் தமிழ்த் தேசியத்தின் ஈடுபாட்டை வெகுவாகவே தெளிவுபடுத்துகின்றன. அதுவொன்றும் இலக்கியரீதியான நிர்ணயங்கள் எடுப்பதைத் தடுக்கப்போவதில்லை. பிரச்சாரம் கிஞ்சித்தும் அவர் படைப்பில் காணக்கிடைக்காது. பாலில் நெய்போல் உள்ளடங்கிய ஒரு விசாரமாயே அது இருந்திருக்கும்.

மெய்யுள் சிந்தனை மு. தளையசிங்கத்துக்குப் பின்னான காலத்தில் அவரது சகோதரர் மு.பொன்னம்பலம் போன்ற சிலராலேயே முன்னெடுத்துச் செல்லப்பட்டதென்பது இங்கே கவனமாக வேண்டும். எனினும் சர்வோதயக் கொள்கைக்கு அணுக்கமான போக்குடையது பிரபஞ்ச யதார்த்தமென்ற ஒரு விவரிப்பும் இருக்கிறது. ஆனால் அதுபற்றியான அலசல் இங்கே வேண்டியதில்லை. அது இப்பிரதியின் நோக்கு எல்லைக்கு அப்பாலானது.

வீரகேசரி பிரசுரமும் பெறுமதியான நாவல்களும்

தொடர்கதைகள் நாவலாக நூல் வடிவெடுக்கையில் தரமாகக் கணிக்கப்படுகின்றபோது, தொடர்கதை வடிவிலோ அல்லது பத்திரிகை நிறுவனத்தின் பிரசுரமாக வெளிவருகையில் 'வெகுஜன' எழுத்தென்ற அடை பெறுவது ஒருவகையில் அர்த்தமில்லாத தாகும். ஆயினும் அவை அவ்வாறன்றி வேறுவகையில்

குறிக்கப்படுவதும் சாத்தியமில்லையென்றே படுகிறது. இங்கே இத் தலைப்பில் கவனமாகுவது *வீரகேசரி*ப் பிரசுரங்கள்.

விகடன், கல்கி போன்ற சஞ்சிகை எழுத்துகளுக்கும், *மணிக்கொடி*, *எழுத்து* முதலியவற்றின் எழுத்துகளுக்கும் இடையிலான தரத்தை வெகுஜன எழுத்து, இலக்கிய எழுத்தென்ற அடைகளினால் வித்தியாசம் காட்டியிருந்தது ஐம்பதுகளில் கிளர்ந்த தீவிர இலக்கியம். இலங்கையில் அவ்வளவு தெளிவான பிரிநிலை அப்போது இருந்திருக்கவில்லையெனச் சொல்லலாம். தமிழக, இலங்கைச் சஞ்சிகைகளில் வெளிவந்த சி.வைத்திலிங்கம், இலங்கையர்கோன் போன்றோரின் எழுத்துக்கள் தீவிர இலக்கியத்தின் தன்மை கொண்டிருந்தனவென்பது மெய்யே. *மறுமலர்ச்சி*யில் வெளிவந்த இலங்கையர்கோனின் ‘அகல்யை’ சிறுகதையையும், ‘கு.ப. ராஜகோபலனின் எழுத்துக்கு நிகரானது சி. வைத்தியலிங்கத்தின் எழுத்துக்களென்ற விமர்சன அபிப்பிராயத்துக்குக் காரணமான அவரின் சில சிறுகதைகளையும் உதாரணங்களாகச் சொல்லலாம். தீவிர இலக்கிய வகை எழுத்தென அடையாளமாகியுள்ள 70களின் பின்னாலும் அப்போதைய விதிகளுக்கு அச்சொட்டாய்ப் பொருத்தமான நாவல்கள் தோன்றாவிடினும், ஓரளவு வடிவ நேர்த்தியும் கட்டிறுக்கமும்கொண்டவை *வீரகேசரி* பிரசுரமூடாக வெளிவந்திருக்கவே செய்தன. இங்கு குவிவது அவைபற்றிய கவனமே.

இலங்கையின் இக்காலகட்டம் பதிப்பு, எழுத்துத்துறைகள் மிக்க வீரியமுடன் இணைந்தும் பிணைந்தும் வளர்ந்த காலமாகும். ஏற்கெனவே சில ஆய்வாளரால் குறிப்பிடப்பட்டதுபோல் இது ஓர் எழுத்தார்வக் காலமாயும் இருந்ததில், அதை அனுசூலிக்கும் புதியவொரு துறையாகத் பதிப்புத் துறை தலையெடுத்திருந்தது. அதற்குதாரணமாக *வீரகேசரி* பிரசுரத்தைத் தயக்கமின்றிச் சொல்ல முடியும்.

அது ஆரம்பத்தில் சிறுகதை நாடகமாதியாம் பிரதிகளுக்கும் பிரசுரவசதி கொடுத்துக்கொண்டிருந்தது. பின்னர்தான் தனியே நாவல்களைப் பிரசுரிப்பதாக அதன் திட்டம் மாற்றம் கண்டது. பதிப்பகத்தின் நோக்கம் முற்றுமுழுதாக இலக்கியமாய் இருக்கவில்லையென்பதைப் புரிந்துகொள்ள முடியும். அப்படி எங்கும் இருப்பதுமில்லை. ஒருவகையில் *தினகரன்* வாரமலரின் இலக்கியத் தரமான ஆக்கங்களின் வர்த்தக எதிர்வினையாகவே அதை *வீரகேசரி* நிறுவனம் எண்ணியிருக்கலாமோ என்றும் தோன்றுகிறது. ரா.பி. சேதுப்பிள்ளை, மு. வரதராசன், ரா.ஸ்ரீ. தேசிகன், மயிலை சீனி. வேங்கடசாமி போன்றோரின்

கட்டுரைகளுக்கிணையாக நவாலியூர் சோமசுந்தரப் புலவர், பேரா.வி. செல்வநாயம், சோ. இளமுருகன், பண்டிதமணி சி. கணபதிப்பிள்ளை ஆகியோரின் எழுத்துக்களைப் பிரசுரிக்க 'தினகரன்' செய்திருந்தது.

வீரகேசரியின் அவ்வகைச் செயற்பாடு பரவலாக்கத்தை விளைத்த வேளை தரமானதை உருவாக்கவில்லை யென்ற குறைவிளக்கத்திற்கு இடமேற்படுத்தியது. தமிழகத்து மாத நாவல்களுக்கு இணையானதாகச் சிலர் 'வீரகேசரி வெளியீடு'களை வெளிப்படையாக உதாரணம் சொல்லினர்.

1972இல் ஆரம்பித்த 'வீரகேசரி பிரசுரம்' ஆரம்ப ஆண்டுகளில் மூன்று நான்கு பிரசுரங்களெனத் தொடங்கிப் பின்னால் ஆண்டுக்குப் பத்து பிரசுரங்கள்வரை வெளியிட்டது. வெகுசீக்கிரம் அது அறுபது எழுபது பிரசுரங்களை அண்மித்தது. வீரகேசரி நிறுவனம் பிரசுர, விநியோக வசதி நிறைந்தது. அதன் பிரசுரத்தில் நல்ல சில படைப்புகள் வெளிவந்ததை மறுப்பதற்கில்லை. அவையும் தம்மை இலங்கைத் தமிழ் நாவல்களாய் அடையாளப்படுத்தினவே தவிர, நற்போக்கு, முற்போக்கு மரபு என்ற வட்டங்களுக்குள்ளாக அல்ல.

அ) வாடைக் காற்று

தகழி சிவசங்கரன்பிள்ளையின் 'செம்மீன்' மலையாளத் திரைப்படமும் அதன் பாடல்களும் இலங்கைத் தமிழ்ப் பகுதியையே ஒருகாலத்தில் பரவசம்கொள்ளச் செய்திருந்தன. அதைத் தொடர்ந்து 'செம்மீன்' நாவல் (மலையாளத்தில் 1956) தமிழிலே சுந்தர ராமசாமியினால் அதே பெயரில் கொண்டுவரப்பட்டதும் இலங்கைத் தமிழ் எழுத்துலகமும் கடலும் கடல் சார்ந்த மனிதரின் வாழ்முறையும்கொண்ட நெய்தல் நிலத்தைப் பின்புலமாக்கிய கதைகளின் உருவாக்க முயற்சிகளை மேற்கொண்டது. அந்த அலையில் வெளிவந்ததுதான் செங்கை ஆழியானின் 'வாடைக் காற்று' நாவல்.

அது வெளிவந்தபோதே உடலம்சம் சார்ந்த நெடுந்தீவு மக்களின் மேலான அவமானகர விளக்கப்பாட்டினால் பல வாதப் பிரதிவாதங்கள் எழுந்தன; பல எதிர்நிலைச் சம்பவங்கள் மேற்கொள்ளப்பட்டன. ஆயினும் எடுத்துக்கொண்ட பொருளாலும் நடையாலும் அது கடல்பற்றிய இலங்கை நாவல்களில் சிறப்பானதாய்த் தேறியது. செங்கை ஆழியான் படைத்த பல வரலாறு தழுவிய, சமூக நாவல்களைவிட நல்ல நாவல் அது. வண்ணநிலவனின் 'கடல்புரத்தில்' (1977) போலவோ,

தோப்பில் முகம்மது மீரானின் 'ஒரு கடலோர கிராமத்தின் கதை' (1988), பின்னால் வந்த ஜோ டி குரூஸின் 'ஆழி சூழ் உலகு' (2004) போலவோ இல்லாவிடினும் அது குறிப்பிடக்கூடியதுதான்.

அதுபோல் செங்கை ஆழியான் 'ஜன்ம பூமி'யும் குறிப்பிடப்படவேண்டிய நாவல். இலங்கை மலையக, வேடுவ இன மக்களின் வாழிடத்துக்கு அரசாங்க வளர்ச்சித் திட்டங் களால் ஏற்பட்ட கெடுதிகளை அழகாக விரித்துரைத்த நாவல் அது. ஆயினும் அவரது சிறந்த நாவல் 1978இல் 'வரதர் வெளியீ'டாக வெளிவந்த 'யானை'யாகவே இருக்கமுடியும். தேசிய நாவலெனச் சொல்லத் தக்கதாகவும், விஷயத்தில் புதியதாகவும் கட்டிறுக்கமாகவும் அமைந்து தீவிர வாசிப்பு உபாசகர்களுக்கானதாய் இருந்தது அது.

செங்கை ஆழியான் என்பது இலங்கை இலக்கிய உலகத்தில் நன்கறியப்பட்ட பெயர். தனது பல்கலைக்கழகக் காலத்திலிருந்து சிறுகதை, இதழியல் ஆகிய துறைகளில் பிரவேசித்த செங்கை ஆழியான் தன் மரணம்வரை வரலாறெழுதியல், புனைகதைகளென எழுதிக்கொண்டேயிருந்தார். 'மறுமலர்ச்சிச் சிறுகதைகள்', 'சுதந்திரன் சிறுகதைகள்', 'ஈழத்து முன்னோடிச் சிறுகதைகள்', 'முற்போக்கு இலக்கியச் சிறுகதைகள்' என பல தொகுப்புகளையும் வெளியிட்டார். மிக்க ஆளுமையோடு எழுத்துலகில் விளங்கிச் சுயசேதங்களால் இளவயதிலேயே இல்லாமல்போன முனியப்பதாசனின் கதைகளைத் தொகுத்தளித்தவரும் இவரே. தனியான ஆய்வுக்குரிய தொகுப்பாக அது இன்னுமே இருந்துகொண்டிருக்கிறது.

ஆ) நிலக் கிளி

பாலமனோகரனின், 'வீரகேசரிப் பிரசுர'மான 'நிலக் கிளி' நல்ல நாவல். அவரது 'வட்டம்பூ', 'குமாரபுரம்' ஆகிய நாவல்களை விடவும் அவரது இந்த முதல் நாவல் சிறப்பானதே. 'நிலக்கிளி'யை ஒரு குறுநாவலாகத் தேரவே நல்ல ஒரு விமர்சகரால் முடியக்கூடியதாய் இருக்கும். விரிவாக்கக்கூடிய மனித உணர்வுகள் அடங்கிய ஊடுகளும், சமூகம் இன்னும் ஆழமாகப் பிரசன்னப்படவேண்டிய வெளிகளும் அதில் நிறைய இருந்தன. அவை நாவலில் வாசகர் பங்குக்கான இடைவெளிகளாக அல்ல, தரிசன வெறுமைகொண்ட இடங்களாகவே ஆகியிருந்தன. ஆயினும், 'வீரகேசரி பிரசுரங்கள்' பலவற்றிற்கும் பொதுவா யிருந்த பக்கக் கட்டுப்பாடு என்பது பல நாவல்களைச் சிதைத்தது; சில நாவல்களைக் குறுநாவல் அளவுக்காவது சிறப்புற மாற்றியமைத்தது. அவற்றுள் 'நிலக்கிளி' ஒன்று.

இ) அவர்களுக்கு வயது வந்துவிட்டது

'அவர்களுக்கு வயது வந்துவிட்டது' (1973) என்ற அருள் சுப்பிரமணியத்தின் நாவல் 58ஆம் ஆண்டுக் கலவரத்தை மய்யமாக வைத்து இனப் பிரச்சினையின் கூறுகளையும் அவலங்களையும் அலசிய நாவல். திருகோணமலை, கொழும்பு ஆகிய இடங்கள் கதைப் பின்னணியாயிருந்து நாவலுக்கு அழகு சேர்த்தன. முக்கியமான அம்சம் தன் வீரகேசரி அளவுகளுக்குள் நின்றுகொண்டே அது நாவலாய்க் கட்டமைந்த தன்மைதான். ஆயினும் இன முரண்களைத் திருமண பந்தத்தில் கடந்துவிடுவது என்பது போலியானதென்பதை நாவல் உணரவும் உணர வைக்கவும் தவறிவிட்டது.

ஈ) காலங்கள் சாவதில்லை

பெரும்பாலான மலையக நாவல்களும், பிறப்பால் மலையகத்தவராய் இருந்தவர்களாலும், தொழில் நிமித்தமாய் மலையகத்தில் தங்கியிருந்தோராலும் படைக்கப்பட்டவையே. நந்தியின் 'மலைக்கொழுந்து' (1962), தி. ஞானசேகரனின் 'குருதி மலை' (1979) ஆகியவற்றை உதாரணமாய்ச் சொல்லலாம். அவை தீவிர எழுத்தாக இல்லாதிருந்தபோதும் வெகுஜன எழுத்தாகவும் இருக்கவில்லை. அதில் 1974இல் வெளிவந்த தெளிவத்தை ஜோசப்பின் 'காலங்கள் சாவதில்லை' நாவல்பற்றி முன்பே குறிப்பிடப்பட்டது. அது 'வீரகேசரிப் பிரசுர'மாக முதலில் வெளிவந்தபோது முதல் வாசிப்பு இப் பிரதியாளனால் செய்யப்பட்டிருந்தது. நாற்பது ஆண்டுகளின் பின் 'புனைவகம்' சார்பில் 2014இல் பிரசுரம் கண்டபோது மேலுமொரு வாசிப்பு கூடியது. அப்போதும் அதன் வாசிப்புச் சுகம் குறைந்திருக்க வில்லை. அது வாசிப்புச் சார்ந்து நுகர்வுக் கலாச்சாரத்தின் குறைந்தளவான பங்கினைக்கொண்டிருந்து அதை ஏனைய நாவல்களிலிருந்து பிரித்துவைக்கின்றது.

'காலங்கள் சாவதில்லை' சாதாரண மலையகக் கதையாகவிருந்தாலும் தனிப்பட்ட கோபதாபங்கள் காரணமான சண்டைகள், போட்டிகள், பொறாமைகள், காம விழைச்சல்கள், பாலியல் வல்லுறவு, காதலென்ற பின்னணிகளில் மலையகத்தின் பதுளை சார்ந்த பகுதியின் வாழ்வியலை வலுவாகப் பேசுகிறது. ஆனாலும் தொழிலாளர் ஊதியத்தை மிக நுட்பமாகச் சுரண்டும் அதிகாரிகளின் நடத்தையை அதே நுட்பத்துடன் நிர்வாகத்திற்கு அம்பலமாக்குவதை மையமாகக்கொண்டது. அம் மோசடியில் சம்பந்தப்படும் கங்காணி, சின்னத்துரை, கண்டக்டர் ஆகியோருடன் அவர்களின் மோசடி தெரியாத

துரையென பலரின் இயக்கங்களையும் மனவுணர்வுகளையும் பிரதானமாக வெளிப்படுத்துகிறது நாவல்.

ஆறுமுகம், கண்ணம்மா, கணபதி, சிந்தாமணி, வீரமுத்து, கண்ணுச்சாமி, ஆண்டியப்பன், முத்துப் பழனி போன்ற பாத்திரங்கள் உணர்வு பொங்கப் பதிவாகியுள்ளன. அக் காலத்திய ஒரு சினிமா ஒன்றின் அத்தனை விறுவிறுப்பையும் நாவல் கொண்டிருக்கிறது. சம்பவங்களால் கட்டப்பட்ட நாவலிது. யாருக்கும், வாசகருட்பட, சிந்திக்கும் அவகாசமே வழங்கப்படவில்லை. இவ் வகையான நாவல்களே பின் அமைப்பியல் பாங்கில் 'மூடுண்ட நாவல்கள்' எனப்படுகின்றன.

இருபத்திநாலோ இருபத்தைந்தோ வயதான ஆறுமுகத்தின் கர்ப்பமாகியிருக்கும் தொழிலாளத் தாய்பற்றிய நினைவில் அவன் கொள்ளும் அசூயையும் பின் அடையும் கழிவிரக்கமும் மனம் அதிரும்வண்ணம் சொல்லப்பட்டுள்ளது. தோட்டத் தொழிலாளரின் வாழ்நிலைத் துயரத்தின் உச்சம் இது. 'காலங்கள் சாவதில்லை' இதுபோன்ற சம்பவ விவரிப்புகளாலேயே காலத்தில் நிற்கிறது. நல்ல நாவல்தான், சுமார் ஐம்பது ஆண்டு களுக்கு முன்பாக.

உ) தூரத்துப் பச்சை

'காலங்கள் சாவதில்லை' போன்றதே கோகிலம் சுப்பையாவின் 'தூரத்துப் பச்சை' என்ற நாவலும். தமிழகத்து மக்கள் தாதுப் பஞ்சத்திலும் அதன் தொடர்ச்சியான வறுமையிலும் பதறி இலங்கைத் தோட்டங்களுக்கு வேலைக்காக, இலங்கையின் வாழ்க்கை ஏதோ பசுமை சொட்டும்படி இருக்குமென்ற நம்பிக்கையில் வந்ததுபற்றிய சுமார் இருநூற்றாண்டுக் கதையைச் சொன்ன நாவல் அது. விவரணங் களின் தொகுப்பாய் அது இருந்தது. ஆர். சண்முகத்தின் 'சயாம் மரண ரயில்' (1993) என்ற மலேசிய நாவல்போல் தகவல் விவரிப்பு நாவலாக அதை அடையாளப்படுத்தலாம். உணர்வுகளில் மட்டுமே கட்டுமானமாகியிருந்ததைக் கவனிக்கக்கூடியதாய் இருந்தது. மலையகத்தின் வரலாறு, மக்களின் வாழ்வியல் சார்ந்து இதற்கு முக்கியமான இடமுண்டு. தமிழகத்துத் தேயிலைத் தோட்டங்களின் அவலங்கள் பதிவாகாத குறையிருக்கையில் இலங்கை அவற்றைப் பதிவுசெய்தது மிகமிக நல்லதே.

தி. ஜானகிராமனின் 'மோகமுள்', 'மரப்பசு', 'அம்மா வந்தாள்' போன்றவையும், சுந்தர ராமசாமியின் 'ஒரு புளியமரத்தின் கதை'யும், நகுலனின் 'நினைவுப் பாதை', நீல பத்மநாதனின் 'தலைமுறைகள்', 'பள்ளிகொண்டபுரம்', ப. சிங்காரத்தின் 'கடலுக்கு அப்பால்

(1959), 'புயலிலே ஒரு தோணி' *(1972)* போன்றனவும் வெளிவந்த காலமும் இதுவாகவே இருந்தது. அவை தீவிர வாசகர்களின் ரசனைக்காளாயின. இலங்கையின் துர்பாக்கியமென்னவெனில், அது மார்க்சிய விமர்சனத்தை உயர்த்திப் பிடித்தளவு கலைத்துவத்தைக் கைதூக்கிவிடவில்லை என்பதுதான்; கருத்துருவில் கரிசனம் கொண்டளவு கட்டுமானத்திலும் பிற அழகியலிலும் கருத்துவைக்கவில்லை என்பதுதான்.

இவ்வாறு அறுபதுகளையும் எழுபதுகளையும் கடந்து இலங்கைத் தமிழ் இலக்கியம் எண்பதுக்குள் பிரவேசிக்கிறது.

11

புலம்பெயர் இலக்கியம் – வரையறை

'புலம்பெயர்ந்தோர் இலக்கியம்' (Diasporic Literature) என்ற சொல் பயன்பாட்டிற்கு 1876இல் வந்ததாகச் சொல்லப்படுகிறது. அக் கிரேக்க மொழிச் சொல்லின் பொருள் ஒன்றிலிருந்து சிதறிப்போதல் என்பதாகும். உலகிலேயே ஆகக் கூடுதலாகப் புலம்பெயர்ந்து வாழ்பவர்கள் இந்தியர்களே. இவ்வாறு குடியேறி வாழ்பவர் களின் எண்ணிக்கை சற்றொப்ப 17.5 மில்லியன் என்கிறது ஒரு கணிப்பீடு. இவர்களுக்கு அடுத்ததாக 12.0 மில்லியன் பேர் புலம்பெயர்ந்து வாழும் ரோமானியர்களைச் சொல்லலாம். இச் சந்தர்ப்பத்தில் உண்மையில் புலம்பெயர்ந்து வாழ்வோர் என்பவர் யாரென்ற ஒரு வினா அவசியமாகின்றது. 'புலம்பெயர்ந்தோர் என்பவர்கள் ஒரு குறிப்பிட்ட தேசத்திலிருந்து பல்வேறு காரணங் களுக்காக வெளியேறி ஓர் இனக் குழுமமாக ஒரு நாட்டில் வாழ்பவர்கள் அல்லது அவ்வாறு குடியேறி வாழ்ந்துவந்த தலைமுறைகளின் வழித்தோன்றல்க'ளென ஒரு வரையறையைச் சொல்கிறார் ஐஸ்வர்யா ஜோன்சன்[1]. அவர்களை யும் சூழ்நிலைத் தாக்கத்தால் புலம்பெயர்ந்தோர் (Forced Immigrant) என்றும், விருப்பார்வ புலம்பெயர்ந்தோர் (Voluntary Immigrant) என்றும் இரண்டாய் அவர் பிரிக்கிறார். பொருளாதார, அரசியல் நிலைப்பாட்டின் இறுக்கமான தன்மைகளிலிருந்து இந்த இரண்டு பிரிவுகளும்

---
1. Aiswarya Johnson, 'An Essay on Indian Diasporic Literature'

இனங்காணப்படுகின்றன. இந்தியக் குடியேறிகளை மய்யமாக வைத்தே இவ்வாய்வினை அவர் செய்திருந்தாலும் இது இலங்கையிலிருந்து புலம்பெயர்ந்தோர்பற்றிய கணிப்பீட்டிற்கும் உதவக்கூடியதே. விஜய் மிஸ்ரா[2]வின் நூலும் சற்றொப்ப இதையே புலம்பெயர்ந்தோர் குறித்துத்தெரிவிக்கின்றது.

ஆனாலும் இலங்கைத் தமிழர் பொறுத்து, அவர்களில் பலர் அரசியல் வன்முறையினாலும் சிலர் பொருளாதாரக் காரணத்திலும் தொடர்ந்து உறவுரீதியான காரணத்தினாலும் வெளியேறியவர்கள் என்பதனால் வித்தியாசமான ஒரு நோக்குநிலை தேவைப்படும். அவர்களும் அரசியல், பொருளாதார, கல்வித் துறைகள் பொறுத்து அண்மித்த காலங்களில் தம் வாழிடத்தில் உறுதியாய்க் கால் பதித்து வருபவர்களாய் இருக்கிறார்கள். இந்தியப் புலம்பெயர்ந்த எழுத்தாளர்களான சல்மான் ருஷ்டி, அனிதா தேசாய், கிரன் தேசாய், ஜும்பா லஹிரி போலன்றி இலங்கை எழுத்தாளரது ஆங்கில மொழியினூடான இலக்கியப் பங்கேற்பு அரிதாகவே இருக்கிறது. ஜீன் அரசநாயகம், சியாம் செல்வதுரை போன்ற சிலரைத் தவிர புலம்பெயர் சிங்கள எழுத்தாளர்களளவுகூட இலங்கையிலிருந்து புலம்பெயர்ந்து வந்த தமிழ்ப் படைப்பாளிகள் இல்லாதிருப்பது கவனமாகவேண்டிய அம்சம். புலம்பெயர் தமிழ்ப் படைப்பாளிகள் மொழிபெயர்ப்புகளினூடாகவே அந்நிலையை அடையவேண்டியவர்களாக இருக்கிறார்கள். 2014வரை பேராசிரியர் செல்வா கனகநாயகத்தின் பங்களிப்பு ஓரளவிலேனும் இருந்த இத்துறை இன்று பெரும்பாலும் வெறுமையாகவே இருக்கிறது. ஏ.ஜே. கனகரட்ன, லட்சுமி ஹோல்ம்ரோம்[3] போன்ற அவரது நண்பர்களும் இன்று இல்லாமலாகியிருக்கிறார்கள்.

‘*Diasporic Literature*’ என்பதன் நேரடியான மொழியாக்கம் ‘புலம்பெயர்ந்தோர் இலக்கியம்’ என்பதுதான். ஆனால் புகலிட இலக்கியமென்ற ஒரு பாவனையும் தெளிவின்றி அவ்வப்போது காணப்படுகிறது. அகதித் தஞ்சமடைந்தோரிடையே இழந்த மண், உற்றம், சுற்றம் முதலியவற்றினதும் மற்றும் பழம் பெருமையினதும் இழப்பின் வலிகொண்ட எழுத்தைப் புலம்பெயர் இலக்கியமென்று கொள்ளலாம். அதேபோல் தஞ்சமடைந்த மண்ணையே தம் வாழ்வின் பற்றிடமாய்க் கொண்டு அந்த மண்ணோடு கொள்ளும் ஊடாட்டத்தின்

---

2. Vijay Mishra, ‘The Literature of the Indian Diaspora: Theorizing the Diasporic Imaginary’, 2014

3. Luxmi Holmstrom, 1935-2016

புதிய உறவுகள் குறித்துப் பேசுவது புகலிட இலக்கியமெனல் சரியாக இருக்கும். இங்கு காஞ்சனா தாமோதரனின் 'மரகதத் தீவு' (2009) என்ற தொகுப்பிலுள்ள ஐந்து குறுநாவல்களுமே புகலிட இலக்கியத்தினுக்கான நல்ல உதாரணமாக இப் பிரதிக்காரனால் பல இடங்களிலும் எடுத்துரைக்கப்பட்டது.

இன்னுமொரு விஷயத்தையும் இங்கு தெளிவுபடுத்திக் கொள்ளுதல் நன்று. கா. சிவத்தம்பி உட்படப் பலராலும் சொல்லப்பட்டது, புலம்பெயர்ந்தோர் எழுத்துக்கள் எப்போதும் இலங்கை இலக்கியத்தின் ஒரு பகுதியே என்பதாக. அவ்வபிப்பிராயமே இப் பிரதியாளனுக்கும் பிரச்சினையின் ஆரம்ப காலத்தில் இருந்தது. புலம்பெயர் இலக்கியத்தைப் புலம்பெயர் தேசத்ததாக மட்டும் கொள்ளுதலே தர்க்க அடிப்படையிலும் சரியாக முடியுமென்ற வாதம் இப்போது எழுந்திருக்கிறது. அதனோடுள்ள அரசியல் இனங்காணப்பட்டுள்ள வகையில், அதை இப் பிரதி முக்கியமான அலகாக இங்கே முன்மொழிகிறது.

புலம்பெயர் தேசங்களில் அது தென்னாசிய இலக்கிய மாய்ப் பின்னர் பின்காலனித்துவ இலக்கியமாய் முகிழ்க்க வேண்டிய அவசியமும் அவதானப்பட்டிருக்கிறது. ஆழமாக இவ் விஷயத்தை உற்றுநோக்கின், புலம்பெயர்ந்தோர் தமிழிலக்கியம் புகலிட இலக்கியமாக மாறுகிறதா அல்லது தொடர்ந்தும் அவ்வாறே தேங்கி இருக்கிறதாவென்ற கேள்விக்கான பதிலில் இதற்கான விடையைக் காணமுடியும். அது புலம்பெயர் இலக்கியமாகவே தொடர்ந்து இருக்கிறதெனில் அது இலங்கைத் தமிழிலக்கியமாகத் தொடருமென்ற தர்க்கத்தை நம்பலாம். அத் தன்மைத்தான இலக்கியமாகவேதான் அது உருவாகவும் முடியும். அது புகலிட இலக்கியமாக மாறுகிறதெனில் தொடர்ந்து அது அந்தந்த நாடுகளின் இலக்கியமாகப் பரிமாணிக்கிறது என்கலாம். அதாவது கனடியத் தமிழிலக்கியமாக கனடாவிலும், இங்கிலாந்துத் தமிழிலக்கியமாக இங்கிலாந்திலும், பிரான்ஸியத் தமிழிலக்கியமாக பிரான்ஸிலும் அது தலையெடுக்குமெனத் துணியலாம். அதுவே இலக்கிய அரசியலின் அழுத்தம் மேவ மாற்று வழியெடுத்துத் தென்னாசிய இலக்கியமாகவும் பின்னர் பின்காலனித்துவ இலக்கியமாகவும் தன்னை அடையாளப்படுத்து கிறது. அப்போது இப் புலம்பெயர் வாசிகளுடைய எழுத்துக்கள் மூலத்தில், குறைந்தபட்சம் மொழிபெயர்ப்பிலாவது, ஆங்கிலமாய் வெளிவந்துகொண்டு இருக்கும் நிபந்தனையுண்டு.

புலம்பெயர் இலக்கியம்பற்றிய வரையறைக் குறிப்புகள் சுருக்கமாக இவ்வளவு போதும்.

இலங்கைப் புலம்பெயர் இலக்கியம் வடிவெடுத்த காதை

1975ஐ தாண்டிய காலத்தில் படைப்பிலக்கியத்தின் அதுவரையான வேகமும் இலக்கும் மெதுமெதுவாக மாறத் தொடங்குவதற்கு இரண்டு புறக் காரணங்களை அரசியல் வரலாறு சொல்லி நிற்கிறது. ஒன்று, 1974இன் தமிழாராய்ச்சி மாநாட்டுக் கலம்பகம்; இரண்டாவது, 1977இன் புதிய அரசியல் சட்டவாக்கமும் அதன் பின்னான இனக் கலவரமும். அக்கணம் தொட்டு, இலங்கைத் தேசியக் கனவு தமிழரிடையே முற்றுமாய்க் கரைந்து போனதென்பதில் சந்தேகம் வேண்டாம். அக் கனவை அதிகமும் கொண்டிருந்த இலங்கை முற்போக்கு எழுத்தாளர் சங்கமும் அந்தளவில் செயலிழந்து ஒதுங்கிப்போனது. இ.மு.எ.ச.வின் அடக்கத்தைத் துல்லியப்படுத்தியது 1974இல் \ இலங்கை கலை இலக்கியப் பேரவை'யின் தோற்றம்.

இது படைப்பிலக்கியத்திற்கு, குறிப்பாக நாவலிலக்கியத் திற்கு, வசதியான காலமல்லவாயினும் சில நாவல்கள், சில தொடர்கதைகள், சிறுகதைகளும் அதிக அளவில் கவிதைகளுமாக வெளிவரவே செய்தன. இப் படைப்பாக்கங்களில் காலத்தின் பாதிப்பை, குறைந்தபட்சம் அப் பாதிப்பின் அடையாளத்தை, கொண்டுள்ள நாவலாக்கங்கள் சிலவற்றையாவது இனங்காண முடியும். அவை விதந்து சொல்லப்பட முடியாவிட்டாலும் குறிப்பிட்டுச் சொல்லக்கூடியவையாய் இருக்கின்றன.

புலம்பெயர் இலக்கியக் காலகட்டம் (1984–2020)

இனி வருவது 1983இன் இனக்கலவரத்துடன் ஆரம்பித்து 2020வரை தொடரக்கூடிய புலம்பெயர்ந்தோர் இலக்கியக் காலகட்டமாகும். இது பெரும் காலக் களத்தையும் கொண்டிருக் கிறது. பல நதிகள் வந்து சங்கமிக்கும் கடல்போல், பற்பல நாவல் தன்மைகளைக் கொண்ட காலகட்டங்கள் அடங்கிப்போகும் களமாகவும் இருக்கிறது. அதனால்தான் இலங்கைத் தமிழர் படைப்புகளின் சிறப்பு இலக்கிய வகையாகவும் இது அமைந்து போயிற்று.

சென்ற நூற்றாண்டின் முன் பாதியில் இலங்கையிலிருந்தும், தமிழ்நாட்டிலிருந்தும்கூட, மலேஷியாவிற்கு வேலை தேடி ஆயிரக்கணக்கானவர்கள் சென்றதாய் வரலாறுண்டு. அதற்கு முன்னாக வேலை நிமித்தம் ஆபிரிக்காவுக்கும் அந்தமானுக்கும் பிஜி தீவுகளுக்குமாக நிறைய இந்தியத் தமிழர் புலம்பெயர்ந்து போயிருக்கிறார்கள்.

வாழ்வு நிலைபேறடையத் தொடங்கிய காலத்திலிருந்து மனிதப் புலப்பெயர்ச்சி இருந்துகொண்டிருப்பதாகத் தெரிகிறது.

‘புலம்பெயர் மாக்கள் கலந்தினிதுறையும்’ நகராக மதுரையின் புகார் இருந்ததான இலக்கியச் சாட்சியம் உண்டு. அவை கவனம் பெரிதற்ற பெயர்வுகள். ஆனால் 1983இல் நிகழ்ந்த இலங்கைத் தமிழினத்தின் புலப்பெயர்வு வித்தியாசமானது. தம் வேரடி மண்ணையும் வரலாற்றையும்விட்டு அவர்கள் புலம்பெயர்ந்த சோகக் கதைகள் அதில் இருக்கின்றன. உலகமே அப் பெயர்ச்சியை விழித்திருந்து கண்டது. அதன் இலக்கியப் பதிவு வித்தியாசமாக இருக்குமென்று எதிர்பார்க்கப்பட்டது. தமிழிலக்கியம் தென்னிந்தியத் தமிழரைவிடப் புலம்பெயர்ந்த இலங்கைத் தமிழரால் உந்நதம் அடையுமென அநியாயத்துக்கு அதனால் நம்பப்பட்டது.

இனி 1984–2020 காலகட்டத்தில் தோன்றிய புலங்களின் நாவல்களைத் திறனாய்வுக்குட்படுத்தி அவற்றின் வகைப்பாடு களைச் செய்தல் பொருத்தமானது. சிலபல முயற்சிகள் ஏற்கெனவே செய்யப்பட்டிருந்தும், பழைய கண்ணாடிகளின் வழி பார்க்கப்பட்டதில் அவை சரியான அளவுகளைக் காட்டமுடியாது பொருத்தமற்றுப் போயின. அதனால் இலக்கியம் தேவைப்பட்டதுபோல் இங்கே இப்போது விமர்சனமும் தேவைப்பட்டிருக்கிறது. புதிய கண்ணாடிகளின் வழி இலக்கியங் களின் தகைமைகளைக் கண்டடைதல் அவசியமாகியிருக்கிறது.

1984–2020க்கான இக்காலகட்டம் புலத்துக்கும் ஏறக்குறைய பொருந்தும். எவ்வாறெனில் அங்குள்ள மக்களும் உள்ளக இடப்பெயர்வுகளைச் சந்தித்தார்கள். அவர்களது துன்ப,துயரங்கள் எடுத்துரைப்பின் எல்லை கடந்தவை. அவர்கள் போர் நிகழ்வின் முழுக்காலமும் புலத்திலேயே தங்கியிருந்தார்கள்.

சற்றொப்ப முப்பத்தைந்து ஆண்டுகளைக் கொண்டுள்ள இக்காலகட்டமானது தன்னுள் பல பிரிவுகளை அடக்கி யிருக்கிறது. தனிமனிதர்களின் அகதிநிலைத் துயர், இனரீதியான புலம்பெயர் துயர், இயக்க ஆதரவு, அரச ஆதரவென்பன அப் பிரிவுகளுள் சில. புலம்பெயர்ந்த நாடுகளாலும்கூட அவை வித்தியாசப்பட்டன. அவை வகைதொகையற்றனவாய் இருந்தன. ஒழுங்குபடுத்துவதும் வரையறைப்படுத்துவதும் மிகுந்த அவதானத்திலும் சிரமத்திலும் செய்யப்பட வேண்டின. தமிழுக்குப் புதியதான இந்த நவீன புலம்பெயர் இலக்கியத் திற்கு முன்னுதாரணம் தமிழில் இல்லை. சில சங்கப் பாடல்களில் நாடிகந்த சோகங்களையல்ல, காதலையோ குடும்பத்தையோ பிரிந்த சோகத்தையே புலவர்கள் பாடியிருக்கிறார்கள். அதனால் அவ்வகை இலக்கியத்தை ஒழுங்குடன் தரப்படுத்துவது சுலபத்தில் முடிந்துவிடாது. முன்னோடி முயற்சியாக இதைக் கொள்ள வேண்டும்.

1983 ஜுலையில் ஏற்பட்ட முதற்கட்டமான மகா புலப்பெயர்வு தமிழ்நாட்டை நோக்கியே இருந்ததில், புலம்பெயர் தமிழ் இலக்கியம் அங்கிருந்தே முதலில் தோன்றியிருக்க முடியும். அதுவும் அவ்வாறே தோன்றவும் செய்தது. ஆனால் புலம்பெயர் இலக்கியமாக அது கொள்ளப்படவில்லை. பிறவிடங்களில் புலம்பெயர் இலக்கியமாகக் குறிக்கப்பட்டபோது தமிழகத்து இலங்கை அகதிகளின் எழுத்துக்கள் அவற்றுள் சேர்த்துக்கொள்ளப்படாதது அதிசயமானது. காரணங்களைத் தேடினால் அவையும் விசித்திரமாகவே விரிகின்றன. புலத்துத் திறனாய்வாளர்போல் தமிழகத்துத் திறனாய்வாளரும் புலம்பெயர்ந்த இலக்கியமாக அவற்றைக் கருதத் தயங்கினர். இதன் காரணம், இலங்கை அகதிகளோடுள்ள படைப்பாளிகள் திரும்ப நாடு செல்லவேண்டியவர்களே என்ற எண்ணத்தில் போலுமாய் இருக்கலாம்.

புலம்பெயர்ந்தோர் இலக்கியம் ஒருவகையில் இலங்கை இலக்கியமே என்றாலும், இந்தியாவிலுள்ள இலங்கை அகதிகளின் எழுத்துக்கள் நேரடியாகவே ஈழ இலக்கியமாகின்ற வழி பொருத்தமாகத் தோன்றவில்லை.

இதுபோல மேற்குலகில் புலம்பெயர்ந்து வாழும் படைப்பாளிகளது எழுத்துக்களும் புகலிட எழுத்தாய், தென்னாசிய எழுத்தாய், பின்காலனித்துவ எழுத்தாய் முகிழ்க்கிற படிமுறை வளர்ச்சியானது 2020வரை நிகழவேயில்லையெனத் துணிந்து சொல்லலாம். வேறு தேசத்து மக்களும்கூட இந்த மேற்குலக நாடுகளில் புகல்கொண்டு இருக்கிறார்கள். அவர்களிட மிருந்து தென்னாசிய எழுத்துக்களும் பின்காலனிய எழுத்துக்களும் தோன்றிக்கொண்டிருக்கின்றன. ஆனால் இலங்கைத் தமிழர் பொறுத்து, அவர்கள் அந்தந்த நாடுகளின் குடியுரிமை அல்லது நிரந்தர வதிவிடவுரிமை பெற்றவர்களாக ஆன பின்னரும், தொடரும் இந்நிலையின் தர்க்கம் விளங்கவில்லை.

அவைபற்றி தேவையான இடங்களில் தேவையான அளவு விளக்கங்களைச் செய்துகொள்ள முயலலாம். முதலில் இந்த 1984–2020க்கான இலக்கியக் கால நாவல்களை,

- இந்தியாவுக்கு புலம்பெயர்ந்த அகதிகளின் நாவல் இலக்கியம்
- மேற்கில் புலம்பெயர்ந்தோர் நாவல் இலக்கியம் (ஆரம்பம்)
- புலம்பெயர்ந்தோர் நாவல் இலக்கியம் (இரண்டாம் அலை)
- புலத்தில் தோன்றிய நாவல் இலக்கியம்

- இவர்கள் அனைவரிடமிருந்தும் தோன்றிய போரிலக்கியம் (நாவல்)
- அனைத்துத் தரப்பினரிடமிருந்துமான சிறந்த பரீட்சார்த்த நாவல் இலக்கியம்

என ஆறு வகையாகப் பிரிக்கலாம். அவற்றுள் முதலாவதான இந்தியாவில் புலம்பெயர்ந்திருந்த அகதிகளின் நாவலிலக்கியம் தொடர்ந்து பேசப்படுகிறது.

6

தமிழ்நாட்டில் இலங்கை அகதிகளின் இலக்கியம்

1983க்குப் பின்னான காலத்தில் இந்திய மண்ணில் இலங்கை அகதிகளாய்த் தங்கியிருந்த முக்கியமான நாவல் படைப்பாளிகளாக இயக்கச் சார்பான அருளர், கோவிந்தன் ஆதியோரையும், பின்னால் 1983க்கு மேலே அங்கே அகதிகளாய்த் தங்கியிருந்த செ. கணேசலிங்கன், செ.யோகநாதன், தேவகாந்தன் ஆகியோரையும் சொல்லலாம்.

அ) அருளர்

1978ஆம் ஆண்டு அருளரின் 'லங்கா ராணி' வெளிவந்திருக்கிறது. 1977ஆம் ஆண்டின் இனக் கலவரத்தில் அகதிகளான சுமார் 1200 பேர்களை ஏற்றிக்கொண்டு கொழும்பிலிருந்து மட்டக்களப்பு, திருகோணமலை, முல்லைத்தீவு வழியாகக் காங்கேசன்துறையை அடைந்த கப்பலின் பெயர் அது. அதுவே அக் கதை சொன்ன நூலுக்குமானது. இதை நாவலென்பது பொதுவழக்கில் வந்தது; நெடுங்கதை எனலே பொருந்தும். இன்னும் துல்லியமாகவெனில் மகாநெடுங்கதை என்கலாம். அந்த 'மகா'வென்னும் அடை அதில் ஆங்காங்கே விரிந்தெழும் சம்பவ, சரித்திர கதைகளுக்காக. கி.மு.வுக்கு முற்பட்ட அனுல – குடதிஸ்ஸவின் மஹாவம்சக் கதையிலிருந்து திருகோணமலையின் அரசியல் பூகோள வரலாறு, குமரிக் கண்ட

ஐதீகம், முச்சங்கத் தோற்றம் மறைவுகள் உட்பட 1971 ஏப்ரல் ஜேவிபி ஆயுத புரட்சி, துரையப்பா கொலையெனப் பலவற்றைத் தன்னுள் அடக்கி ஒரு காவிய வியாப்தி கொண்டிருக்கிறது 'லங்காராணி'. அதை அரசியல் பேசும் கதைநூல் என்பது பொருத்தமான வகைப்பாடு.

ஆனால் அதன் பாரதூரத்தனம் பெரிது. 'தீர்க்கமான இலக்கைநோக்கி வடிவமைக்கப்பட்ட ஒருவகைப் போர்ச் சாதனமாக இந்த நாவலை படைத்துள்ளார் ஆசிரியர் அருளர்' என்று முன்னுரையில் பேரா. பெரியார்தாசன் கூறுவதைக் கொண்டு அந்த முடிவை மேலும் உறுதிப்படுத்தலாம்.

ஓர் இருண்ட முன்னிரவுப்பொழுதில், கொழும்புத் துறைமுக மேடையில் பொலிசும் ராணுவமும் காவலுக்கு நிற்க லங்காராணி மெதுவாக நகர்ந்து துறைமுகத்தைவிட்டு வெளியேறும்பொழுதில் கனக்கத் தொடங்கும் மனம், சேரிடம் வடக்கென்று தெரிந்தாலும் எந்தத் துறைமுகமெனத் தெரியாமல் ஒரு மர்மத்துள் பயணித்துக் கடைசியில் காங்கேசன் துறைமுகத்தை அடைகையில் அது வெறுமையாகிப் போகிறது. அது ஓர் இலக்கியப் பிரதிக்கு, கதைப் புத்தகத்திற்கும்கூட, ஒவ்வாத தன்மை.

சற்றொப்ப இருபத்தைந்து ஆண்டுக்கால இலங்கையின் அரசியல் வரலாற்றை மயக்கமின்றி வெளிப்படுத்தியிருக்கிறது 'லங்காராணி'. அதனுடைய ஆகக்கூடுதலான தகைமை இது.

ஆ) கோவிந்தன்

கோவிந்தனின் 'புதியதோர் உலகம்' நாவல் 1985இல் வெளிவந்தபோதே தீவிரமான அரசியல் நாவலெனப்பட்டது. அத் தீவிரம், பரவலான தமிழ்ச் சமூகத்தின் வாசிப்பில் முன்னுரிமை பெற்றிருந்த காலத்தாலும் அது. அதனாலேயே 'லங்கா ராணி'யின் நடையிலும் போக்கிலும் பெரிய வேறுபாடின்றி இணையாகப் பயணம் செய்த 'புதியதோர் உலகம்' மாதிரியில் எழுத்தாளர்கள் எழுத முயன்றார்கள். சில நாவல்கள் அவ்வழியில் முயற்சிக்கப்பட்டன.

தமிழீழ விடுதலை இயக்கத்தில் போராளியாயிருந்த சூசைப்பிள்ளை நோபேட் இயக்கத்தோடு முரண்கொண்டு நீங்கி தானறிந்த உள்ளக முரண்பாடுகளைக் கதையாக விரித்த நூல்தான் 'புதியதோர் உலகம்'. அவரது மரணமும் நூல் வெளிவந்த சிறிது காலத்துள் ஓர் இயக்கத்தினால் நேர்ந்தது. நாவல் ஒரு விசையெடுத்து வாசகப் பரப்பெங்கும் அலைந்து திரிந்தது. அரசியல் நாவல்களுக்கு அன்றிலிருந்து இன்றுவரை 'புதியதோர்

உலக'மும் 'லங்காராணி'யும் தமிழகத்தின் ஞாபகங்களில் நீண்டகாலமாக வீணுக்கு மறக்காமலிருக்கின்றன.

இ) செ.கணேசலிங்கன்

மூத்த படைப்பாளியான செ.கணேசலிங்கன், அகதியாய் அங்கு புலம்பெயரும் முன்னரே அங்குள்ள இடதுசாரி எழுத்தாளர்களோடும் சில பதிப்பாளர்களோடும் தொடர்பிலிருந்தவர். அவரது அனைத்து நூல்களும் தமிழ்நாட்டிலேயே அச்சேறியிருந்தன. மேலும் அவரே 'குமரன் புத்தக இல்ல'மென்கிற தமிழ் நூல் பதிப்பகத்தையும் நடாத்தி வந்தார். பெரும்பாலும் செங்கை ஆழியானின் 'கமலம் பதிப்பகம்'போல், இது செ.கணேசலிங்கனின் நூல்களையே வெளியிட்டு வந்தது. புறநடையாகப் பிற படைப்பாளிகளின் ஓரிரு நூல்கள் வெளியிடப்பட்டதுமுண்டு.

சமீபத்திய தகவலின்படி சற்றொப்ப நூறளவான அவரது நூல்கள் சிறுகதைகளாகவும் நாவல்களாகவும் கட்டுரை களாகவும் வெளியிடப்பட்டுள்ளனவாகத் தெரிகிறது. ஆயினும் திறன்கொண்ட நூலேதும் வெளிவந்ததாயில்லை. 'கணேசலிங்கம் தான் வளர்ந்த பிரதேசமாகிய உரும்பிராயை வைத்துக் கொண்டு நல்ல நாவல் எழுதினார். பிற்காலத்து கணேசலிங்கனது நாவல்களின் வளர்ச்சிபற்றித் தனியாக யோசிக்கவேண்டும்' என பேரா.கா. சிவத்தம்பி ('இலக்கியமும் வாழ்க்கையும, நேர்காணல்கள், 2005) கூறுவது கவனிக்கத்தக்கது. அதுபோல் பேராசிரியர் கைலாசபதியும், 'ஆசிரியரது (செ.க.வினது) முந்திய நாவல்களைப் ('செவ்வானம்' தவிர்ந்த) படித்தபோது அவற்றின் பாத்திரங்களின் வாழ்க்கையோடு அரசியல் சேர்ந்து முழுமையாகாது விட்டிசைத்து நிற்கக் கண்டேன்' ('தமிழ் நாவல் இலக்கியம்', க. கைலாசபதி, பக்: 231) என்கிறார்.

இக்காலம் முன்பிருந்த இலக்கிய உலகமாகவும் இருக்க வில்லை. தொண்ணூறுகளில் சோவியத்தின் உடைவும், சோசலிஷ அரசுகள் மறைந்து சுதந்திரமான தனியரசுகள் தோன்றி மேற்கைநோக்கி அவை நகர்ந்ததும் தமிழக இடதுசாரி எழுத்தாளர்களின் படைப்பு வீச்சையும் பரப்பையும் குறைத்ததோடு, தொண்ணூறுகளில் அம்பேத்கர் நூற்றாண்டு விழாவினைத் தொடர்ந்து ஓர் எழுச்சியாகத் தலித் இலக்கியம் தமிழ்நாட்டில் அடக்கப்பட்டோரின் இலக்கியக் குரலாக வீறுடன் எழுந்துவர மார்க்ஸிய எழுத்துக்கான ஆதர்ஷம் குறைந்துவந்தது.

இந்த நேரத்தில் களத்தில் பின்அமைப்பியல், பின்நவீனத்துவம் ஆகிய மேற்குலகின் இலக்கியச் சித்தாந்தங்கள் தமிழ்நாட்டில்

அறிமுகமாகிவந்தன. அவற்றின்மீதான ஈர்ப்பினைப் படைப்பாளிகள் தவிர்க்கக்கூடியதாய் இருக்கவில்லை. வாசகர்களும் அந்த இலக்கியச் சித்தாந்தங்களில் பெரும் ஆதர்ஷம் கொண்டுவிட்டிருந்தனர். தமிழவன், ரமேஷ் – பிரேம், எம்.ஜி. சுரேஷ் போன்றவர்கள் அத் துறையில் ஆரம்ப கால படைப்புகள் சிலவற்றைக் குறுநாவல்களாக, நாவல்களாக வெளியிட்டிருந்தார்கள். தீவிர இலக்கியம், வாசக விமர்சனம், தகர்ப்பமைப்பு வாதங்கள் இலக்கியத்தின் முகத்தை வேறாய்க் காணவைத்தன. எப்போதுமே இருப்பிலிருந்த பயனிலக்கியம் *(Applies Literature)*, இன்பவிலக்கிய *(Pure Literature)* மென்ற வகைகளில் இன்ப இலக்கியம் பெரும் செல்வாக்குப் பெறத் தொடங்கியது. வாசிப்பின் பரவசத்தை வாசக உலகமும் நம்பியது. இது இடதுசாரி இலக்கியத்தின் காலமில்லை யென்பதை வாசகர்கள் நிரூபித்தார்கள். அவ்வாறு தோன்றுவதாயின் அது வேறொரு மொழியிலும் நடையிலும் கட்டமைப்பிலுமாய் இருப்பது நிர்ப்பந்திக்கப்பட்டது. ஆயினும் மார்க்ஸிய விமர்சகர்கள் மார்க்ஸிய யதார்த்தவாதத்தைப் பின்தள்ளி விமர்சன யதார்த்தவாதத்தை முன்னணிக்குக் கொண்டுவந்தனர். எஸ்.வி. ராஜதுரை, கோவை ஞானி, அ. மார்க்ஸ் போன்றவர்களால் வெவ்வேறு தளங்களில் முன்னெடுக்கப்பட்ட இம் முயற்சி பயன்விளைத்தது.

இத்தகு இலக்கியச் சூழ்நிலையில் செ. கணேசலிங்கனின் நாவல்கள் கல்வி நிறுவனங்கள் சிலவற்றைத் தவிர இலக்கிய உலகினால் பெரிதாகக் கண்டுகொள்ளப்படவில்லை.

ஈ) செ.யோகநாதன்

இலங்கையின் அகதிப் படைப்பாளிகளில் செ. யோகநாத (1941–2008)னின் நிலையும் செ. கணேசலிங்கனதைவிடப் பெரும் வித்தியாசம் கொண்டதில்லை. அவரும் தன் படைப்புக் காலத்திலிருந்தே இடதுசாரிப் படைப்பாளியாக அறியப்பட்டவர். தீவிர சஞ்சிகைகளிற்போல் வெகுஜனப் பத்திரிகைகளிலும் நிறைய எழுதியவர். தமிழ்நாட்டில் அது அவரது வாழ்நிலைக்கு அவசியமாகவும் இருந்தது. ஆனால் படைப்புகளுக்கான பரிசுகளால் தனது எழுத்தின் வீரியத்தை வெகுஜனப் பரப்பின் எல்லையில் நிலைநிறுத்த அவரால் முடிந்திருந்தது. தமிழ்நாடு அரசு பரிசு உட்பட இலக்கியச் சிந்தனைப் பரிசு, திருப்பூர் தமிழ்ச்சங்கப் பரிசு, லில்லி தேவசிகாமணி பரிசெனப் பல பரிசுகளைத் தமிழ்நாட்டில் பெற்றிருக்கிறார். சேயோன் எனவும் எழுத்துலகில் அறியப்பட்டிருந்த செ. யோகநாதன் அதிகமாக எழுதியதாலோ என்னவோ ஒரு வலுக் குறைந்த நடை கைவசமாகிப்போனார். பெருவரவேற்புப் பெற்ற

படைப்புகளாக அவரது இரண்டு நாவல்களைக் கூறமுடியும். ஒன்று, 'இரவல் தாய்நாடு', மற்றது 'நேற்றிருந்தோம் அந்த வீட்டினிலே'. இரண்டுமே பரிசுபெற்ற படைப்புக்கள். ஆயினும் இலக்கியக் கனதியற்றதால் தீவிர விமர்சனங்களை அவை எதிர்கொள்ள வில்லை.

செ.யோகநாதனின் சிறந்த படைப்புக்கள் இலங்கையிலேதான் வெளிவந்திருந்தன. அவரது சிறுகதைகள் அக்காலப் பகுதியில் பலராலும் விரும்பி வாசிக்கப்பட்டிருந்தாலும், அவரது சிறந்த படைப்புகளாக அவரது குறுநாவல்களே இருந்தன. 'இருபது வருஷங்களும் மூன்று ஆசைகளும்' குறுநாவல், மிகச் சாதாரணமான தன் கனவுகளும் சிதைந்துபோன ஒரு மாணவனின் தற்கொலைபற்றிய கதையாகும். இடதுசாரிக் கண்ணோட்டத்தில் பிரச்சினைக்குத் தீர்வு காண முயன்றதில் கலை நேர்த்தி இக்குறுநாவலில் செ. யோகநாதனைக் கைவிட்டுவிட்டது. அடுத்தது, 1974இல் சாஹித்ய மண்டலப் பரிசுபெற்ற குறுநாவல் தொகுப்பான 'ஒளி நமக்கு வேண்டும்' நூலிலுள்ள 'தோழமை என்றொரு சொல்' குறுநாவல். கடலையும் மீனவ சமூகத்தையும் கதை நிகழ் களமாகக்கொண்டு விரிந்திருந்தது. 'கட்டுமரக்காரன்' (1976) கூட கடலும் கரையோர வாழ்வும்பற்றிய கதையே. 'காவியத்தின் மறுபக்கம்' (1976) நல்ல குறுநாவல். கட்டுமானம், கதைப்பொருள், கதைப் பின்னல் யாவும் நன்கமைந்திருந்தன அதில். கமலம் என்கிற பாத்திரத்தின் வார்ப்பு உணர்வின் முழுமைகொண்ட பாத்திரமாய் நின்றது.

யோகநாதனின் கதைகள் நெடுங்கதை, குறுநாவல் என்ற வகைமைக்குள் அடங்க முரண்டு பிடிப்பவை. அவர் குறுநாவல்களென அடையாளப்படுத்திய பல கதைகளும் நெடுங்கதைகளே. ஆனால் இங்கு தேர்வாகியிருக்கும் கதைகள் குறுநாவலின் அடையாளங்கள் மிகவும் செறிந்தவை.

உ) தேவகாந்தன்

தேவகாந்தன் (இப் பிரதியாளன்) பற்றி தேவைக்களவான குறிப்புகளே இங்கு சாத்தியம். அவரது நூல்கள்பற்றிக் குறிப்பிட நேர்கையிலும் விமர்சன அணுகுமுறை கையாளப்பட மாட்டாது.

அவரது படைப்புலகம் வித்தியாசமானது. நாவல், குறுநாவல், சிறுகதை, சிறுபத்திரிகை முயற்சி, சினிமாவெனப் பல துறைத் தொடர்புகள் கொண்டிருந்தவர். 1986இல் தமிழ்நாட்டில்தான் அவரது முதலாவது நூலுருவப் படைப்பான 'உயிர் பயணம்' வெளிவந்தது. ஏற்கெனவே இலங்கைத் தேசிய நாளிதழான *ஈழநாடு* ஆசிரியர் குழுவில் கடமையாற்றும்

காலத்தில் *மல்லிகை, சிந்தாமணி, செய்தி, ஈழநாடு* வாரமலர் ஆகியவற்றில் சிறுகதைகளை எழுதியிருந்தவரின் நாவல் முயற்சியே 'உயிர் பயணம்'. தொடர்ந்து 'விதி', 'நிலாச் சமுத்திரம்' போன்ற இரண்டு நாவல்களுடன், 'எழுதாத சரித்திரங்கள்', 'திசைகள்' ஆகிய அவரது இரண்டு குறுநாவல் தொகுப்புகளும் வெளிவந்தன. 2003இல் இந்தியாவை நீங்கி இலங்கை செல்லும் முன்னர் தனது மகாநாவல் 'கனவுச் சிறை'யின் ஐந்து பாகங்களையும் அவர் தனித்தனி நூல்களாக வெளியிட்டார். அதன் முதலாம் பாகம் 1998இல் தமிழ்நாடு அரசு நாவல் பரிசுபெற்றது.

•

செ. கணேசலிங்கன் இன்றும் தமிழ்நாட்டிலேயே தங்கி யிருக்கிறார். புத்தாயிரத்தையொட்டித் தாயகம் திரும்பிய செ. யோகநாதன் சில ஆண்டுகளின் பின் ஜனவரி 2008இல் அங்கே காலமாகிவிட்டார். தேவகாந்தன் தற்போது கனடாவில் வசித்துவருகிறார்.

13

புலம்பெயர்ந்தோர் படைப்புக்கள்

இவ் இலக்கியக் காலகட்டத்தின் (1984– 2020) எல்லைக்குள் தோன்றிய மேற்குலகப் புலம்பெயர்ந்தோரின் தமிழ் நாவல்கள் சுமார் முப்பதளவாக உள்ளன. சற்றொப்ப முப்பதுக்குப் சற்று மேலான ஆண்டுகளாகவும் நாவலிலக்கிய அறுவடையானது முப்பதென்பது மிகக் 'கேவலமான' ஓர் எண்ணிக்கையாகும். அவற்றுள் தகுதியான வற்றைத் தேர்ந்தால் பாதிக்குப் பாதியாகவே மீதமாகும். இது தேர்வு நிலையிலல்ல, தரப்பாட்டில் வரும் சிக்கல்.

மேற்குலகுக்குப் புலம்பெயர்ந்த பிற சமூகங்க ளிடையே படைப்பு முயற்சிகள், குறிப்பாக நாவல் முயற்சிகள், இவ்வாறு அருகியதாயில்லை என்பதை அறியக்கூடியதாக உள்ளது. பிரான்ஸில் அல்ஜீரியா, தூனிஷியா, நைஜீரியா, சிரியா, துருக்கி, எகிப்து போன்ற நாடுகளிலிருந்து புலம்பெயர்ந்தவர்களும், இங்கிலாந்தில் கயானா, மொரீஷியஸ், இந்தியா, ஐரோப்பிய ஒன்றியத்தைச் சேர்ந்த கிழக்கு மண்டல நாடுகளின் ரஷ்ய மொழி பேசுவோரும் அதிகம்பேர் பெயர்ந்திருக்கிறார்கள். தென்அமெரிக்க, லத்தீன்அமெரிக்க நாடுகளிலிருந்தும், சீனா, வியட்நாம் போன்ற தூர கிழக்கு நாடுகளிலிருந்தும், சூடான், பாலஸ்தீனம் ஆகிய நாடுகளிலிருந்தும் பல இன மக்கள் குடியேறிக் கனடாவையே பல்லினங்கள் வாழும் தேசமாக ஆக்கிவைத்திருக்கிறார்கள். இந்த

அனைத்து வந்தேறிகளும் இனவாரியாய் கலை, கலாச்சார முயற்சிகளில் தம்முள் இணைந்து செயலாற்றுவதோடு, தத்தம் மொழிகள்போல் ஆங்கிலத்திலும் காலாண்டு அல்லது ஆண்டுக்கு ஒன்றிரண்டாகக் கலை இலக்கிய இதழ்களை வெளியிட்டுவருகிறார்கள். அவற்றில் நாவல்களின் மதிப்புரை, விமர்சனங்கள் நிறையக் காணக் கிடக்கின்றன. மிக்க பிரபல மானதும் மதிப்பானதுமான இலக்கியப் பரிசுகளை அவை வெல்வதோடு சிறந்த ஆங்கில நாவல்களின் வரிசைகளில் இடம்பெறவும் செய்கின்றன. புலம்பெயர் ஆங்கிலப் படைப்பாளிகள், குறிப்பாகப் பெண் படைப்பாளிகள், ஒதுக்கப்படுவதான குறைபாடு அவ்வப்போது வெளிப்பட ஒலிக்கக் கேட்கிறதாயினும் பொதுவாகத் திறமைகள் முற்று மாக முடக்கப்படுவதில்லை. ஆக, புலம்பெயர் தமிழ்ப் படைப்பாளிகளின் அயர்ச்சிகள் யோசிக்கப்பட வேண்டியுள்ளன.

மேற்கில் புலம்பெயர்ந்தோர் நாவல்கள் – ஆரம்ப காலம்

இலங்கைத் தமிழர்கள் 1983இன் இனக் கலவரம் நடந்த சிறிது காலத்துக்குள்ளாகவே மூன்று லட்சம் பேர்வரை நாடிகந்திருந்த தாக ஒரு கணிப்பீடு தெரிவிக்கின்றது. இவர்களில் பலரது புகலிடமும் ஆரம்பத்தில் அவுஸ்திரேலியா, இங்கிலாந்து, பிரான்ஸ், மேற்கு ஜேர்மனியாகவிருந்து பின்னால் பிற ஐரோப்பிய நாடுகளாகவும், ஐக்கிய அமெரிக்காவாகவும் கனடாவாகவும் ஆகிப்போனது. இந்த ஒழுங்கில் ஐரோப்பாவிலேயே முதல் புலம்பெயர்ந்த தமிழ் இலக்கியம் தோன்றியிருக்க முடியு மென்பது விளங்கிக்கொள்ளக்கூடியது. அது அவ்வாறே சிற்றிதழ்களாக, சிறுகதைகளாக, புதுக்கவிதைகளாக ஊற்றெடுத்தது. கலாவேகம் மேவிய தனிமனிதர்களில் ஒரு முயற்சி இருந்துகொண்டிருந்தபொழுதில், இந்நாடுகளில் நிலைபெற ஆரம்பித்துவிட்ட பல்வேறு இயக்கங்கள் சார்பான பிரச்சார நோக்கிலான முயற்சிகளும் தோன்றச்செய்தன. நாவல் முயற்சிகள் பெருமளவுக்கு மேற்கொள்ளப்படவில்லை யென்பது அவதானிக்கப்பட்டது. நாவலென்பது அவ்வாறாக அந்தரித்தலையும் காலங்களில் உருவாவதுமில்லை. அதுவொரு தனிமனித மனநிலையேயானாலும், சமூக அமைவு அதற்குப் பிரதானமானது. அதனால் ஏற்கெனவே இனமடைந்த இனக் கலவர காலத்து நிலைமைகளையும், இயக்கங்களின் செயற்பாட்டு நிலைமைகளையும் பிரதிபலிக்கும் விதத்தில் வெளியாகியிருந்த அருளரின் 'லங்காராணி', கோவிந்தனின் 'புதியதோர் உலகம்' ஆகியவையே புலம்பெயர் நாடுகளின் இதழ்களில் தொடர்களாக மறுபிரசுரமாயின. இந்த நிலைமை

தாண்டி வெளிவந்திருக்கக்கூடிய நாவல்களுக்குத் திட்டவட்ட மான பதிவும், அனைவரையும் சென்றடையக்கூடிய விநியோகமும் இருக்காதவரையில் அவைபற்றிய துல்லியமான பதிவுகளையோ மதிப்பீடுகளையோ செய்வது அரிது. (2020இல், என். செல்வராசா வின் 'ஈழத்து நாவலியல் கையேடு' வெளிவந்திருக்கிறது.) முடிந்தவரை தகுதியான நாவல்கள் தவறிவிடாத அவதானம் இங்கே காட்டப்படுகிறது.

அ) ராஜேஸ்வரி பாலசுப்பிரமணியம்

முதல் தகவலாகத் தெரியவருவது ராஜேஸ்வரி பாலசுப்பிரமணியத்தின் 'ஒரு கோடை விடுமுறை' நாவல். இலங்கையில் 1981இல் வெளியாகியிருந்தது நாவல். ஆசிரியர் இங்கிலாந்தில் அப்போது வசித்திருந்தார்.

ஒரு கோடையின் விடுமுறைக் காலத்தில் தந்தையின் சுகவீனமறிந்து நீண்டகாலத்தின் பின் இலங்கை, யாழ்ப்பாணம் செல்லும் பரமநாதன் எதிர்கொள்ளும் குடும்ப, சமூக நிலைமைகளின் தெளிவான சாட்சியம் அந்த நாவல். அரசியல் பின்னணியில் இயங்கும் பாத்திரங்களின் வார்ப்பு லட்சியவாதத் தன்மைகொண்டுள்ளதாயினும், விவாதப் புலத்தில் அறிவார்த்தமான தர்க்கிப்புகள் அழகாகப் பதிவாகி யுள்ளன. மேற்கில் புலம்பெயர்ந்தோரின் அரசியல் முதல் நாவலென இதைச் சொல்லமுடியும்.

ஆ) பார்த்திபன்

ஜேர்மனியின் பார்த்திபன் இரண்டு நாவல்களை 'வித்தியாசப்படும் வித்தியாசங்கள்', 'ஆண்கள் விற்பனைக்கு' என்ற தலைப்புகளில் படைத்திருக்கிறார். 1983இன் பின் இவை வெளிவந்திருக்கின்றன. 'வித்தியாசப்படும் வித்தியாசங்கள்' நாவலளவுக்கு வளராதது என்ற பதிவும் உண்டு. தமிழ்ச் சமூகத்தின் ஆகக்கூடிய சாபக்கேடுகளான சாதி, சீதனப் பிரச்னைகள் பற்றியதாக அந் நாவல்கள் அமைந்திருந்தன. 'ஆண்கள் விற்பனைக்கு' இலங்கை யாழ்ப்பாணத்தைக் கதை நிகழ்வின் பெரும் களமாகவும், அங்குள்ள இரண்டு பிரதம பாத்திரங்கள் வழி கதையை நகர்த்துவதாகவும் உள்ளது. 'வித்தியாசங்களின் வித்தியாசம்' உட்பட இவ்விரு நாவல்களும் புலம்பெயர் நாவல்களின் தோற்ற காலப் படைப்புகளுக்கு உதாரணமாகக் கூடியவை. தொடர்ந்த முயற்சிகளுக்கும் உரமாக நின்றன.

இ) இ. தியாகலிங்கம்

இ. தியாகலிங்கத்தின் இரண்டு நாவல்கள் இந்தியாவில் வெளிவந்துள்ளன. இவற்றில் 'நாளை' என்கிற 1999இல் வெளிவந்த

நாவலைவிட முதல் நாவலான 'அழிவின் அழைப்பிதழ்' (1994) வெகுஜன வாசிப்புக்குரியதாய் இருந்தது. தன் நிலத்தின் எரிநெருப்பெனக் கிளரும் இனவெறிச் சம்பவங்களுக்கும் ராணுவ நடைவடிக்கைகளுக்குமிடையே மேற்குலகை அச்சுறுத்திக் கொண்டிருந்த எயிட்ஸ் நோய்த் தொற்றை மய்யமாகக் கொண்டு தியாகலிங்கம் அந்த நாவலை ஐரோப்பியக் களத்தில், தமிழ்ப் பாத்திரங்கைளைக்கொண்டு ஆக்கியிருந்தார். தன் நாவலுக்கான மய்யக் கருவைத் தேரவேண்டியவர் ஆசிரியரே என்பது விவாததத்திற்கு அப்பாற்பட்டது. தியாகலிங்கம் தேர்ந்தெடுத்த கருவில் கட்டுமானமாகிய நாவல், அமைப்பில் நாவலாக எவ்வளவுதூரம் சிறக்கிறதென்பதே விமர்சகரின் தேடலாக இருக்கமுடியும். அந்த வகையில் ஆரம்பகால புகலிட தமிழ் நாவல்களுள் ஒன்றாக மட்டுமே தன்னை அது அடையாளப்படுத்தி நிற்கிறது.

புலம்பெயர்ந்தோரால் படைக்கப்பட்ட நாவல்கள் அனைத்தையும் வரலாற்றுரீதியில் தொடர்பறாத சங்கிலியாக பட்டியலிடுவது இப் பிரதியின் நோக்கமல்லவாயினும், பிரதியோடு கூடிப் பயணிக்கும் வாசகரின் தெளிவு கருதிப் புலம்பெயர்ந்தோர் கால ஆரம்பத்து நாவல்பற்றி இங்கே சொல்லப் பட்டது.

இரண்டாம் அலையின் முக்கியமான நாவல்கள்

இக்காலகட்டத்தின் முக்கியமானதும் குறிப்பிடக்கூடியது மான நூல்களாக ஷோபாசக்தியின் 'கொரில்லா' (2001), 'ம்' (2004), 'Box: கதைப் புத்தகம் (2016), 'இச்சா' (2019), தமிழ்நதியின் 'கானல்வரி' (2009), இளங்கோவின் 'மெக்ஸிக்கோ' (2019), மெலிஞ்சி முத்தனின் 'வேருலகு', 'அத்தாங்கு' (2012), 'உடக்கு' (2018), வ.ந. கிரிதரனின் 'குடிவரவாளன்', பொ. கருணாகரமூர்த்தியின் 'அனந்தியின் டயறி', ராஜேஸ்வரி பாலசுப்பிரமணியத்தின் 'தில்லையாற்றங்கரையில்' (1986), விமல் குழந்தைவேலுவின் 'வெள்ளாவி' (2004), 'கசகறணம்' (2011), ஜீவமுரளியின் 'லெனின் சின்னத்தம்பி' (2014), நொயல் நடேசனின் 'வண்ணாத்திக்குளம்' (2003), 'அசோகனின் வைத்தியசாலை' (2013), தேவகாந்தனின் 'லங்காபுரம்' (2010), 'யுத்தத்தின் முதலாம் அதிகாரம்' (2004), 'கதாகாலம்' (2005), 'கந்தில் பாவை' (2016), 'கலிங்கு' (2018), 'நதிமேல் தனித்தலையும் சிறுபுள்' (2018) ஆதியனவற்றைச் சொல்லமுடியும்.

புலம்பெயர் இலக்கியத்தின் இரண்டாவது அலை புத்தாயிரத்தின் ஒரு சில ஆண்டுகள் முன்னே, பின்னேயான காலத்திலிருந்து தொடங்கியதாகக் கொள்ளலாம். அந்தளவில் புலம்பெயர் தேசங்களில் மொழியும், புவிப்பகுதிச் சுவாத்தியமும்,

பல் கலாச்சார மக்களிடையே வாழுதலின் நெளிவு சுழிவுகளும் தமிழ் மக்களுக்குப் பிடிமானமாகிப் போயிருந்தன. ஊர் அமையாவிட்டாலும் அவர்களுக்கு இருப்பிடம் அமைந்துவிட்டிருந்தது. நாடு திரும்புதலென்ற நினைப்பு சில பேரிடத்தில் மட்டுமே இருந்தது. பிறர் அந்த வசதிகளுடனோ வசதியீனங்களுடனோ தொடர்ந்தும் அந்தந்த நாடுகளிலேயே தங்கும் நிர்ப்பந்தம் பெற்றுப்போனார்கள். குடும்பங்களையும் அங்கே முகவர்கள் மூலமாக 'எடுப்பித்து'க் கொண்டவர்களுக்கு அது இன்னும் அவசியமாகிப்போனது. ஆக ஓரளவு நாவல் உற்பத்திக்கான சூழல் அமைந்துபோக புலம்பெயர் இலக்கியத்தின் இரண்டாம் அலை உற்சாகமாகத் தொடங்குவதாகச் சொல்லலாம்.

'மரணத்துள் வாழ்வோம்' என்ற பதினோர் ஈழக் கவிஞர்களின் கவிதைத் தொகுப்பிலிருந்து புலம்பெயர் இலக்கியத்துறைகளில் கவிதையே சிறப்பிடம் பெற்றதாயிருந்தது. புலம்பெயர் தேசங்களில் தமிழ்ச் சமூகத்தின் இதழியல் முயற்சிகளும் சிறப்பாகயிருந்தன. புலத்து திறனாய்வாளரிடத்தில், தமிழகத்துத் திறனாய்வாளரிடத்தில், புலம்பெயர்ந்த திறனாய்வாளரிடத்தில் கவிதையே புலம்பெயர் இலக்கியத்தில் கோலோச்சுவதான பிரஸ்தாபங்கள் எழுந்துகொண்டிருந்தன. இந்த நிலையில் ஷோபாசக்தியின் 'கொரில்லா' வெளிவந்தது.

அ) ஷோபாசக்தி

அமைப்பு பொறுத்து 'கொரில்லா'வை *(1999)* குறுநாவல் வகைமைக்குள்ளேயே அடக்கமுடியும் எனப்படுகிறது. மேலும் அதன் கட்டுமானத்தில் ஒரு சிறுகதையின் அத்தனை நுட்பங்களும் பிரயோகிக்கப்பட்டுள்ளனவென்றும் சொல்லலாம். வேண்டிய இடங்களிலும் விரிய மறுத்து வெறுமை பற்றிநிற்கும் இடங்கள் அதில் பல இருக்கின்றன. அவற்றை உபகதைகளால் ஈடுகட்ட முடிவதில்லை. ஆயினும் தமிழ் நாவல் உலகில் 'கொரில்லா' செய்த பாதிப்பு வலுவானது.

அதற்கான காரணங்களை இங்கே ஒழுங்குபடுத்தலாம்:

- 1983க்குப் பின்னாக இலங்கை அரசுக்கும் தமிழ் இளைஞர் இயக்கங்களுக்கும் இடையே பெருயுத்தம் தொடங்கியிருந்தது.'கொரில்லா' அவற்றின் மனிதாபிமானப் பிரச்சினைகளில் அடிப்படைக் கேள்விகளை எழுப்பியது.
- அதற்காக ஷோபாசக்தி தேர்ந்தெடுத்த மொழி மகா அற்புதமானது. ஒரு காலத்தில் எஸ். பொன்னுத்துரையின் சிறுகதைகளில் கனத்திருந்த பேச்சுமொழியின் சாயல்

அது. அது காலத்தின் வளர்ச்சியோடு சேர்ந்து மிக வலுவாக 'கொரில்லா'வில் வெளிப்பட்டிருந்தது.

- நடையும் வித்தியாசமானதே. குறைந்த வார்த்தைகளில் அமைந்த வசனங்களும், குறைந்த வசனங்களில் அமைந்த பத்திகளுமாய் வாசிப்பின் சுகத்துக்கு இடைஞ்சல் செய்யாததாக அந்த நடை இருந்தது.

- விவிலியம் மதநூலெனச் சொல்லப்பட்டாலும், அதிலுள்ள இலக்கியச் சுவை செறிந்த பகுதிகள் தீவிர வாசகரையும் ஆர்த்திழுக்கக் கூடியவை. கனடிய மொழி வல்லுநர் நோர்த்ரோப் ஃபிறை '*Bible as Literature*' என்றொரு நூலே எழுதியிருக்கிறார். அதன் விசேஷத்தை வரிகளுக்கான எண்ணிக்கை இலக்கங்களிலும் அடர்த்தியிலும் 'கொரில்லா' கொண்டிருந்தது.

- விளக்கத்துக்கான குறிப்புகள், குறிப்புகளாக மட்டுமின்றி, நூலின் குறிகளாகவும் எடுக்கப்பட்ட கவனம். அவையொரு தீவிர இலக்கியத்தின் தன்மையைக்கொண்டு நேர்த்தியாய் அமைந்திருந்தன. பிரதியானது மொழிமூலம் அமைகிறதென்ற பின்நவீனத்தின் அறைதலை அச்சொட்டாகப் பிரதிபலித்தது 'கொரில்லா'.

இவையெல்லாம் அதுவரையிருந்த புலம்பெயர்ந்தோர் நாவலின் நடைவழியை மாற்றி விமர்சன அக்கறை கொள்ள வைத்தன.

பின்னால் ஷோபாசக்தியின் 'ம்' நாவல் வெளியானது. அதை மிகச்சுலபமாக ஓர் அரசியல் நாவலாக வரையறுத்துவிட முடியும். கட்டுமானக் குறைபாடும், பாத்திர குணநலத் தெளிவின்மையும் அதையொரு நல்ல நாவலாக முன்வைக்கத் தடையாகின்றன. ஆனால் தொடர்ந்து வந்த '*Box*: கதைப் புத்தகம்', 'இச்சா' ஆதியன கவனப்படவேண்டியன. ஒரு கிராமத்தின் ஒட்டுமொத்தமான அழிவையே பேசுபொருளாக்கியிருந்தது '*Box*: கதைப் புத்தகம்'. 'இச்சா' தன் கதைசொல்லலில் ஒரு மாந்தரீகத் தன்மையைக் கொண்டு ரகசியமாய்தலின் கூறடங்க இருந்தது. இவற்றை எவ்வகையான வகைமைக்குள் அடக்குவதென்பதைத் தீர்மானிப்பது சிரமமான காரியம். 1939 – 1944க்கு இடைப்பட்ட காலத்தில் ஐரோப்பிய மொழிகளில் வெளிவந்த கவிதைகள் இரண்டாம் உலக மகாயுத்த கவிதைகளெனச் சொல்லப்பட்டனபோல் போர்க் காலத்தைக் களமாகக் கொண்டிருந்ததாலேயே இவற்றைப் போர்க்கால நாவல்களென அடையாளப்படுத்த முடிவதில்லை.

இன்னொரு சங்கதி. பல்லவர் கால இலக்கியங்கள் மதத்தை யும் கடவுளரையும் பேசியவை. அவற்றை மத இலக்கியங்களாக யாரும் சொல்வதில்லை. மாறாகப் பக்தி இலக்கியமென்றே தமிழிலக்கிய வரலாறு சொல்கிறது. அதுபோல் இவை போர்க்காலத்தையும் போரையும்பற்றியுமே சொல்லி யிருப்பினும், நோக்கம் முழுதுமாய் அதுவாக இல்லாதவரை முதலிரு நாவல்களையும் புலம்பெயர்ந்தோர் நாவல்களென அடையாளப்படுத்துதலே தகும். மற்றவற்றைப் போர் இலக்கிய மென்ற தலைப்பில் வைத்து நோக்க தயங்கவேண்டியதில்லை.

ஆ) தமிழ்நதி

'கானல் வரி' கனடாவைப் புகலிடமாகக்கொண்ட தமிழ்நதியின் முதலாவது நாவல். வடிவமற்ற வடிவமென இப் பிரதிக்காரனால் ஒருபோது திறனாயப்பட்டிருப்பினும் இது குறுநாவல் அல்லது நாவல் என்ற வடிவத்துள் அடக்கப்படக் கூடியதுதான். இன்னும் நாவலலெனக் கொள்வதிலும் பெரிய பிழை இருக்கப்போவதில்லை. இக்காலப் பிரதிகளின் தன்மையே இவ்வாறு நாவலென்றோ குறுநாவலென்றோ சொல்லிவிட முடியாத ஒரு வடிவத்தை எடுத்துவிடுவதாகவே தோன்றுகிறது. 'கானல் வரி'யும் தன் வடிவத்தைத் தானே தீர்மானிப்பதா யில்லை. அது திறனாய்வோரின் அல்லது வாசகரின் பொறுப்புக்கு அதை விட்டுவிடுகிறது.

கதை நிகழ் களம் கனடாவாகவும் இந்தியாவாகவும் இருக்கின்றது. பாத்திரங்களும் இரு நாடுகளையும் சேர்ந்தவையே. முக்கோணக் காதல் கதையெனினும், மாதவியின் உணர்வுத் தெறிப்புகள் அதைமீறிய ஒரு தளத்துக்குக் கதையை நகர்த்தி விடுகின்றன. ஆயினும் ஒரு பெண் படைப்பாளியின் இத்தகைய விவகாரங்களின் விபரிப்பு ஒரு மீறலிலேயே சாதிக்கப்பட முடியும். தமிழ்நதிக்கு அந்த வலிமை இருந்திருக்கிறது. தமிழ்நாட்டில் சல்மாவின் 'இரண்டாம் ஜாமங்களின் கதை' போன்ற நாவல்கள் ஏற்கெனவே வெளிவந்திருந்தும் தாம்பத்திய உறவின் சுருதி பேதங்களை இவ்வளவு திறந்தவெளியில் அவை பேசவில்லை. மொத்தத்தில் வித்தியாசமான உள்ளுடன், வித்தியாசமான கவிதை நடை, வித்தியாசமான கதைப் பின்னணியெனக் காலத்துக்கேற்ற நவீனம்கொண்டு புலம்பெயர் நாவலாய்த் தன்னை இது இனங்காட்டியிருக்கிறது.

இ) விமல் குழந்தைவேலு

கிழக்கிலங்கையைச் சேர்ந்தவரும் தற்போது ஐக்கிய ராஜ்யத்தில் வசிப்பவருமான விமல் குழந்தைவேலுவின் இரண்டு நாவல்களே 'வெள்ளாவி'யும் 'கசகறண'மும். ஏழாண்டு

இடைவெளியில் வந்திருப்பினும், ஒரு நாவலின் இரண்டு பாகங்கள் போன்ற ஒற்றுமையுடையன. 'வெள்ளாவி'யே கட்டமைப்பாய்த் தொடர்ந்துவந்து 'கசகறண'மாய் முடிவதுபோன்ற ஓர் அமைப்பு. அதற்கான காரணங்களாக உரையாடல் மொழியிலேயே இரண்டு நாவல்களும் அமைந்திருந்ததை முதலில் சொல்லலாம்.

தமிழ்நாட்டில் கரிசல்காட்டு மொழியை கி.ராஜநாராயணன் போலும், தஞ்சை மொழியை தி. ஜானகிராமன் போலும், சென்னைப் பேச்சு மொழியை ஜெயகாந்தன் போலும் கையாண்டவர் இல்லையென இலக்கியமறிந்தோர் கூறக் கேட்டதுண்டு. அதுபோல் கிழக்கிலங்கைத் தமிழரின் பேச்சுமொழி இவ்விரு நாவல்களிலும் விமல் குழந்தைவேலினால் சிறப்பாகக் கையாளப்பட்டுள்ளது. எடுத்துக்கொண்ட கதைக் களங்களும் இரண்டு நாவல்களிலும் கிழக்கு மாகாணமே, குறிப்பாக அக்கரைப்பற்று. அந்த மண்ணின் மனிதர்களே பாத்திரங்களாக வும் வருகிறார்கள்.

2000க்கு மேலே வெளிவந்திருப்பதில் கடந்த காலத்திய நாவல்களின் தன்மையைப் போலன்றி 'வெள்ளாவி'யும் 'கசகறண'மும் தம் வாழ்வையும் சூழலையும் தேங்கிநின்ற அரசியலோடு பேசுகின்றன. இதில் 'வெள்ளாவி' தன் பின்னணியிலுள்ள காலத்திற்கேற்ப அரசியலை பூடகமாக முன் வைக்கிறது. 'கசகறண'மோ தன் காலத்தின் அனுசரணைக்கேற்ற அரசியலை வெளிவெளியாய்ச் சொல்கின்றது. அதுவே எதார்த்த மெனினும், அதை உட்செறித்து ஒரு மர்மத்தின் இழையோட வாழ்வியலோடு கொதிக்கவைத்திருப்பின் கலைத்துவம் இன்னும் கூடியிருக்க வாய்ப்புண்டு. விமல் குழந்தைவேலுவின் இவ்விரண்டு நாவல்களும், வ.அ. இராசரத்தினத்தின் 'கொழுகொம்பு'வுக்கு நெடுங்காலம் பின் கிழக்கைப் படைப்பாக்கி யிருப்பவை. புலம்பெயர்ந்தோர் இலக்கியத்தில் சிறந்த ஆக்கங்கள்.

ஈ) எஸ். பொன்னுத்துரை

தமிழின் முதல் அரசியல் நாவலெனத் தன்னை அடையாளப்படுத்திக்கொண்டு 2007இல் வெளிவந்திருக்கிறது எஸ்.பொன்னுத்துரையின் 'மாயினி' நாவல். அறியாக் காலங்களில் நிகழ்ந்த சம்பவங்களை அறிய காலப் பயணத்துக்கு ஆதாரமளிக்கும் முகிலியெனும் சித்த வைத்திய வாகடம் சொல்லும் மூலிகை தேடி களனிக் கரையெங்கும் திரிகிறான் நந்தன். இவ்வாறு நாவல் தொடங்குமிடத்திலிருந்து ஒரு கனலாகச் சென்று 400 பக்கங்களைக் கடந்திருக்கிறது.

20ஆம் நூற்றாண்டின் பெரும்பாலான இலங்கை அரசியல்வாதிகள் உட்பட, காந்தி, எம்ஜிஆர், நெடுமாறன்,

இந்திராகாந்தியென இந்திய அரசியல்வாதிகளும், ஹிட்லர்போன்ற ஐரோப்பிய அரசியல்வாதிகளும் நாவலின் கதாவீச்சில் நேரடிப் பங்குதாரி ஆகிறார்கள். இலங்கை அரசியல்வாதிகளுக்குள் பண்டாரநாயக்க குடும்பம் நாவலில் பெரும்பங்கை நிறைத்துவிடுகிறது. அது இயல்பானதும்தான். எஸ். டபிள்யு. ஆர்.டி. பண்டாரநாயக்க பின் திருமதி பண்டாரநாயக்க தொடர்ந்து அவர்களது பிள்ளைகளில் சந்திரிகா குமாரதுங்க ஜனாதிபதியாகவும் அனுர பண்டாரநாயக்க அமைச்சராகவும் ஆட்சியதிகாரம் செய்த நாடுதான் இது.

நாவலில் நந்தனே முக்கியமான கதாபாத்திரமாகிறான். மேலும் எம்.பி.பி.எஸ். பட்டம்பெற்ற அவனே முகிலியெனும் மூலிகைச் செடி தேடி அலைபவனாயுமிருக்கிறான். மலையாள– சிங்கள கலப்பினத்தில் பிறந்த நந்தகுமார பண்டார, நந்தனென்ற பெயர்பூண்டு தன் தமிழ் – மலையாளக் கலப்பின பூர்வீகம் தேடுவதே அவன் அலைவதின் காரணமென நாவல் தெரிவிக்கிறது. இந்த உத்தியினடியாகவே இலங்கை வரலாற்றின் முக்கிய கணங்கள் அவ்வப்போது வந்து விசாரணையாகின்றன. நந்தனின் உரையாடலும் சிந்தனையும் புதிய அரசியல் வரலாற்றை உருவாக்குகின்றன. அதிலுள்ள துர்ப்பாக்கியம் என்னவெனில், பொதுப்புத்தி சார்ந்த வெகுஜன அபிப்பிராயங்கள் அதனோடு பெரும்பங்காய்க் கலந்துவிடுவதுதான்.

உ) பொ. கருணாகரமூர்த்தி

பொ. கருணாகரமூர்த்தியின் நாவல் ‘அனந்தியின் டயறி’. நாட்குறிப்பெழுதும் மாதிரியான நாவல்கள், நாவல்களின் ஆரம்பக் காலங்களில் விரிந்திருக்கின்றன. பொ.கருணாகரமூர்த்தி யின் விவரிப்பு வாசக ரசனையும், வெளிநாட்டிலுள்ள புலம்பெயர்ந்தவரின் வாழ்முறையை அது தெரியாதார்க்கு தெளிவாய்க் காட்டும் விவரணையும் கொண்டிருக்கிறது. புலம்பெயர்ந்த தலைமுறைகளின் ஆசாபாசங்கள் பேசப்பட்டது போய், அடுத்த தலைமுறையின் புகலிட வாழ்வுபற்றி ஆரம்பகால நாவல்கள் கொண்டிருக்கவேண்டிய கீறல்களை இந் நாவலில் தரிசிக்க முடியும். ஒரு மேனாட்டு விமர்சகர் அனைத்துலகப் புலம்பெயர்ந்தோர் இலக்கியம்பற்றி, ‘உணவும் உடையும் உறைவிடமும்பற்றிய மூத்த புலம்பெயர்ந்தோரின் பிரச்சினைகள் தீர்ந்து அடுத்த தலைமுறையின் மொழியும் கலாச்சாரமும் வாழ்முறையும் சமானமான வாழ்வுரிமையும்பற்றிய கரிசனைகள் இப்போது மேலெழுந்துள்ளன’ எனக் கூறியது சரியாகவே தோன்றுகிறது.

ஊ) ராஜேஸ்வரி பாலசுப்பிரமணியம்

1981இல் வெளிவந்த 'ஒரு கோடை விடுமுறை'க்குப் பின் ராஜேஸ்வரி பாலசுப்பிரமணியத்தின் 'தில்லையாற்றங்கரை' (1987), 'அம்மா என்றொரு பெண்' (1986), 'உலகமெலாம் வியாபாரிகள்' (1991), 'நாளை இன்னொருத்தி' (1997), 'அவனும் சில வருடங்களும்' (2000) ஆகிய நாவல்கள் வெளிவந்திருக்கின்றன. இவற்றுள் 1958ஆம் ஆண்டு இனக் கலவரத்துக்கு முன் பின்னான ஆறாண்டு களில் தில்லையாற்றங்கரைக் கிராமமான கோளாவிலுக்கும் அதன் மக்களுக்கும் நடந்த கொடூரங்களும் கிராமத்தின் அழிவும்பற்றி விவரிக்கிறது 'தில்லையாற்றங்கரை.'

எ) அ. இரவி

இடப்பெயர்வுகள், புலப்பெயர்வுகள்போல் அவற்றுக்கு முன்பான இனக்கலவரங்கள்பற்றியும் சில நாவல்கள் ஆழமாகத் தம் பதிவுகளைச் செய்துள்ளன. இந்த வரிசையில் அ. இரவியின் '1958' (2014)உம் சேர்த்துக்கொள்ளப்படலாம். 58இன் இனக் கலவர காலத்தில் மினுவாங்கொடவில் உள்ள கல்லுலுவ கிராமத்தில் உத்தியோகம் நிமித்தம் சென்ற தமிழ் குடும்பமுட்படப் பல தமிழ்க் குடும்பங்கள் பட்ட சீரழிவை மட்டுமன்றி, உள்ளிருந்து துவேஷம் அரசியல் புலத்தில் உடற்றியக் காலையிலும், மானுஷிக உணர்வுடன் பிற இனத்தார் உறவு பாராட்டிய மனித மனங்களை இக்கதைப் புத்தகம் பிரசன்னப்படுத்துகிறது.

ஏ) நொயல் நடேசன்

தன் கட்டுமானம், நடை, பாவனைச் சொல் ஆகியவற்றின் தவிர்க்கவியலா குறைபாடுகளைக் கொண்டிருந்தபோதும் நடேசனின் 'வண்ணாத்திக் குளம்' (2003) சிறந்த படைப்பு. அது சிறியதென்பதால் அல்ல, வாழ்க்கையை அவாவி விஸ்வரூபம் எடுக்காதது கொண்டு நாவலாய்க் கொள்ளமுடியாவிடினும் அதை ஒரு நல்ல குறுநாவலாகக் காணமுடியும். சிங்களக் கிராமமான பதவியாவையும் வவுனியாவையும் அனுராதபுரத்தையும் யாழ்ப்பாணத்தையும் சுற்றியே அதன் கதையமைப்பு நகர்கிறது. கதையாயினும் எல்லாமே வெளிப்படையாக இருக்கிறபோது அதன் சுவை குலைகிறது. அவ்வாறு கதையின் சுவை குலைகிற இடத்தில் நூல் முடிவுறுகிறது. மனதில் எதுவும் எஞ்சாமல் வெறுமையே கிடக்கிறது.

'வண்ணாத்திக்குளம்' அரசியல் நாவல் என்பதற்குத் தடையில்லை. அது தன் அரசியலை மட்டுமில்லை, கதாபாத்திரங் களின் அரசியலையுமே தெளிவாகப் பேசிவிடுகிறது. 1980–1983க்கு

இடைப்பட்ட காலத்தைக் கதை நிகழ் காலமாகக் கொண்டியங்கும் நாவல், சிங்கள – தமிழ் மக்களுக்கிடையே விட்டுவிட்டுத் தொடரும் இன சௌஜன்யம் கடைசியில் சிதறிப்போவதைச் சிரமமின்றிப் பதிவுசெய்கிறது. அதனாலேயே ‘உனையே மயல்கொண்டு’ நாவலைவிட முக்கியத்துவம் வாய்ந்த நாவலாக இது ஆகிறது.

அதற்கு பின்னால் வெளிவந்த ‘அசோகனின் வைத்தியசாலை’ நாவல், நாவலென்ற கட்டமைப்பு குறை சொல்ல முடியாதிருப்பதோடு வாழ்க்கையின் தரிசிப்பு அதில் சிறிதாகவோ பெரிதாகவோ இருக்கச் செய்கிறது. அதன் வீச்சை கொலிங்வுட்டின் அதிகப்படியான பேச்சு குறைத்துவிடுகிறது. அது திறமையாகக் கையாளப்பட்டிருப்பின் நல்லவொரு நாவல் இவ்வகையினத்தில் தமிழுக்குக் கிடைத்திருக்க முடியும்.

ஐ) ஜீவமுரளி

ஜீவமுரளியின் ‘லெனின் சின்னத்தம்பி’ அகதி, புலப்பெயர்வு, புலத்தின் போர் உக்கிரம், தோல்வியின் வடுக்களென வரிசைகட்டிய நாவல்களுள் வித்தியாசமானது.

இரண்டாயிரத்தின் இரண்டாம் பத்தின் ஆரம்பத்தில் ஐரோப்பா, அமெரிக்காவெங்கும் ஒரு பொருளாதாரப் பதற்ற நிலை உருவாகியிருந்தது. அது 9\11ஐத் தொடர்ந்த ஒரு நிலைமையேயெனினும், ஐரோப்பியப் பதற்றம் 9\11உடன் ஐரோப்பிய ஒன்றியம் அமைந்ததின் நன்மை – தின்மை விவகாரமும் சேர்ந்துகொண்டதில் விளைந்தது. ஆயிரக்கணக் கான தொழிலாளர்கள் வேலையிழந்து, வாழ்வுச் சூன்யத்தில் வீசப்பட்டார்கள். அந்தப் பதற்றமும் அவலமும் மெல்லிய புகாராய் நாவல் முழுக்கவே படர்ந்திருக்கிறது.

ஜேர்மனியின் பேர்ளின் பகுதியிலுள்ள வேலைத்தலமான ‘கெவ்ரர் பார்ட்டி சேவீ’ஸில் லெனின் சின்னத்தம்பிக்கு வேலை. நாவலின் பெரும்பங்கு வேலைத் தளத்திலேயே அடங்கிவிடுகிறது. உணவு தயாரிக்கும் அந்த இடத்தின் நடைமுறைகள் சிறப்பாக நாவலில் விவரிக்கப்படுகின்றன.

அதுவே ஓர் உலகமாக இருக்கின்றது. வெளியுலகப் பொருளாதாரக் கட்டமைப்பின் ஒரு மாதிரிதான் அது. கருத்தியல் பார்வையுடன் கதையாக்கியிருக்கிறார் ஜீவமுரளி. தமிழ்ப் பரப்புக்கு வெளியே நடப்பதானாலும் தமிழ்க் கண்ணால் பார்க்கப்படும் காட்சிகளுக்குப் படைப்பாளியின் விளக்கம் கருத்தியலை மீறவில்லை.

நிச்சயமாக வர்க்கச் சார்பு மனோபாவம் இல்லாத வாசகருக்குத் தொழிற்சாலைக்குள்ளேயே 03–255 பக்கங்களுக்கு

நடந்துதிரிகிற அலுப்பு ஏற்படவே செய்யும். அதைச் சகிக்க முடிந்த வாசகருக்குப் போட்டி, பொறாமை, சூழ்ச்சியாகியவை கொண்டியங்கும் மாதிரி உலகத்தின் மனிதர்களது விவரணத்தையும், வாசிப்பின் சுகத்தையும் உத்தரவாதம் செய்யமுடியும். கடைசி சில பக்கங்களில் லெனின் சின்னத்தம்பியின் வாழ்வின் தன்மை, குடும்ப உறவுகளின் தன்மை, அதன் நெருக்கங்களின் பிரவாகமும், விலகல்களின் மரப்பும் மனம் அதிரும்படி நாவலில் விழுத்தப்பட்டிருக்கின்றன.

பெரும் கலைப் படைப்புகளுக்குள்ள வாசகரை உத்தேசிக்காத மனநிலைபோல் 'லெனின் சின்னத்தம்பி'யும் வாசகக் கவனம் கொள்ளவில்லை. அதனால்தான் 250 பக்கங்களைப் பகுதி, அத்தியாயமென்ற எதுவிதப் பகுப்புமின்றி நேரே கதையை ஜீவமுரளி நகர்த்திச் சென்று முடித்திருக்கிறார்.

இது ஒரு மோசமான, ஆபத்தான பொருளாதாரக் கட்டமைப்புள்ள உலகமென்பதை வேறு எந்தமாதிரியிலும் விளக்கிவிட முடியாது. அத்தனைக்குக் கதாபாத்திரங்கள் இயல்பில் நடமாடுகின்றன, தம் தோள்ச் சுமைகளை தாம் அடையாளம் காணாதவையாக.

நல்ல முயற்சி. நாவல் பரவலான கவனத்தை அடையாத தற்கு வாசகரை மட்டும் குறைசொல்ல முடியாது.

ஓ) இளங்கோ

2019இல் வெளிவந்திருக்கிற இளங்கோவின் முதல் நாவல் 'மெக்ஸிக்கோ'. மெக்ஸிக்கோவுக்கான ஒரு பயண அனுபவத்தைப் பதிவிறக்குவதுபோல் தொடங்கும் இந் நாவல், அதீதமாய்த் தென்படினும், உண்மையில் அது பதிவிறக்குவது நவீன வாழ்வின் ஒரு முகத்தைத்தான். தன்னிலை ஒருமைப் பாத்திரமான 'நான்', அவர் மெக்ஸிக்கோவில் சந்திக்கும் 'அவள்', ஏற்கெனவே அவர் ரொறன்ரொவில் அறிமுகமாகிப் பிரிந்த துஷி, இறுதியாக கதையில் அறிமுகமாகும் மனநல வைத்தியர் ஆகிய நான்குமே நாவலின் பிரதான பாத்திரங்கள். 'நா'னும் 'அவ'ளும் நிறையவே, ஓவியம், கவிதை, படைப் பெனப் பலவும்பற்றி, மிகவும் அறிவுஜீவித்தனமாகப் பேசிக் கொள்கின்றார்கள், தாம் வாசகரிடத்தில் போலியாகிக் கொண்டிருப்பதான பிரக்ஞையின்றி.

இந் நாவல் இரண்டு வாசிப்பு முறைகளைச் சாத்தியமாக்கு கிறது. ஒன்று, மெக்ஸிக்கோவிலும் கனடாவில் கிங்ஸ்டனிலும் களிநிலை கொண்டலையும் பாத்திரங்களில் அமிழ்ந்திவிடும் வாசிப்பு; அது ஒருவகை வாழ்க்கையை வாசகரிடத்தில்

தரிசனமாக்கும். மற்றது, அந்த அறிந்தனபோல் தோன்றும் பாத்திரங்களை மறந்துவிட்டு, அவர்களது உரையாடல்கள்வழி விரியும் கட்டுப்பாடற்றதும் அறிவார்த்தமானதுமான தனிவாழ்க்கையையும் அகலுலக வெளியையும் கவனமாக்கும் வாசிப்பு. இவை வேறுவேறு வழிகளினூடான அனுபவங்களை வாசகருக்குத் தரவல்லவை.

2012இல் வெளிவந்த குறமகளின் 'மிதுனம்', கனடாவில் வயது முதிர்ந்தோர் வாழ்வில்லத்தில் தனியாய்த் தங்கும் இலங்கை மூதாட்டியின் தனித்துவமான கதையை 'மெக்ஸிக்கோ'போல் எடுத்துரைக்கும் நூல்தான். ஆனால் 'மிதுனம்' கதையாய்த் தேங்கிப்போக, தனிவாழ்வின் நாவலாய் நிமிர்ந்தது 'மெக்ஸிக்கோ'.

ஓ) மெலிஞ்சி முத்தன்

இக்குறிப்பிட்ட இலக்கியக் காலகட்டத்தில் மெலிஞ்சிமுத்தனின் மூன்று நாவல்கள் வெளிவந்திருக்கின்றன. 'உடக்கு' (2018) ஒரு நாவலாக விரிந்தெழுந்து புலப்பெயர்வின் அவலங்களைக் கூறி உயிரபயத்துக்காக உலகெங்கும் அலைந்த மனிதனின் கதையைக் கூறிய வேளையில், 'அத்தாங்கு' (2012) உள்ளக இடப்பெயர்வின் சீரழிவுகளைக் கூறியது. ஆனால் குறுநாவல் வடிவிலுள்ள 'வேருலகு' (2009) விவரணப் பாங்கற்ற புனைவுக்கான தன் மொழியினாலும் நடையாலும், யதார்த்தம் மீறிய ஒரு தளத்திலிருந்து சம்பவங்களை வெளிப்படுத்தும் தன்மையினாலும் இரண்டாயிரத்தின் பின் வந்த புலம்பெயர்ந்தோர் படைப்புகளுள் கவனம்பெறவேண்டிய குறுநாவலாக ஆகின்றது.

'வேருலகு' பயணத்தின் கதையல்ல. பயணத்தை அவசியமாக்கிய ஊர் நிலபரத்தின் கதை. அது சின்ன ஓர் ஊரின் சின்ன ஓர் ஆமிக் கொலையோடு தொடங்குகிறது. இத்தனைக் கிடையில் ஊர்கள், உறவுகள், வாழ்முறைகள், காதல்கள், காமங்கள் எல்லாம் பிரதியில் வெடித்தெழுகின்றன.

பயணத்தின் குறி மெக்ஸிக்கோவாக இருக்க, பாரிஸிலிருந்து ஸ்பெயினூடாக வழி போடுகிறான் பயண முகவன். ஆயினும் பயணம் ஜெயிக்கவில்லை. ஸ்பெயினிலேயே அகதிப் பயணி கிடந்து அல்லாட நேர்கிறது. புகலிட நாடு தேடிய வழிப் பயணத்தின் அவலங்களும் ஆபத்துக்களும் நூலில் விளக்கமாகின்றன. யதார்த்த வகையானதாக இதை அடக்க முடியாததாலேயே 'வேருலகு' மீதான கவனம் கூடியிருக்கிறது. புலம்பெயர் சூழலில் மாயா யதார்த்த வகையானவோ பின்நவீனத்துவ வகையானவோ நாவல் தோன்றுவதற்கான சாத்தியங்கள் ஓர் எதிர்பார்ப்பினை ஏற்படுத்துகின்றன. பின்நவீனத்துவத்தின் காலம் முடிந்துவிட்டதென்ற குரல்கள் சில எழவே செய்கின்றன.

அதொன்றும் அப்படியில்லை. புதிது புதிதாக வெளிவரும் ஆங்கில நாவல்களின் காட்சிப் பெட்டிகளில் இன்னும் மாயா யதார்த்தவாத, பின்நவீனத்துவ நாவல்களின் வரிசைகள் இருக்கவே செய்கின்றன. விற்பனையிலும் வெற்றி பெறுகின்றன. விமர்சனத்திற்கான சஞ்சிகைகளில் அவற்றின் மதிப்பீடுகள் தனி அவதானம் பெறுகின்றன. பிரதிகளின் வாசிப்புப் பாங்கில் புரிந்துகொள்ளுதல் சிரமமானதெனினும் இனிமை சார்ந்த விஷயம் என்கிறார்கள் அதன் வாசகர்கள். வாசிப்பதற்கே இத்தனை பாடு என்றால், எழுதுவது? அதை 'வேருலகு' சாத்தியப்படுத்தியுள்ளதென எண்ணவேண்டியதில்லை. ஆனால் அதுவொரு நம்பிக்கையைத் தந்திருக்கிறது.

ஔ) வ.ந. கிரிதரன்

2015இல் வெளிவந்த வ.ந. கிரிதரனின் 'குடிவரவாளன்' நூலும் தன் அனுபவப் பதிவு சார்ந்த வகையில் இங்கே கவனமாகிறது.

1983இன் இனக்கலவரத்தின் பின் கனடாவில் அகதித் தஞ்சம் கேட்கப் புறப்படும் இளங்கோவுக்கு, அமெரிக்க விமான நிலையத்தில் தொடர் பயணம் தடுக்கப்பட ஓராண்டைக் கழிக்க நேர்கிறது. அவனது அந்தத் தடுப்பு முகாம் அனுபவங்களூடாகப் படைப்பை விரித்திருக்கிறார் ஆசிரியர். இவ்வகைப் பயணங்கள் அமெரிக்காவில், கிழக்கு ஜேர்மனியில், இத்தாலியில், மெக்ஸிக்கோவில் என தடைப்பட்டுப் போக அவ்வனுபவங் களின் மேலாய் நிறைய நூல்கள் தமிழில் எழுந்திருக்கின்றன. ஆயினும் தனது 'மண்ணின் குர'லில் வந்த குறுநாவல்கள் போலன்றி 'குடிவரவாள'னில் தன் அனுபவங்களைக் கலைத்துவமாக்க அவரெடுத்த முயற்சி நூலின் பக்கங்கள் தோறும் புலனாகிறது. தடுப்பு முகாம் மண்ணில் ஓர் அகதியின் அனுபவங்களும் வித்தியாசமானவையாகவே பதிவாகியுள்ளன.

அஅ) தேவகாந்தன்

இக்காலப் பகுதியில் தேவகாந்தனின் ஒற்றைத் தொகுப்பான மகாநாவல் 'கனவுச் சிறை' (2015) உட்பட ஐந்து நாவல்கள் வெளிவந்துள்ளன. இவற்றுள் 'கதாகாலம்', 'லங்காபுரம்' இரண்டும் 2004இலும் 2010இலும் மறுவாசிப்புகளாக வெளிவந்தவை. முதலாவது நாவல் குந்தியின் பார்வையில், மகாபாரதப் பெண் கதாபாத்திரங்களினூடாக, ஆதிமூலமான யுத்த காரணத்தைக் கதைசொல்லிகளின் கதைகளூடாக நாவல் அலசுவதாக இருந்தது. ராவணனின் சினிமாத்தன வர்ணிப்புகளை ஒதுக்கி ஆதி இலங்கையின் இனக் குழுத் தலைவனாக மட்டும் அவனைக் கண்டு ஒரு மறுவாசிப்பாக 'லங்காபுரம்' வெளிவந்தது. இராம காதையோடு ராவண காதை கொள்ளும் தொடர்பு, மாயா

தந்திரங்களினூடாக அன்றி எதார்த்தத்தினூடாக அமைந்ததைக் காட்டுவதாய் அது இருந்தது.

இவை வெளிவந்த காலம் ஒருவகையில் இந்திய இலக்கியப் பரப்பில் தெலுங்கு, தமிழ், மலையாளமென இவ்வகை மறுவாசிப்புகள் பரவலாக எழுந்துகொண்டிருந்த காலமாகயிருந்தது. அதற்கான அரசியல், பொருளாதார, சமூகவியற் காரணிகள் நிச்சயமாக இருந்திருக்க முடியும். இராமாயண, மகாபாரதத் தொலைக்காட்சித் தொடர்களும் வெகுவான ரசிகர்களைக் கொண்டிருந்தமையை இத்துடன் சேர்த்து நினைத்துப் பார்க்கலாம். இத்தகைய ஆத்மீகச் சிந்தனையை அதிகரிக்கும் முனைப்புகளுக்கெதிரான கலா எழுச்சியையே இம் மறுவாசிப்புகளின் காரணமாகச் சொல்லக் கூடியதாய் உள்ளது. ஆனால் 'கதாகால'த்தின் தோற்றம், வெளிப்படத் தெரியும் காரணத்தை மறுத்து, எந்த யுத்தத்தின் பின்னாலும் உள்ளோடிய ஒரு காரணம் இருப்பதனை வெளிப்படுத்தும் நோக்கம் கொண்டிருந்தது.

அடுத்து 'முந்நாவல் தொகை' (Trilogy)யெனத் தக்கதான வரலாற்றுத் தொடர்பில் தொடுப்புண்டு நிற்கும் மூன்று நாவல்கள்பற்றிக் காண வேண்டும். இந்த முந்நாவல் தொகையில் 'யுத்தத்தின் முதலாம் அதிகாரம்' (2003), 'கனவுச் சிறை' (2016), 'கலிங்கு' (2018) ஆகிய மூன்று நாவல்களும் இணைகின்றன. இலங்கையின் தமிழ் நாவல் வரலாற்றில் இத்தகைய முந்நாவல் தொகையாக முதலில் தோன்றியது செ. கணேசலிங்கனின் 'நீண்ட பயணம்', 'சடங்கு', 'செவ்வானம்' ஆகிய நூல்கள் என்கிறார் கலாநிதி க. கைலாசபதி ('தமிழ் நாவல் இலக்கியம்', கலாநிதி க. கைலாசபதி). அதன்படி தேவகாந்தனது முந்நாவல் தொகுப்பு நாவல் வரலாற்றில் இரண்டாவது ஆகின்றது.

19ஆம் நூற்றாண்டின் ஆரம்பத்தில் ஒரு புதிய கிராமத்தின் அமைவோடு ஆரம்பித்து, காலப்போக்கில் சமூக நெருக்கத்தில் புதிய குடியேற்றங்களை நோக்கி அம் மக்கள் நகர்வதைப் பேசுவதோடு 1975இல் முடிவடைகிற நாவலிது. அதற்குள் உள்ளோடும் சமூகநிலை சார்ந்த முக்கியமான சம்பவங்களோடு இன விரோதத்தின் பின்னணியையும் சரியாக இனங்காண நாவல் முயல்கிறது.

அடுத்த நாவலான 'கனவுச் சிறை' 1981இல் யாழ் நூலக எரிப்புடன் தொடங்கி, 2001இல் யுத்த நிறுத்தத்தை நோக்கி நகர்ந்த அரச – போராளி இயக்கப் பேச்சுவார்த்தைகளுடன் முடிவடைகிறது. இந்த இருபத்தோராண்டுக் கால இடைவெளியில் இருபத்தொரு நூற்றாண்டு இலங்கையின் முக்கிய வரலாற்றுச்

சம்பவங்களைத் தழுவிச் சென்றிருக்கிறது நாவல். கலை, ஐதிகம், வரலாறென்று தேவைகளில் விரிந்து பன்முகங்கொள்ளும் நாவலும்.

மூன்றாம் நாவலான 'கலிங்கு' 2003இல் தொடங்கி 2015இல் முடிவடைகிறது. இலங்கை யுத்தத்தின் மிக முக்கியமான காலகட்டங்களை இது உள்ளடக்கியதோடு மீள் குடியமர்வு, புனர்வாழ்வுச் செயற்பாடுகளின் காலத்தையும் உள்ளடக்கு கிறது. காணாமல் போனோர் (காணாமல் ஆக்கப்பட்டோர்) விவகாரத்தையும் முனைப்பாக விசாரணைப் படுத்துகிறது.

மொத்தத்தில் இந்த மூன்று நாவல்களுமே போராட்டத் தின் தொடக்கத்தையும் மக்களின் அகதி நிலையையும் யுத்த முடிவையும் புனைவும் எதார்த்தமுமான வெளியில் வாசகர் முன்வைக்கின்றன.

அடுத்து, குறிப்பிடவேண்டிய முக்கியமான நூல் 'கந்தில் பாவை' (2016) ஆகும். 2015இல் தொடங்கி 1880இல் முடிவடையும் இந்நாவல் நான்கு பகுதிகளைக்கொண்டு நான்கு கதைகளைச் சொல்கிறது. அவற்றுள் உள்ளோடும் ஒருமை காலத்தின் தொடர்நிலையாகும். பின்னோக்கிச் சென்றபடி காலத்தின் கதையுரைக்கும் இந்நாவல், இன்னொரு காலத்தின் கதையை அல்லது பல காலங்களின் பல கதைகளைத் தன் பின்னால் இணைக்கக்கூடியதான இசைவுத் தன்மை கொண்டிருப்பது இதன் விசேஷித்த கட்டுமானம்.

அடுத்து குறிப்பிடவிருக்கும் நாவல் 'நதிமேல் தனித்தலையும் சிறுபுள்' (2019) ஆகும். அது முழுக்கமுழுக்கப் புகலிடத்தில் விரிந்து இரண்டு தலைமுறைகளின் மனநிலைகளைத் தெளிவுபடுத்தும் கதையாக நீளுகிறது. புகலிடத் தமிழ் இலக்கியத்திற்கான அடையாளத்தை அந்தவகையில் அது முற்றிலுமாய்க் கொள்கிறது.

இவை தேவகாந்தனின் நாவல்கள்பற்றிய குறிப்புகள் மட்டுமே. இனி இலங்கை, புலம்பெயர் நாடுகள் அளாவித் தோன்றிய போர்க்கால நாவல்களை நோக்கலாம்.

14

புலத்தின் படைப்புக்கள்

இக்காலகட்டத்துப் புலத்தின் இலக்கியத்தை தெளிவான 1984–2003, 2004–2009, 2010–2020 ஆகிய மூன்று பகுதிகளாக வகுக்க முடியும். முதலாம் பகுதி யுத்தத்தின் ஆரம்ப, இடைநிலைக் காலகட்டங் களைக் கொண்டதாய் அமைந்து அதன் புதிய வாழ்நிலைமை புலப்பெயர்வு, இடப்பெயர்வு ஆகியவைகளால் இலக்கியவாக்க உந்துதல் பெற்றிருந்தது. இரண்டாவது கட்டமோ, இறுதி யுத்த காலம். மூன்றாம் பகுதி 2010இலிருந்து 2020வரை நீண்டது. இப்பகுதி சமூக மீள் கட்டுமானமாய், வாழ்வு மீளமைவாய்த் தொடர்ந்தது. இப்பகுதியை ஓர் இருண்ட காலமெனவும் சொல்லல் பொருந்தும். சங்க மருவிய காலத்தின் இலக்கியரீதியிலான இருண்மை இக்காலத்திலும் அதன் அரசியல் காரணமாய் நிலவியது. காணாமல் போனோரின் அவல ஒலி திசையறியாப் பாதாளத்திலிருந்து எழுகின்ற காலமாகவுமிருந்து அந்த இருண்மையைப் பிரதிபலித்தது.

மேலோட்டமாகவேனும் இக்காலகட்டம் குறித்துச் சொல்லப்பட வேண்டும் என்பதனாலேயே இவை இங்கு பதிவாகின. எடுத்துக்கொண்ட பொருளாலோ குழம்பிய வடிவத்தாலோ காலக் கவனத்தை ஈர்த்த நாவல்கள் இங்கே பதிவாகின்றன. இக்காலப் பிரிவுகளுக்கேற்ற நாவல்களின் அரிது காரணமாய் காலப் பகுப்பற்றதாகவே நாவல் களின் தரம் இங்கே காணப்படுகிறது என்பதில் வாசகர் கவனம் கொள்ளவேண்டும்.

அ) எஸ்.ஏ. உதயன்

இங்கே கவனம் கொள்ளப்படும் மன்னார்ப் பிரதேசத்திலிருந்து வெளிவந்த எஸ்.ஏ. உதயனின் 'லோமியா' (2008) நாவல் பல்வேறு காரணங்களினால் தன்னை முன்னிலைப்படுத்துகிறது.

இற்றைக்குச் சுமார் தொண்ணூறு ஆண்டுகளுக்கு முன்னதாக மன்னாரின் பேசாலைப் பகுதியில் குடியிருக்க வந்த தென்னிந்திய மீனவக் குடும்பங்களுக்கும் அப் பகுதியின் பூர்வீகக் குடிகளுக்கும் இடையிலான தொழில் நிமித்த ஒட்டுறவும், வாழ்நிலையின் பிரிநிலையும் நாவலில் விரிவாகப் பேசப்படுகின்றன. அங்குள்ள சமூகரீதியிலான ஏற்ற இறக்கங்கள் தெளிவாகக் கதையின் மய்ய விவகாரமாகின்றன. முக்கியமான அம்சம் மன்னாரின், குறிப்பாக பேசாலைப் பகுதியின், மொழிப் பாவனையில் நாவல் மொத்தமும் அமைந்திருப்பதுதான். கிழக்கிலங்கைபோல், வடமேற்குக் கரையின் புழங்கு மொழியும் வித்தியாசமும் நயமும் கொண்டவையாகயிருக்கின்றது. 'லோமியா' மிகத் திறமாக அப் பேச்சுமொழியைக் கிழக்கிலங்கை நாவலான 'வெள்ளாவி'யும் 'கசகறண'மும்போல் கையாண்டிருக்கிறது. அத்தனையிருந்தும் மண்ணின் பிடிமானத்தை முன்னிலைப்படுத்த எழும் அதீதக் கற்பனாவாதத்தால் நாவல் இறுதியில் பலமிழந்து போகின்றது. யதார்த்த வகையில் வீறார்ந்தெழுந்த நாவல் தன் குறியிழந்து போவது துக்கமானது.

ஆ) தாமரைச்செல்வி

வன்னியைத் தளமாகக்கொண்ட இலக்கியங்களும் இக்காலத்தில் நிறையவே எழுந்தன.

தாமரைச்செல்வியின் நாவல்கள் போர்க் காலத்தின் தன் சிறந்த கதைகளைச் சொல்லின. அவரின் 'சுமைகள்' (1977), 'வீதியெலாம் தோரணங்கள்' (1985), 'தாகம்' (1993), 'பச்சை வயல் கனவு'(2004) ஆகிய நாவல்கள் இதுவரை வெளிவந்திருக்கின்றன. கதை சொல்லலுக்கு அப்பால் இலக்கிய வளம் சார்ந்ததாய் அதன் புனைவும் கட்டுமானமும் அமையவில்லையென அதுபற்றிய மதிப்பீட்டினைச் செய்யமுடியும். வன்னியிலக்கியம் நாவல்கள் பொறுத்து இனிமேல்தான் தனது தீர்க்கமான அடியை எடுத்துவைக்கவேண்டியதாய் இருக்கிறது. அதை தாமரைச்செல்வியால் செய்யமுடியும்.

இ) முல்லைமணி

முல்லைமணியின் மூன்று நாவல்கள் வெளிவந்திருக்கின்றன. 'மல்லிகைவனம்' (1985), 'கமுகஞ்சோலை' (2000), 'மழைக்கோலம்' (2003) ஆகியனவே அவை. நிலத்தின் வளத்தை, பண்பாட்டின்

ஊடாட்டத்தையன்றி கதையைப் பிரதானப்படுத்தியதில் அவை கவனமிழந்தவையாயின

ஈ) திக்குவல்லை கமால்

'ஒளி பரவுகிறது' திக்குவல்லை கமாலின் முதல் நாவல். 1995இல் வெளிவந்தது. அக்கால இலங்கைத் தமிழ் நாவல் களின் மாதிரியை அச்சொட்டாய்ப் பின்பற்றித் தேயிலைத் தோட்டமொன்றின் தொழிற்சாலைத் தொழிலாளரது பிரச்சினையைக் கோசத்துடன் பேசியிருக்கிறது. முற்போக்கு இலக்கியத்தின் வீறு குறைந்த காலத்தில் அந்த வழியை மீட்டெடுத்து வந்திருந்தாலும் இந்த நாவலின் விசேஷம் அது கையாண்ட மொழியாகக் கொள்ளலாம்.

இலங்கைத் தமிழுரைநடை, குறிப்பாக யதார்த்த வகை எழுத்துக்கான உரையாடலின் மேனிலை மொழி, இன்னும் வளர்ந்துகொண்டிருந்த நிலையில் அதன் நகர்வுக்குத் தன் பங்கை இதன்மூலம் அளித்திருக்கிறார் கமால்.

திக்குவல்லை முஸ்லிம்கள் ஏனைய பிரதேச முஸ்லிம்கள் போலன்றிப் பல்லின சமூகத்திடை வாழ விதிக்கப்பட்டவர்கள். தமது பேச்சு, வாழ்முறை யாவும் அதனாலேயே வித்தியாசப் பட்டுப் போனவர்கள். புதிதாய் வரப்போகும் இலங்கை நாவலிலக்கியத்திற்கு 'ஒளி பரவுகிறது' உரையாடல் மொழி சார்ந்து அளித்த பங்கு சிறப்பானது. அதனாலாலேயே அதனிருப்பு இலக்கிய வரலாற்றில் ஏறத் தகுந்ததாகிறது.

உ) மு. பொன்னம்பலம்

வாழ் நிலமே யுத்த களமாய் மாறி, அழிப்புத் திறன் பல மடங்கு படைத்த நவீன ஆயுதங்களின் பாவனையில் மரணத்தை வீதி முனையில் எதிர் நின்றிருந்த மக்களின் வாழ்வு, அச்சம் அழிவு இவற்றிற்கிடையில் திணறிக்கொண்டிருந்தபோது மரணமும், வாழ்வும்பற்றிய விசாரணை சிலரிடத்திலேனும் தவிர்க்கமுடியாததே. அதை மிக நேர்த்தியாகச் செய்கிறது மு.பொன்னம்பலத்தின் 'நோயில் இருத்தல்' (1999) நாவல்.

நாவலின் தனித்துவமான தன்மைகளாகப் பின்வருவன வற்றைச் சொல்லமுடியும்:

- ஒற்றைச் சொற்கள் படிமங்களாய் வந்து வசனமமைதல். உம்: இருட்டு! வெளி!
- எழுவாயில் தொடங்கி பயனிலை தொக்கவரும் வாக்கியங்கள். சிலவேளை எழுவாயையுமே தேட நேர்ந்துவிடுகிறது.

- பெரும்பாலும் அடிக்கடி நிகழும் ஆன்ம விசாரணை களின் பதிலாக ஊழே வருகின்றது. உம்: 'எல்லாம் பூர்வ ஜென்ம வினை. முற்பிறப்பில் செய்த கர்மம். எங்கட ஊழ்.' பக்: 12

- நிகழ்வுகளின்றிச் சிந்தனையிலேயே விருப்பார்வ விடைகளை அடைதல். உம்: 'நீயும் உன் மூலத்துக்குத் திரும்பிப் போ. அங்கே பூர்வ ஜன்ம வினை என்பதும், பாவ புண்ணியங்கள் என்பவையும் உண்மையா என்று அறிந்துவிடலாம். இது பிற்போக்கானதா? இந்தப் பார்வையில் பிற்போக்காகத் தெரிந்த ஒரு விஷயம் எல்லாவற்றையும்விட முற்போக்காகத் தெரிகிறது.' பக்: 15

- ஒரு கம்யூனிஸ்டு, ஓர் அஹிம்சாவாதி, ஓர் இயங்கியல்வாதி, போராளிகள் என நாவல் முழுதும் விசாரணை செய்யும் பாத்திரங்கள்.

- போர்க்காலத்தின் நினைவுகள் வழி புறப் போராட்டம் அகத்துள் கனவாய், அச்சமாய் விரிந்தெழுதல்.

இவை நாவலின் வித்தியாசமான அம்சங்கள்.

இதன் தனித்துவமான எழுத்து நடைக்கு எதை உதாரணிக்க? மௌனி கதைகளையா? அல்லது நகுலனின் 'நினைவுப் பாதை'யையா? அவையல்ல இது. இது இலங்கை யின் விசேஷித்தவொரு நடை. எஸ். பொன்னுத்துரையின் சில சிறுகதைகள் இந் நடையில்தான் அமைந்திருந்தன. நீர்வை பொன்னையனின் 'மேடும் பள்ளமும்' கதையிலும் இத்தன்மையதான நடையே பயன்பாடு கொண்டுள்ளது. இது எழுபதுகளில் இன்னும் சிலரால் இலங்கையில் பரீட்சிக்கப் பட்ட நடைகூட. இலக்கிய வேகமும், இலக்கியச் சித்தாந்தங் களும் பெருக்கெடுத்த காலமாய் மு. தளையசிங்கம்[1] சொல்லும் 1956–63 காலகட்டத்தில் அது எழுந்திருந்தது. ஆனால் இடையில் விடுபட்டுப் போயிருந்தது. 1999இல் மு. பொன்னம்பலம் வழி அது மீள் ஜனனமாகியிருக்கிறது. இதுவே ஆன்ம விசாரணைக்குரிய நடையென படைப்பாளி யால் சரியாகவேதான் தேர்வாகியிருக்கிறது. ஆன்மீக விசாரணை யில் அந்நடையானது மு. பொன்னம்பலத்துக்குப்போல் யாருக்கும் கைகொடுத்திருக்கவில்லை.

ஊ) உமா வரதராஜன்

சிறுகதைப் படைப்பாளியாய் அறியப்பட்டிருந்த உமாவரதராஜனின் நாவல் 'மூன்றாம் சிலுவை' (2009). இது

---

1. மு. தளையசிங்கம் (1935–73), 'ஏழாண்டு இலக்கிய வளர்ச்சி' 1966

மொழியால் வீறு கொண்டிருந்தது. எடுத்துக்கொண்ட கதைப் பொருளால் புதுமைகொண்டிருந்தது. அப் பொருளுக்குச் சமகாலத்தில் புலத்திலோ புகலிடத்திலோ அயலகத்திலோ ஒப்புமையில்லை; உதாரணமும் இருக்கவில்லை. நாற்பத்தைந்து ஆண்டுகளுக்கு முன்பாக மட்டும் இலங்கையில் ஓர் உதாரணமிருந்தது. அது 'தீ' (1961) நாவல். எஸ். பொன்னுத்துரையினுடையது. அதுவும் இலங்கையின் கிழக்கு மாகாணத்திலிருந்துதான் தோன்றியிருந்தது. எடுத்துக் கொண்ட பொருள் வித்தியாசமாக இருந்திருப்பினும், விஷயம் பாலுறவாகவே இருந்தது.

108 பக்கங்களில் விரிந்து ஒரு குறுநாவலாகவே தோன்றியிருப்பினும் நாவலாயும் அடையாளம் காணப்படக் கூடியதான அம்சங்கள் அதில் இருந்திருந்தன. அது ஒரு சில காலம் சமூக திரஸ்காரம் பெற்றிருந்ததுபோல் வந்த சுவடு தெரியாமல் அடக்கமாயே இருந்தது. சில விமர்சனங்களின் பின் வாசக உலகத்திற்கு மீள் வருகை தந்தது. அப்போதும் பேசு பொருளாலன்றி, பெண்ணிலை வாதக் கோணத்திலும் மனிதாயத ரீதியிலும் ஒப்புக்கொள்ள முடியாத அர்த்த வெளிப்பாடுகளாலும் சம்பவங்களாலும் கடுமையான எதிர்விமர்சனத்துக்கு முகங்கொடுத்தது. விமர்சகர் கே.எஸ். சிவகுமாரன் போன்றவர்களால் சிலாகிக்கப்பட்டபோதும், இப் பிரதியாளன் உட்படப் பலரினால் எதிர்மறையாகவே விமர்சிக்கப்பட்ட நாவலது. அது முக்கியமானதில்லை. நாவலின் கட்டுமானமும் அதன் அழகியலும் சிறப்பானதாகவே இருந்தன.

எ) தெணியான்

அடுத்து தெணியானின் 'குடிமைகள்' (2016) நாவல்பற்றி. இடதுசாரி எழுத்தாளராகவே அடையாளம் காணப்பட்டிருந்த தெணியான், இறுதி யுத்த காலத்திலும், யுத்த முடிவின் பின்னரும்கூட, இடதுசாரி எழுத்தாளராகவே இருந்தார். 'குடிமைகள்' நாவல் வடமராட்சியில் ஒரு காலத்தில் மிகக் கொடுந் தீவிரத்துடனிருந்த சாதி சார்ந்த சமூக அநீதியான குடிமை முறையை முன்வைத்து எழுந்ததாகச் சுருக்கமாகச் சொல்லலாம். தெணியானின் முந்திய நாவல்களான 'விடிவைநோக்கி ...' (1973), 'கழுகுகள்' (1981), 'பொற்சிறையில் வாடும் புனிதர்கள்' (1989), 'மரக்கொக்கு' (1994), 'சிதைவுகள்' (2001), 'கானலில் மான்' (2002), 'பனையின் நிழல்' (2006) ஆகிய நாவல்களுடன் ஒப்பிடுகையில், 'குடிமைகள்' அதன் நடையாலும், பாவனையாகிய சொல்லாளுமையாலும், பிடிவாதமாய் இலட்சியத்தை இழுத்துச் செல்லாத நோக்கமுடைமை இன்மையினாலும் சிறந்து நிற்கிறதாகக் கொள்ளலாம்.

இலக்கியத்தின் இந்தக் கட்டம் இதுபோன்ற நாவல்களுக் கான காலமாக இல்லாதிருந்தபோதும், 2016இல் வெளிவந்த 'குடிமைகள்' தனக்கான ஓரிடத்தைச் சுவீகரித்துக்கொண்டிருக் கிறது. இதுபோன்ற பிறப்புவாரியான சமூகக் கொடுமைகள் தலித் இலக்கியமாகவே பார்க்கப்படுகின்றன. இந்தத் தமிழக வகைமையை இலங்கைச் சமூக அமைப்பில் இணைத்துக் காணவேண்டியதில்லை என்கிற குரல்கள் இப்போது இங்கே விமர்சன உலகில் எழுந்துள்ளன. குறிப்பாக ந. இரவீந்திரன் இதுபற்றி ஆழமாகத் தன் கருத்தைப் பதிவிட்டிருக்கிறார் ('இலங்கை முற்போக்கு இலக்கிய ஆளுமைகள்', ந. ரவீந்திரன்). இது சமூக ஒடுக்கல் இலங்கையில் இல்லையென்பதன் அர்த்தமாகாது. இதற்கான போராட்ட முறைமை வேறு என்கிறது இடதுசாரி அரசியல்.

ஏ) ஸர்மிளா ஸெய்யித்

பெண்ணியச் சிந்தனையின் கரிசனம் மீறாத நாவலுக்கு ஸர்மிளா ஸெய்யித்தின் 'உம்மத்' (2013) நாவலை உதாரணமாக எடுத்துக்கொள்ளலாம். இறுதி யுத்தத்தின் பின்னான மீள் கட்டுமானக் காலம்கூட யுத்த காலத்ததை நிகர்த்த அவதிகளும் அவலங்களும் நம்பிக்கையீனங்களும் ஏமாற்றங்களும் எதிலென்றில் இல்லாத தோல்விகளும் அலைக்கழித்துக் கொண்டிருந்தன. அதற்குள் சமூக அக்கறையும் பெண்ணிய நோக்குமுள்ள படைப்பாளியினால் நிதானமாகப் பயணிக்க முடிந்திருக்கிறது. அவரால் அவதானிக்கப்பட்ட நிகழ்வுகளின் பதிவாக நாவலைக் கொள்ளலாம்.

அவரின் நடை கிழக்கிலங்கைத் தமிழர் தமிழும், முஸ்லிம்கள் தமிழும் சேர்ந்ததாய் வாசிப்பில் பெரும் சுகம் செய்கிறது. யோகா, தவக்குல், தெய்வானை ஆகிய முக்கியமான மூன்று பெண் பாத்திரங்களை முன்னிறுத்தி விரிந்த நாவல் இது. கதையின் ஈற்றில் ஒருவர் மரணமாக இருவர் எஞ்சுகிறார்களெனினும், அந்த ஒருவரது இழப்பு மகாசோகம். கீழ்த்திசை நாடொன்றில் சாதாரண நிலைமையிலேயே சாதாரண மனிதர்களின் வாழ்வு சிரமமானது. அதுவே முப்பது ஆண்டுக்கால யுத்தத்தில் உழன்ற பூமியானால் அதன் வாழ்முறையே வேறாகிப் போகிறது. அற விழுமியங்கள் மறந்துபோகின்றன.

'உன் கஷ்டமெல்லாம் தீர்ந்துபோச்சுக்கா. நீ எங்களுடே வந்துட்டே . . .' ஊன்றுகோலும் ஒற்றைக் காலுமாக நின்ற அக்காமீது கலாவிற்கு அளவிட முடியாத பச்சாதாபம் உண்டாகிற்று' எனத் துவங்கும் காட்சியில் அறிமுகமாகும் யோகா, 'என்னை மன்னியுங்கள். எனக்கு நேர்ந்த இந்த அவலத்தைத்

தெரிந்துகொண்டால் என் கல்லறையில் மலர்ச் செடிகளை நட்டுவையுங்கள். அதில் தினமும் வண்ணாத்திப்பூச்சிகள் வந்தமர்ந்து நம் கதைகளைப் பேசட்டு'மெனக் கடைசிக்கு முந்திய அத்தியாயத்தில் தன் வாழ்வை முடிக்கிறபோது சதிரம் பதறுகிறது.

ஆயினும் இது இவ்வாறான பதற்றங்களையோ பரவசங்களையோ அக்கறைகொண்ட நாவலில்லை. மொழி, நடை, விவரணையென அனைத்திலும் அக்கறை காட்டிய 'உம்மத்' சரியான விமர்சனங்களையோ வாசக ஈர்ப்பையோ எதிர்கொண்ட நாவலாகச் சொல்லமுடியாது. அந்தப் பலஹீனம் நாவலின் இரண்டு இடங்களில் கால்கொண்டிருப்பதாகக் கொள்ளமுடியும். ஒன்று, அதன் சுவாரஸ்யமற்ற கதைப் பின்னலானது, அதன் நிலவரையுடன் கொள்ளும் விளக்கமின்மை; பம்பைமடுபோன்ற முகாங்கள் மேலதிகமான விளக்கத்தைக் கோரி நிற்பவை. இரண்டு, 'உம்மத்' என்ற தலைப்பு வாசக சிந்தனைக்குத் தட்டுப்படாத ஒரு எக்ஸ் எழுத்துப்போல நின்றுகொண்டிருக்கிறது. அவ்வாறு அது அமைந்திராவிடின் தகுந்த தலைப்பில் அதைச் சுற்றி அர்த்தம் வியாபகமாகி நாவல் நன்கு கட்டுமானமாகியிருக்கும். ஆனால் அக்காலத்தை அத்தனை நல்லது கெட்டதுகளுடனும் பதிவாக்க ஒரு நேர்மை வேண்டும். அதை நாவல் தவிர்த்திருக்கவில்லை.

ஐ) ஸி.வி. வேலுப்பிள்ளை

மலையக இலக்கியத்தில் இக்காலகட்டத்தில் தோன்றிய ஓரிரு நாவல்கள் குறிப்பிடப்படக் கூடியன. ஸி.வி. வேலுப்பிள்ளை யின் 'வீடற்றவன்' (1981), 'இனிப்படமாட்டேன்' (1984) ஆகியவையே அவை. மலையக நடுத்தர குடும்பங்கள்கூடத் தலைநகர் வாழ்க்கையில் படும் அவஸ்தைகளையும், ஓர் இனக் கலவரக் காலத்தில் அவர்கள் அடையும் அழிவுகளையும் மய்யமாகக் கொண்டது 'வீடற்றவன்'. இவ்வகைக் குறிக்கோளுள்ள எழுத்துக்களில் வாசகர் பெரும்பாலும் கலைநயம் தேடுவதில்லை. அவர் தேடுவது உண்மையாகவே இருந்து, இவ்வகை நாவல் களின் வருகையை அவசியமாக்குகின்றது.

15

போரிலக்கியம்

போர்க் கால இலக்கியங்களென்ற தொடரின் சுருக்கமான 'போர் இலக்கியம்' என்ற சொல்லே இங்கே பாவனையாகிறது. போரிலக்கியம் *War Literture, Militry Fiction* என ஆங்கிலத்தில் பொது வாகச் சொல்லப்பட்டாலும் இவற்றினிடையே மெல்லியவொரு பிரிநிலையுண்டு. முதலாவது வகையானது பெரும்பாலும் மக்களின் அழிவு களையும் துயரங்களையும் பேசுவதாகவும், இரண்டாவது வகையானது ராணுவ திட்டமிடல், போர் நடவடிக்கைகளை அர்த்தப்படுத்துவதாகவும் கொள்ளலாம்.

1914–1919க்கிடையிலான முதல் உலக யுத்தம் பற்றியும் 1939–1944க்கிடையிலான இரண்டாவது உலக யுத்தம் பற்றியும் எழுதப்பெற்ற நாவல்களைவிட, அவற்றுக்கு முன்னதாக எழுந்த போர்க்கால நாவல்கள் மிகுந்த இலக்கிய நயம் வாய்ந்தவை. பிரெஞ்சு நாவலாசிரியர் ஸ்டெந்தால்[1] எழுதிய மிலான் மீதான பிரான்ஸிய படையெடுப்புப் பற்றிய, லியோ டால்ஸ்டாயின் நெப்போலிய யுத்தம்பற்றிய 'போரும் அமைதியும்' (1869) மற்றும் ஸ்ரிபன் கிறேன்[2] எழுதிய அமெரிக்க உள்நாட்டு யுத்தம் பற்றிய நாவல்கள் உலக இலக்கியங்களாய் இன்றும் போற்றப்படுகின்றன. அவற்றின் ஒப்பீட்டிலேயே இலங்கை யுத்த நாவல்கள் பற்றிய மதிப்பீடுகள் இங்கே தொடரப்பட்டுள்ளன.

---

1. Stendhal (1783-1842),'The Charterhouse of Parma' 1839
2. Stephen Crane, (1871-1900), 'The Red Badge of Courage' 1895

குணா கவியழகனின் 'நஞ்சுண்ட காடு' (2014), 'விடமேறிய கனவு' (2015), 'அப்பால் ஒரு நிலம்' (2016), 'கர்ப்ப நிலம்' (2018), 'போருழல் காதை' (2019) ஆகிய நூல்கள் கவனத்துக்கு வந்துள்ளன. இவ்வகையினத்தின் அதிக நூல்களை எழுதியவராகவும் அவரையே கொள்ளலாம். அதுபோல் சயந்தனின் 'ஆறா வடு' (2012) 'ஆதிரை' (2016) ஆகிய இரண்டு நாவல்கள் இவ்வகைத்தன. ஷோபாசக்தியின் 'Box கதைப் புத்தகம்', 'இச்சா' தனியான ஆய்வுக்குரியவையெனினும் இப்பகுதியிலேயே ஆய்வாகின்றன. மேலே தமிழ்க்கவியின் 'ஊழிக் காலம்' (2013), சாஸ்திரியின் 'ஆயுத எழுத்து' (2015), தமிழ்நதியின் 'பார்த்தீனியம்' (2016), தீபச்செல்வனின் 'நடுகல்' (2018), வெற்றிச்செல்வியின் 'போராளியின் காதலி' (2015) போன்றவை இப் போர்க்கால நாவல்களின் தளத்தை உருவாக்கியிருக்கின்றன.

அ) நஞ்சுண்ட காடு

குணா கவிழகனின் முதலாவது நாவல் 'நஞ்சுண்ட காடு' என்பது. இயக்கத்துக்கான ஆட்சேர்ப்பும் போராட்டப் பயிற்சியும்பற்றிய தகவல்களோடு, உணர்ச்சிகரமான சம்பவங்களின்மூலம் கதைசொல்லி நாவலை முடித்திருந்தார். 'அப்பால் ஒரு நிலம்' கிளிநொச்சி ராணுவத்தின் பிடியில் இருக்கையில் அதைக் கைப்பற்றுவதற்காகவும் புலிகளின் தாக்குதலுக்காகவும் திட்டமிடுவதற்காக ராணுவ எல்லைக்குள் நுழைந்து வேவு பார்த்துத் திரும்பும் போராளிகளின் சாகசம் விளக்கமாகிறது. 'அப்பால் ஒரு நிலம்' தொட்டுத் தொடர்ந்துவரும் நூல்கள் யுத்தங்களின் பதிவாக மட்டுமே ஆகியிருக்கின்றன. நாவல் எந்தக் கதையையும் பேசவில்லை, போரையே கதையாகச் சொல்கிறது.

நவீனமாகத் தற்கால நாவலிலக்கியம் கட்டமைந்து வந்திருப்பினும் இக்கதைகள் மய்யத்தைச் சுற்றி நேர்கோட்டிலேயே எடுத்துரைப்பைச் செய்கின்றன. நேர்கோடற்ற கதைசொல்லல் முறையில் யதார்த்தக் கதைகூறு மரபை மீறி முனையப்பட்டவை தமிழ் நாவல் வரலாற்றில் இருக்கின்றன. பழைய உதாரணமாக நகுலனின் 'நினைவுப் பாதை'யைச் சொன்னால், புதிய உதாரணமாக சோ. தருமனின் 'சூல்' நாவலைத்தான் சொல்ல வேண்டும். அதைமீறிய தடத்தில் போர்க்கால நாவலொன்று செல்லப்பட வேண்டுமாயின் அது தனிமனித வாழ்க்கையின் அர்த்தத் தேடலாகவும், சமூகத் தளத்தில் தத்துவ அலசலாகவும் இருக்க வேண்டும். இல்லையெனில் வெறும் நிகழ்வின் பதிவு களாகப் போய்விடும்.

குணா கவியழகனின் நாவல்களுள் 'நஞ்சுண்ட காடு' சிறப்பானது. அது பயிற்சியெடுக்கச் செல்லும் இளைஞர்களுள்

ஒரு கதையைச் சொருகிவிட்டிருக்கிறது. மனிதாயத உணர்வெழுச்சி யின் தருணங்களைப் பதிவிட்டிருக்கிறது.

ஆ) ஆறாவடு

சயந்தனின் 'ஆறாவடு' போர்க்கால நாவலெனினும் போரை விரிக்கும் நாவலல்ல. படகில் நாடு கடந்து தமக்கான தஞ்சவிடம் தேடிப் புறப்படும் இந்த மனிதர்கள் இளைஞராக, நடுத்தர வயதுடையவராக, வயோதிபராக, தமிழராக, சிங்களவராக யாராகவும் இருக்கிறார்கள். யுத்தத்தை முடித்துக்கொண்டு அல்ல, அதன் முன்பாகவே வாழ்க்கையைத் தேடிப் புறப்பட்டவர்கள் இவர்கள். வாழ்க்கையின் அழைப்பு ஒவ்வொருவருக்கும் ஒவ்வொரு விதமாகவே ஒலிக்கிறது. களத்தில் நின்றவர்களுக்கு ஒருவிதத்திலும், தோணியில் புகலிடம் தேடிப் புறப்பட்ட இந்த மனிதர்களுக்கு வேறொரு விதத்திலுமாய் அந்த அழைப்புகள். சரி – பிழைகளை தர்க்கிக்கலாம்; ஆனால் வாழ்க்கையில் உயிரபயத் தேடலை எங்ஙனம் தர்க்கிப்பது? அந்த வகையில் 'ஆறாவடு' அதனோடான குறைகளோடும் அசலான நாவலாக நிற்கிறது.

புலம்பெயர் பயணத்தில், சமுத்திரம் தாண்டும் வழியில் பயணிகள் எதிர்ப்படும் இன்னல்களை அற்புதமாய்ப் பதிவாக்கி யிருக்கிறார் சயந்தன். அதேவேளை அதில் முகங்காட்டிய அரசியலும் நேர்மையான வெளிப்பாடு.

'ஆறா வடு'விலுள்ள இந்த அழகியலம்சங்கள் அவரது அடுத்த நாவலான 'ஆதிரை'யில் இல்லை. இந்த இலக்கிய வகைமையுள் 'ஆதிரை'யை ஒப்பிடவும் முடிவதில்லை. அதன் கடைசியில் வரும் ஆதிரை கதை, முழுக் கதையோடு ஒட்டாத ஒரு சிறுகதையாகவே தேங்கிநிற்கிறது. சம்பவங்கள் அற்புதமாய் விவரிப்புப்பெறும் சில இடங்கள் நாவலில் உண்டு. ஆயினும் பலவிடங்கள் தட்டையாயுள்ளன. வடக்கு, கிழக்குத் தமிழர்போல் இந்திய வம்சாவளித் தமிழர்கள் படும் அவலமும் பங்களிப்பும் பேசப்படுகின்றனவெனினும் 'ஆதிரை' அவ்வளவுதான்.

இ) *Box* கதைப் புத்தகம் – இச்சா

2015இல் வெளியாகியுள்ள ஷோபாசக்தியின் 'Box கதைப் புத்தகம்' கவனப்படவேண்டிய ஒரு வரவு. நாற்பது கதைகளாலும் (அத்தியாயங்களாலும்), பத்தளவான உபகதைப் பிரதிகளாலும், பல உரைமொழிப் பதிவுகளாலும் தன்னை உறுதியாகக் கட்டமைத்திருக்கிறது. ஐதிகம், வரலாறெனை அது பலவற்றையும் தன் விரிவின் ஆதாரத்தளம் ஆக்கியிருக்கிறது. இன்னும் அமையாள் கிழவியும் கார்த்திகையும் (சந்த ஸ்வஸ்திக தேரர்) வாசக மனத்தில் தங்கிநிற்கவே செய்கிறார்கள். இருந்தும் அவ்வளவு

சிறப்பான கட்டுமானத்தில் தொழில்நுட்பம் தெரியுமளவிற்குச் சிருஷ்டித்துவம் காணப்படவில்லை. ஆனால் இதன் பின்னணி முழுக்க யுத்த காலமாகவும், உலவும் மனிதரிடையேகூட உள்ளுள்ளாய் ஒரு யுத்தமே கனன்றுகொண்டிருந்த வகையிலும் ஒரு போர்க்கால இலக்கியமாய் அது அடையாளப்படுத்தப்பட முடியும். ஆனால் மாதிரிக்காய் கொள்ளுமளவு அதன் தகுதி போதுமானதாய் இருக்கவில்லை.

ஒரு நாவல் தன் முடிவில் கொள்ளும் பரிமாணம் முக்கியமானது. அதுதான் ஒரு நாவலானது எப்போதும் முடிந்து விடுவதில்லையென்ற வரையறையை உறுதிப்படுத்துவது. சு. வேணுகோபாலின் 1995இல் வெளிவந்த 'நுண்வெளிக் கிரகணங்கள்' நாவல் தன் முடிவில் கொள்ளும் பிரம்மாண்டம் முக்கியமானது. அது முடிவிலிருந்து மீண்டும் தொடங்கும் ஒரு புதிய பரிமாணத்தையே அந் நாவலுக்கு அளித்திருக்கும். ஆனால் 'Box கதைப் புத்தக'த்தில் கார்த்திகை நிர்வாணியாய் நடந்துசெல்வதில் அதன் பரவசம் தெரிவதோடு நாவல் முடிவடைந்துவிடும். அவ்வாறான பல் விகாசம்கொள்ளும் பிரதியொன்றுக்காய் வாசகர் இன்னும் காத்திருக்கவே நேர்கிறது.

'இச்சா' ஷோபாசக்தியின் நான்காவது நாவல். 2019இல் வெளிவந்தது. மீள் நினைவுகளூடாயினும் போர்க் காலத்துள் நேரடியாகவேதான் இறங்கியிருக்கிறது. போரணியில் முன்னணி வகித்த ஆலா என்கிற 'வெள்ளிப்பாவை'யின் கதைகூற வந்தது. ஷோபாசக்தியின் மொழி, நடை ஆளுமைகள் சிறப்பாகவே யுள்ளன. அதனுடைய சிலபல குறைபாடுகளோடும் போர்க்காலத் தமிழ் நாவல் வரிசையில் அது தவிர்க்கப்படவியலாத் திறனும் கொண்டது. ஆனாலும் அதில் கவனமாகவேண்டியவொரு பொருத்தப்பாடின்மை இருக்கிறது.

ஒரு மர்மக் கதையின் புதிர் அவிழ்ப்புப்போலவோ, சூழ்ச்சிகளின் விடுவிப்புப்போலவோ இல்லாதிருந்தபோதும் 'இச்சா' இவையனைத்தினதும் ஓரளவு வீதங்கள் அடங்கியதுதான். புனைவின் வீரியம்கொண்ட ஷோபாசக்தியின் மொழி, ஒரு வகையில் இவ்வகையான போரையும், அதன் மூடுண்ட தகவல்களையும் விரிக்கும் செயற்பாட்டுக்குப் பொருந்திப்போதல் முடியாததாகிவிட்டதென்றே படுகிறது. விவரணைப் பாங்கு அதிகமுள்ள ஒரு நடை இன்னும் சிறப்பாய் இவ்வகைப் பொருள்கொண்ட நாவலுக்குக் கைகொடுக்க முடியும். 'இச்சா', அதுபோல் 'Box கதைப் புத்தக'மும், இது காரணமாய் அழகாயிருந்தும் மேலே பறக்கமுடியாத சிறகுகளைக் கொண்ட பென்குயின்களாய் அமைந்துவிட்டன.

ஈ) ஊழிக்காலம்

போர்க்கால வாழ்க்கையின் வெட்டுமுகத் தோற்றத்தை ஆங்காங்கே கீறிக்காட்டிச் செல்கிறது தமிழ்க்கவியின் 'ஊழிக் காலம்'. வட்டக்கண்டலில் தொடங்கி வட்டுவாகலின் யுத்த முடிவுவரை மக்களின் அழிவிலிருந்து ஆவலாதிவரை திறமான பதிவு. இடைக்கிடை தொனிக்கும் நகையுணர்வு துக்கத்தையே வெடிக்கச் செய்கிறது. விவரணப் பதிவு நாவலென இதைக் கொள்ளலாம். விவரணத் தன்மை பத்திரிகைச் செய்தியளவாய்ச் சிலவிடங்களிலே குறைந்தும், தகவல் நிலைகள் சிலவிடங்களின் கலைத்துவம் மேவ புனைவுடனுமிருந்து வாசிப்புச் செயற்பாங்கை இனிமையாக்கியுள்ளன.

விவரணத் தன்மை நாவலாய் அது இன்னும் சிறந்திருக்கும் வாய்ப்பைப் படைப்பாளி அநாயாசமாகக் கைவிட்டிருக் கிறார். அச்சொட்டான மாதம், திகதிகளுடன் நிகழ்வுகளைக் கொண்டிருப்பின் அது கூடுதல் தகைமையாக ஆகியிருக்கும்.

பார்வையில் மிகச் சிக்கலான விஷயங்களையும் எழுத்தில் சிறைப்பிடிக்க இவரால் முடிந்திருப்பது விசேஷம். இறுதி யுத்தத்தை இவ்வளவு தத்ரூபத்தில் விபரித்த வேறு நாவல் தமிழில் இதுவரை இல்லை. இந் நாவலைத் தகர்ப்பமைப்புச் செய்ய வேண்டிய அவசியம் இருக்கிறது. அதன்மூலம் நாவல் தன்னுள் கொண்டிருக்கும் அரசியல் வெளிச்சத்துக்கு வரும். யதார்த்தத் தளத்தில் ஒற்றைப் பரிமாண நாவலாக விரிந்திருந்தபோதும், அது தன்னை வெளிப்படுத்தாத புறங்களை அத் தகர்ப்பமைப்பின்மூலம் இனங்காண முடியும்.

படைப்பாளியின் நேரடியான அனுபவப் பதிவான இது அவரின் இரண்டாவது நாவல். 'இனி வானம் வெளிச்சிடும்' என்ற இவரின் முதல் நாவல் 2002இல் வெளிவந்தது.

உ) ஆயுத எழுத்து

'ஆயுத எழுத்து' சொல்வதும் ஒரு போரின் கதைதான். உள்நாட்டுப் போர்க் காலத்தில் இயக்க உள்முரண்கள் காரணமான அப் போரில் தானறிந்த உண்மைகளை வெளிப்படுத்துதல் என்கிற படைப்பாளியின் தீர்க்கம் நூலின் பக்கங்களில் தெளிவாகக் காணக்கிடக்கிறது. இராணுவம் புலிகளுக்கிடையிலான யுத்தத்தை இது காட்டவில்லை. மாறாகப் புலிகளமைப்பு தன் எதிரியக்கத்தைக் கொலைவெறிகொண்டு அழித்த மூர்க்கத்தை சாஸ்திரியின் எழுத்து முக்கியமான பதிவாக்குகிறது. இதில் சம்பவங்களைக் காணமுடிகிற அளவு

ஒட்டுமொத்தமான ஒரு கதையை வாசகரால் காணமுடிவதில்லையென்றாலும், அவருக்கு ஏற்கெனவேயிருந்த சிறுகதை எழுத்தாற்றல்மூலம் நிகழ்வுகள் பலவற்றையும் உருவ செப்பமற்ற சிறு சிறு கதைகளாகவே நூலில் தர முடிந்திருக்கிறார்.

ஊ) பார்த்தீனியம்

தமிழ்நதியின் 'பார்த்தீனியம்' பரவலாகப் பேசப்பட்ட நாவல். *1983* தொடங்கி *1990*வரையான காலக் களத்தில் விரிகிறது. குறிப்பாக, இந்திய ராணுவத்தின் ஆக்கிரமிப்புக் காலத்தில் நிகழ்ந்த வன்கொடுமைகளின் கதையை பேசுகிறது. ஒரு யுத்தத்தில் எந்த தேச ராணுவத்தின் செயற்பாடும் மிக மோசமான அழிப்பு என்பதைத் தவிர வேறாக இருப்பதில்லை, எந்தப் புனிதத்திலும் அது கவனம் கொள்வதில்லையென்ற தீர்ப்பை வலுவாக இது முன்வைக்கிறது.

யுத்த வெற்றியின் பரவசங்களின்மூலமோ, தோல்விகளின் ஒப்பாரிகளிலிருந்தோ நல்லவொரு நாவலைப் படைத்தல் சிரமமானது. நடை சிறந்து கவிதையாய்ப் பொங்கும் உணர்வுகள் பலவிடங்களில் நிறைந்த 'பார்த்தீனிய'த்துக்கு நல்லவொரு நாவலாய்த் தன்னை நிறுவமுடியாது போயிருப்பினும் போர்க்காலக் கதைக்குத் தன்னைச் சிறந்த உதாரணமாய் அது முன்னிறுத்தியிருக்கிறது.

எ) நடுகல்

தீபச்செல்வனின் 'நடுகல்' மேலே குறிப்பிடப்பட்ட நூல்களிலிருந்து பெருமளவில் மாறிப்போகவில்லை. தீராத நினைவின் ஏடுகளை ஒரு கதைக்குள் புதைத்து ஞாபகச் சின்னமாக்குவதே பல படைப்பாளிகளதும் ஒரே உத்தேசமெனத் தெரிகிறது. இந்தத் தளத்திலிருந்து மீறிச் செல்வதற்கான முயற்சி இதிலும் மேற்கொள்ளப்படவில்லை. இந்தத் துக்ககரமான மதிப்பீடுகள், தர்க்கித்து எடுக்காத முடிவுகளை முன்வைத்து இந்து சமுத்திரத்தின் கண்ணீர்த் துளியாகிய இலங்கையின் போரில் மானிடத்துக்கான ஒரு தத்துவார்த்தப் புலத்தை பல நாவல்களும் வந்தடையவில்லையென்ற ஏக்கத்திலிருந்து பிறந்திருக்கின்றன.

'நடுகல்' *2012* அளவில் தொடங்கி யுத்தத்தின் வடுவை பின்னோக்கி நகர்ந்து காயமாய்க் காணவைக்கும் உத்தியில் கட்டுமானமாகியுள்ளது. இந் நாவல்பற்றிக் குறிப்பாய் ஒன்று சொல்லலாம். இது விரித்த நிலவியல் காட்சிகள் கவிஞரான தீபச்செல்வனின் வரிகளில் தத்ரூபமாய்ப் பதிவாக்கப்பட்டுள்ளன என்பதுதான் அது.

ஏ) போராளியின் காதலி

வெற்றிச்செல்வியின் குறுநாவலாக 'வெண்ணிலா'வும், நாவலாக'போராளியின் காதலி'யும் அவரது போர்க்கால எழுத்தின் அடைவுகளாக இருக்கின்றன. கண்டதை, அனுபவித்ததைப் பதிவாக்கிவிடுகின்ற உத்வேகம் அவரிலும்தான் இருக்கின்றது. அதனால் பதிவு நிச்சயம் இருக்கும், ஆனால் நாவலென்ற வடிவத்தில் அல்ல. கடிதமென்பது, உற்றவருக்குத் தகவல் சொல்வதெனில், பல போர்க்கால நாவல்கள் இவ்வண்ணமே தமக்கேற்பட்ட தோல்வியை, நிகழ்ந்த நம்பிக்கைத் துரோகத்தை, சுமத்தப்பட்ட அழிவுகளை, மரணங்களின் வலியையெனச் சகலவற்றையும் துயரார்ந்த வரிகளில் சொல்லியிருக்கின்றன.

நாவலென்பது கதை சொல்வதல்ல என்பதை அவை மறந்துபோனதின் விளைவது.

•

மேலே குறிப்பிட்டவற்றுக்கு சமாந்தரமாகப் பயணிக்கும் சில நூல்களை இங்கு குறிப்பிடுவது சுவாரஸ்யத்துக்காக அல்ல; ஒரு சிறிய எழுத்துமுறைமை மாற்றத்தில் அந்த உரைக் கட்டுகளே புனைவு வகையாகி மேற்கண்ட போர்க்கால நாவல்களுக்கு இணையான பயணத்தைச் செய்துவிடும் சாத்தியம் உண்டென்பதன் தன்மையைக் காட்டுவதற்காகத்தான்.

சி. புஷ்பராஜாவின் 'ஈழப் போராட்டத்தில் எனது சாட்சியம்' *(2003)*, பால நடராச ஐயரின் 'மழையைத் தராத வானம் – திம்பு முதல் டோக்கியோவரை' *(2005)*, செழியனின் 'வானத்தைப் பிளந்த கதை' *(2010)*, கணேசன் ஐயரின் 'ஈழப் போராட்டத்தில் எனது பதிவுகள்' *(2011)*, வெற்றிச்செல்வியின் 'ஈழப் போரின் இறுதி நாட்கள்' *(2012)*, புஷ்பராணியின் 'அகாலம்' *(2012)*, ந. மாலதியின் 'எனது நாட்டில் ஒரு துளி நேரம்' *(2013)*, தமிழினியின் 'ஒரு கூர் வாளின் நிழலில்' *(2016)*, த. ஜெயபாலனின் 'வட்டுக்கோட்டையிலிருந்து முள்ளிவாய்க்கால்வரை' *(2016)*, ப. தெய்வீகனின் 'காலியாக்கப்பட்ட நாற்காலியில் அமர்ந்திருக்கும் புலி' *(2017)*, பிள்ளையானின் (சிவ. சந்திரகாந்தன்) 'வேட்கை – சிறைப் பயணக் குறிப்புகள்' *(2017)* போன்றவை போர் நடந்துவந்த தடத்தையும் வழியின் செய்திகளையும் பிற்பட்ட நிகழ்வுகளையும் திகதி மாதம் வருஷங்களுடன் காட்டுவதைமட்டும் செய்யவில்லை, போர் நடந்திருக்கக்கூடிய மாற்றுவழியின் வரைபடத்தையும் வாசகரைக் காணவைக்கின்றன.

அவை இயக்கச் செயற்பாடுகளில் நேரடியாகத் தொடர்பிலிருந்த, போராட்டக்காரரின் பதிவுகள். நேரடியான அனுபவங்களின் பதிவுகளாக இருந்ததில் அவை புனைவுக்கான வெளியற்று ஒரு தன்வரலாற்றுப் பாணியில் படைக்கப்பட் டிருந்தன. வாசகர் அவற்றில் உண்மையையே விரும்பி நின்றார். ஆனாலும் அவரவருக்கான உண்மையையே அவையவையும் தெரிவிக்கச் செய்தன. போரிலக்கியத்தின் முதலடியைப் புனைவற்ற தன்மையில் எடுத்துவைத்த மலரவனின் 'போர் உலா' 1990இன் முல்லைத்தீவு ராணுவ முகாம்மீதான புலிகளின் தாக்குதல் பதிவு நூல் மட்டுமே. அது தொண்ணூறுகளின் ஆரம்பத்தில் வெளிவந்தது.

காலை மாலை வர்ணனைகள், சூரியச் சந்திரக் காய்வுகள், வனத்தினதும் தரைவையினதும் அடர்த்தியும் விரிவும் சொல்வதால் ஒரு போருலா நாவலாகிவிடுவதில்லை. போர்க்கால நாவல்களைப் பொறுத்துத் தமிழில் வெறுமையே எஞ்சுகிறது. புனைவிலக்கிய வடிவெடுக்கும் பிரதிகளில் வாசகர் முதன்மையாய்த் தேடுவது உண்மையை அல்ல, அனுபவத்தை; அது அளிக்கும் மெய்யியல் விளக்கத்தை; நேரில் காணாதவற்றில் கண்டதாய் அடையும் பரவசத்தை அல்லது பதற்றத்தை. இலங்கைப் போர்க் கால புலிகள் ஆதரவு, எதிர்ப்பு, நடுநிலையென்ற எந்தத் தளத்திலிருந்தும் வெளிவந்த நாவல்கள் திருப்தியைத் தரவில்லை.

16

பரீட்சார்த்த நாவல்கள்

இலங்கைத் தமிழ் நாவலிலக்கிய வரலாற்றில் போர்க் கால, பின்போர்க் காலச் சூழலில் படைப்பு முயற்சிகளின் போதாமையைப் புரிந்து கொள்ள முடியும். புலம் தவிர்ந்த பிற புலம்பெயர் தேசங்களில் எழுந்த நாவல் முயற்சிகளும் கணிசமானவையே. இருந்தும் பரீட்சார்த்தமாகச் சில நாவல்கள் முயலப்பட்டமை அவதானத்தில் வந்திருந்தது. தொடர்ந்தேர்ச்சியான முயற்சிகள் இம்முனையில் இருக்கவில்லையென்கிற குறையிருந்தாலும், இவை ஏதோவொரு வகையில் இலங்கைத் தமிழ்ச் சமூகத்தின் சிதறல், பரம்பல் ஆகியவற்றால் வாழ்நிலை திரிந்ததின் அடையாளம் காட்டுபவையாகக் கொள்ளலாம்.

இயல்புநிலை திரியும் சமூகமொன்று கொள்ளும் முரணும் எதிர்ப்புணர்வும் இவற்றின் பின்னோட்டமாய் ஓரளவேனும் இல்லாமல் இம் முயற்சிகள் சாத்தியமில்லையென்பதை லத்தீன்அமெரிக்க இலக்கிய வரலாறு தெளிவாகச் சொல்லிநிற்கிறது. தமிழ்ப் பரப்பிலும் நிலைமை அவ்வாறானதே. ஆயினும் குழப்பத்தின் அறுவடை பெரிதாக இல்லையென்பதையும் சொல்லவே வேண்டும்.

இதுபோல் பரீட்சமார்த்தமானவை வேறு சூழ்நிலைமைகளிலும் 1960 அளவில் முயலப் பட்டன. தமிழகத்து உஷா, சுதேசமித்திரனாதிய

ஊடகங்களில் வெளிவந்திருந்த மாதிரியில் இலங்கையில் அவை முனையப்பட்டவையாய்க் கொள்ளமுடியும். *தினகரனில் வெளிவந்த 'வண்ணமலர்', அரசு வெளியீடாக வெளிவந்த மத்தாப்பு, சதுரங்கம், அதே காலப் பகுதிக்குச் சற்று முன் பின்னாக வெளிவந்த மணிமகுடம் ஆகியவை அவ்வண்ணமே பல ஆசிரியர்கள் சேர்ந்து புனைந்த குறுநாவல்களாக அமைந்துபோயின.*

ஆனால் இங்கே, அந்தந்தப் படைப்பாளிகளில் பலரும் தம் படைப்புகள் பரீட்சார்த்தமானவை எனக் கூறிக்கொள்ள வில்லை என்பது முக்கியம். ஆனால் அவர்களின் முயற்சிகள் அதுவாகவே இருந்தனவென வாசிப்பு, திறனாய்வு நிலைகளில் அதை ஓர்ந்துகொள்ள முடிகிறது. அவைபற்றிய சுருக்கமான குறிப்புகள் இப்பகுதியில் இடம்பெறுகின்றன.

அ) உண்மை கலந்த நாட்குறிப்புகள்

அ. முத்துலிங்கத்தின் 'உண்மை கலந்த நாட்குறிப்புகள்' 2008இல் வெளிவந்தது. இது நாவலெனப் பதிப்பகத் தால் மட்டுமல்ல, படைப்பாளியாலும் பலவிடங்களில் அடையாளப்படுத்தப்பட்டுள்ளது. இதற்கு இன்னொரு தலைப்பினைத் தேரக் கேட்கப்பட்டால் ஒருவருக்கு 'நான்' என்று சுலபமாகவும் சரியாகவும் தேர்ந்துவிட முடியும். ஏனெனில் சின்ன வயதின் நினைவுத் தடங்களிலிருந்து சமகாலத்தின் நிகழ்வுகள் வரையான பதிவுகளையே இது செய்துகொண்டு போகிறது. நூலின் நாற்பத்தாறு அத்தியாயங்களையும் அதிகாரம் செய்வது 'நா'னே. இந்த நான் வேறு யாருமல்லர், அ. முத்துலிங்கமேதான்.

தோசை வட்டமாகவும் இருக்க வேண்டும். அதுதான் சுடுதல் செயற்பாட்டில் இயல்பாயும் இலகுவாகவும் இருக்கமுடியும். அதைச் சதுரமாக, தாமரைப் பூப்போல நெளிவுகளுள்ளதாகச் செய்ய முடியாதாவென்றால், அடுப்பு, நெருப்பு, தோசைக் கல், 'தட்டோப்பை'கள் கொண்டு செய்துவிட, அதாவது மரபார்ந்த முறையில் 'சுட்டுவிட' முடியாது. ஆனாலும் முடியக்கூடியது. அதற்கு நவீன உபகரணங்கள் தேவை. உதாரணமாக போறணைபோன்ற மின்னடுப்பு, சதுரமாக வார்க்க அதற்கான அச்சு முதலியன. அது சிரமமான, இயல்பல்லாத முறையாக இருப்பதோடு நேரச் சிக்கனத்தை உடைக்கவும் செய்யும். பிரயாசை தேவைப்படும். அப்போது அது பரீட்சார்த்தமெனப்படும். இன்னுமொன்று, பரீட்சார்த்தமென்பது எதிர்பார்ப்பின் சரிவைத் தாங்க ஒரு பாதுகாப்புக் கவசத்துடன் களம் செல்வது போன்றதே ஆகும். அது எந்தவகையிலாவது நன்மை புரியவே செய்கிறது.

இங்கே இந்த நூலின் வெற்றியென்பது இயல்பாக அடையப் பட்டதிலிருந்து உருப்பெறுகிறது. இதற்கு முன்னுதாரணங்கள் அச்சொட்டாக இதுபோல இல்லாவிடினும், உண்டு.

இதை மய்யமழித்த நாவல் என்கலாமா என்றும் தோன்றியது. ஆனால் அவ்வாறான ஒரு வகையினத்தை வசதி கருதிப் பயன்படுத்திவிடக் கூடாதென்ற எச்சரிக்கை உணர்வும் கூடவே எழுந்தது. மீண்டும் மீண்டும் வாசித்த பின்னால், அந்த அத்தனை அத்தியாயங்களை இல்லாவிடினும் பெரும்பாலானவற்றை தொடுத்த ஊடுசரடொன்று ஓடியிருப்பதாய்ப் பட்டது. அப்போதும் அது அ. முத்துலிங்கமாகவே இருந்தது மட்டுமில்லை, சுயசரிதைத் தனமாய் அதிலொரு இரண்டாம் வடிவ (*Text*) மும் மங்கலாய்த் தோன்றியது. அப்போது இது தன்வரலாற்றுப் பாணியையும் புனைவையும் சேர்க்கும் ஒரு முயற்சியென்று தெரிந்தது. இதுமாதிரி தமிழில் சொல்ல ஒரேயொரு நாவலே உண்டு. அது அசோகமித்திரனின் 'ஒற்றன்'. ஒற்றனின் வெற்றியைப் பெறாவிடினும்,'உண்மை கலந்த நாட்குறிப்புகள்' சோதனையென்ற அளவில் கவனம் பெறுகிறது.

ஆ) கொலம்பஸின் வரைபடம்

2013இல் வெளிவந்த யோ. கர்ணனின் 'கொலம்பஸின் வரைபடம்' மூன்று பகுதிகளைக்கொண்டு 80 இரட்டை டெம்மி பக்கங்களில் அமைந்த ஒரு சிறிய நூல். அது புனைவு \ அபுனைவு என்ற ஓர் அடையாளம் கொண்டில்லை. அது அனுபவப் பகிர்வு, விவரணக் குறிப்பு, கதை என எதுவாகவும் எடுத்துக்கொள்ளக்கூடிய தோற்றமே கொண்டிருக்கிறது.

இறுதி யுத்த காலத்திலும் அதன் உடனடிப் பின்னாகவும் நிகழ்ந்தவற்றை ஆதாரமாகக் கொண்டவைகளே அந்த மூன்று கதைகளும். வலுவான மொழியின் திசைவழி நகரத் துவங்குகிறது முதலாவது கதை. யுத்த அனர்த்தங்களிலிருந்து விலகி உயிர்கொண்டோட முயன்ற சிலரின் வழியில் 'நான்' முனையும் முயற்சிகள்பற்றிய விவரணை இதிலுள்ளது. பணம் கொடுத்து படகிலே இந்தியா தப்பியோடுதல் என்பதே அப்போதைய எண்ண எல்லையின் உச்சம். அதையும் எவ்வளவு அச்சங்களினூடு நடத்தவேண்டியிருக்கிறது என்பதைச் செப்பமாகத் தன் அடர் மொழியில் விளக்குகிறது நூல். அந்த முயற்சி கைகூடாமல் போகும் 'நான்' இனி நாடிகந்தோட முயற்சியெடுப்பதில்லையென்ற துயரார்ந்த முடிவெடுக்கிறது.

இரண்டாவது கதையின் நிகழ்வு இறுதி யுத்தத்தின் இறுதி நாட்களாக இருக்கிறது. மனதர்களின் அவலம் சொல்ல முடிவதில்லையென்ற பத்திரிகை, வானொலிகளின் ஊடகப்

பதிவைப் புறந்தள்ளித் தன் வழியில் கண்ட சோகத்தை மேலான மொழியில் வாசகரை உணரவைக்கிறது பிரதி. அதில் நிலக்கூறுகள் விரிவான விளக்கம் பெறாவிடினும் வன்னி மண்ணென்பது வெளிப்படத் தெரிகிற நிலையில், மனிதர்களின் அவலத்தைப் படிமமாக மனத்தில் அது விழுத்துகிறது.

மூன்றாவது கதையில் பிராண அபயத்தில் புகலிடம் தேடி ஓடும் மனிதர்கள் சித்திரிக்கப்படுகிறார்கள். யுத்த முடிவு நாளின் பேரவலம் இதில் காட்சியாகிறது. ஆக, இம் மூன்று கதைகளும் ஒற்றைக் கதையின் மூன்று கூறுகளாகத் தென்படுகிறவகையில், குறுநாவலென்கிற ஒரு வடிவத்துள் செப்பமாக அமைந்துபோகின்றன.

நினைத்து திட்டமாகச் செய்ததான பதிவேதும் நூலிலில்லை. ஆனால் இந்த அமைவின் கண்டடைவு வாசக, திறனாய்வு மனநிலையின் அனுபவத்தினூடாகச் சாத்தியமாகிறது. அந்த வகையில் மூன்று வேறுவேறு நிகழ்வுகளின் ஒற்றை மனவுணர்வைக் குறுநாவலாக அமைக்கும் முயற்சியற்ற வினை ஒரு பரீட்சார்த்தம். பிழையான வரைபடம்கொண்டு கொலம்பஸ் செய்த முதல் பயணம் பிழைத்தது வரலாறு. யுத்தங்களைப் பின்னால் கிளர்த்தும் கொலம்பஸின் சாகஸத்தை, இலங்கைப் பெருயுத்தத்தின் முடிவோடு ஒப்புநோக்கி இக்குறுநாவல் நகை செய்கிறது. யுத்தம் தமிழருக்குத் தோல்வியில் முடிந்ததை வெளிப்படுத்துவது ஒருவகையில் வாழ்வு சிதிலமடைந்த மக்களினது தோல்வியையும் தெரிவிப்பதேயாகும். சமகால குறுநாவல்கள் அடைந்திராத வெற்றி இது.

இ) லண்டன்காரர்

சேனனின் நூலான 'லண்டன்காரர்' 2015இல் லண்டனி லிருந்து வெளிவந்திருக்கிறது. லண்டனின் பல்வேறு சமூகங்களையும் சேர்ந்த பொருளாதாரத்தின் கீழ்த்தட்டு நிலைப் பாத்திரங்களைக்கொண்டு, உணவுக் கடைகளில் வேலைசெய்வோரின் வாழ்நிலை, குடும்பம், ஆசாபாசங்கள் போன்றவற்றை விளக்கியிருக்கிறது நூல். ஆனாலும் இதில் லண்டன் காட்டப்படவில்லையென்பதை ஒரு குறையாகவே காண வேண்டும். ஜேம்ஸ் ஜாய்ஸின் *'Dubliners'* நூலின் தலைப்பின் ஆதர்ஷத்தில் தனது நூலின் தலைப்பினைத் தேர்ந்ததாகக் கூறும் படைப்பாளி, தான் விரிக்கவிருந்த கதையை நேர்கோட்டில் சொல்லவில்லை என்பதையும், முன்னுரையாக வரும் பக்கத்தில் இடும், 'ரமேசின் கையைப் பிடித்துக்கொண்டுமட்டும் இச் சம்பவம்நோக்கி நேர்கோட்டில் நகர்ந்துவிட முடியாது' என்ற வாக்கிலிருந்து புரிந்துகொள்ள முடிகிறது. அதனால் இது

முழுக்க முழுக்க நேர்கோடற்ற ஒழுங்கில் கதை சொல்லியிருப்ப தாகக் கொள்ளவேண்டியதில்லை.

ஆனால் இதுவரை காலத்திய யதார்த்தவகையான கதை சொல்லல் முறை, அதற்கானவொரு மொழிப் பாவனை, விசேஷித்த நடையென அனைத்தையுமே உடைத்துவிடுகிற தீர்க்கத்தோடு படைப்பாளி இருந்திருப்பது பிரதிமூலம் தெரிகிறது.

இதை நாவலென அடையாளப்படுத்தக்கூடிய சாத்தியங்கள் தெளிவாயில்லை. ஒரு குறுநாவலாக இதை வகைமைப் படுத்துவதே பொருத்தமானதாய்த் தோன்றுகிறது. எப்படியாயினும் இந்த நூல் மரபார்ந்த இலக்கிய நெறிகளை உடைப்பதைத் தவறாமல் செய்திருக்கிறது. ஒரு பாலினச் சேர்க்கை, சிவில் பார்ட்னராகப் பதிவுசெய்தல், அதீதக் காமம், காதல், அதன் ஏமாற்றமென இது விரித்த விதானத்தில் பதிவாகியுள்ள ஐயர், ரமேஷ், சுகன், டிகேயோ, சாந்தெலா போன்றோரின் அசையும் பிம்பங்கள் துயரார்ந்தவை. உறைவிடம், உணவு, வேலை ஆகிய அத்தியாவசியங்களின் போதாமையில் உழலும் அற்பமான மனிதர்களாக அவர்கள் இருக்கிறார்கள். அவர்களுள் அரசியல்கூட எவ்வளவு தாமதமாகவும் சிரமமாகவும் உட்செறிகிறதென்பதற்கு சாந்தெலாவின் சோஷலிசக் கட்சியின் காலம் தாழ்த்திய இணைவு உதாரணமாய் இருக்கிறது. அது வாழ்நிலைமையின் அழுத்தத்தின் காரணமென்பதையும் புரிந்துகொள்ள முடிகிறது.

லண்டனை, லண்டன்போன்ற இங்கிலாந்தின் ஏனைய நகரங்களை முன்னிறுத்தி நிறைய நூல்கள் இருபதாம்நூற்றாண்டின் ஆரம்பத்திலிருந்தே வெளிவந்திருக்கின்றன. *'The Condition of the Working Class in England' (1845)* என்ற பிரடெரிக் ஏங்கல் *(1820–1995)*ஸின் நூல் இவை எல்லாவற்றையும் தவிர்க்க முடியாதபடி ஆரம்பித்து வைத்திருக்கிறது. முதலில் ஜாக் லண்டட *(1876–1916)*னின் *'The People of the Abyss' (1903)* நாவல் லண்டனின் உழைக்கும் மக்களின் வாழ்க்கைச் சீரழிவை நயம்பட விளக்கியது. தொடர்ந்து *1914*இல் வெளிவந்த ஜேம்ஸ் ஜாய் *(1882–1941)*ஸின் *'Dubliners'* சிறுகதைத் தொகுப்பு அவற்றை வெளிப்படுத்திற்று. அதன் பின் சாம் செல்வ*(1923–1994)*னின் *'The Lonely Londoners' (1956)* நாவல் லண்டனின் உழைக்கும் கறுப்பின மக்களின் வாழ்நிலையைச் சொல்லியது. சேனன் தன் பங்குக்கு, தம் வாழ்க்கையில் தமிழ்க் கதாபாத்திரங்கள் அடைந்த சீரழிவை அந்த மாபெரும் துயர ஓவியத்தில் சேர்த்திருக்கிறார். தமிழ் நாவல்கள் பொறுத்து முக்கியமான பதிவும் மொழியாட்சியும் நடையின் வீறும்கொண்டதான இப் படைப்பு பரீட்சார்த்தத்தின் அடையாளமாக நிற்கின்றது.

ஈ) இந்த வனத்துக்குள்

நீ.பி. அருளானந்தத்தின் 'இந்த வனத்துக்குள்' அவரது நாவல்களுள் முக்கியமான ஒன்று. சிறுகதையாளராகவும் கவிஞராகவும் அறியப்பட்டிருந்த அவரின் முதலாவது நாவல் 'வாழ்க்கையின் நிறங்கள்' (2006). யதார்த்தவகையில் சாதாரண மான கடித மொழியிலும், நடையிலும் எழுதப்பட்ட நாவல். தொடர்ந்து 'துயரம் சுமப்பவர்கள்' (2009), 'பதினான்காம் நாள் சந்திரன்' (2012), 'ஒன்றுக்குள் ஒன்று' (2016), 'யோகி' (2018) ஆகிய நாவல்களை எழுதியிருக்கிறார்.

'இந்த வனத்துக்குள்' நூலை விசாரணைக்கு எடுத்த காரணங்கள்போல் 'யோகி' தவிர்ந்தவை எந்த விசேஷ அம்சமும் கொண்டிருக்கவில்லை. 'யோகி'யும் நடையையும் பாவித்த மொழியையும் பொறுத்தவரை முக்கியமானதாகத் தென்படும் வேளையில், தன் கதைப் பின்னலினாலும் கதைக் கருவினாலும் விசேஷம் கொள்ளவில்லை. அதன் உரையாடல்கூட செம்மை யான மொழியில் அமைந்து பாத்திரங்களுடனான அந்நியத் தன்மையை வாசகர் கொள்ளவே வகைசெய்தது. ஆனால் 'இந்த வனத்துக்குள்' பல வகைகளில் முக்கியமானது. அது நீ.பி. அருளானந்தத்தின் நூல்களுள் சிறப்பானது என்பது மட்டுமல்ல, இலங்கை நாவல்களிலேயும் முக்கியமானதாகச் சொல்லக்கூடியது.

வசன அமைப்பில், தன் புழங்குமொழிப் பாவனையில், தன் கருத்தின் ஆழம் பிளந்து அதன் கருவை வெளிப்படுத்தும்வரை வசனம் அதீதமாய் நீள்வதையும் பொருட்படுத்தாது தம் அமைப்பு விசேஷத்தில் முக்கியமாகும் நாவல்கள் தமிழ்நாட்டில் வெளியாகியுள்ளன. நாடோடி மொழிப் புலத்திலிருந்தும் கதைசொல்லும் மரபிலிருந்தும் அகழ்ந்தெடுத்த வார்த்தைகளில் யாக்கப்பட்ட 'பாழி' (2000), 'பிதிரா' (2004), 'த' (2013), 'நீர் வளரி' (2020) போன்ற பல நாவல்களை கோணங்கி தந்திருக்கிறார்.

ஆயினும் இலங்கைத் தமிழ் நாவல்கள் பொறுத்தவரை நீ.பி. அருளானந்தத்தின் எழுத்து, அதன் சில பலவான குறைகளோடும்கூட, விசேஷமானதாக இருக்கிறது.

'இந்த வனத்துக்குள்' இலங்கை வனங்களுள் வாழும் இந்தியப் பூர்வீகரான தெலுங்கர்களின் அன்றாட வாழ்வியலையும், அதை வெட்டிச் சாய்க்கும் போர்க்கால அவலங்களையும் வெளிப்படுத்துகிறது. செட்டிகுளம், பாவற்குளம், ஈறற்பெரியகுளம் போன்ற வனப் பகுதிகளில் வாழும் இவ் வனக் குறவர்களின் நிரந்தர ஜீவாதார மூலங்களற்ற வாழ்க்கையின் பரிதாபங்கள்

ஜீவ ஹிம்சை செய்வன. கதையென்று சொல்லமுடியாதபடி வாழ்க்கையே கதையாகியிருக்கிறது. கதையினிடத்தில் எழுந்துநிற்பது வாழ்க்கைதான். அவர்களது பேச்சு மொழி, வடவிலங்கையின் பனிப்புல பண்டார வகுப்பாரதுபோன்ற வித்தியாசமான மொழி. தெலுங்கு மொழியும் தமிழ்மொழியும் சிங்கள மொழியும் கலந்த ஒரு புதிய மொழியாக அது இருக்கிறது. அதன் சுவை, வாசிக்க வாசிக்க வரும் பரிச்சயத்தில் உச்சமெழுவது.

மேலே, விவரணைக்குப் பாவித்துள்ள வசனநடை, இலக்கணம் சொல்லியிராதபடி வேற்றுமை உருபுகளைப் பிரயோகிக்கிறது. ஆயினும் இலக்கணச் சுத்தமான வேற்றுமையுருபேற்றதாய்ச் சரியான அர்த்தத்தைக் கொள்ள வைக்கின்றது. அது வாசிப்பின் வேகத்தைக் குறைக்கிறதென்பது மெய்யேயெனினும், அந்த வேகத்தடை மொழியினுள்ளே கால் பதித்திறங்க வாசகருக்குக் கிடைக்கின்ற அவகாசமாகின்றது.

சமீபத்தில் 'இவ் இரகசிய சாளரத்தினூடு உற்றுநோக்கின்' என்ற கௌஷல்ய குமாரசிங்ஹவின் நாவல் சாமிநாதன் விமலின் மொழிபெயர்ப்பில் (2018) வெளிவந்திருந்தது. நவீனத்தின் பின் நாவலிலக்கியம் கொள்ளும் இவ்வகையான மொழியின் தாக்கம் பெறும் நூல்களுக்கு 'இந்த வனத்துக்குள்' தமிழ் நாவல்போல், 'இவ் இரகசிய சாளரத்தினூடு உற்றுநோக்கின்' சிங்கள நாவலும் மொழியின் தாக்கம்கூடிய வலயத்துள் பிரவேசித்திருப்பதைக் காணமுடிந்தது. ஒரு நாட்டின் இரு மொழி நாவல்களில் விஷயம், வடிவம் ஆகிய அம்சங்கள் சார்ந்த சமாந்தரப் பயணிப்பை இது அடையாளப்படுத்துவதாய்க் கொள்ளமுடியும்.

உ) பொய்மையும் வாய்மையிடத்து

ஞானம் பாலச்சந்திரனின் 'பொய்மையும் வாய்மையிடத்து' (2017) இலங்கைத் தமிழ் எழுத்துப் பரப்பில் ஒரு காலத்தில் மர்ம நாவல் என்றழைக்கப்பட்ட வகையினத்துள் சேர்க்கப்படக்கூடியதாகத்தான் முதல் வாசிப்புக்குத் தோற்றமாகியது. ஆனால் நவீன ஆங்கில இலக்கியப் பரப்பில் இவ்வகையான நூல்களுக்குத் தனித்துவமான இடமுண்டு. மரபார்ந்த கருத்துக்களையும் சமூக உறவுகளையும் மட்டும் எடுத்தியம்பிய பத்தொன்பதாம் நூற்றாண்டு நாவல்கள்போல் இன்றைய நாவல்கள் இருந்துவிட முடியாது. ஆனாலும் மரபைக் கீழ்த்திசைக் கருத்தளவில் அவ்வளவு சுலபத்தில் ஒதுக்கிவிட்டு மேற்கின் நவீன கருத்துக்களை வாழ்க்கையின் விழுமியங்களாக ஒப்புக்கொள்வது சுலபத்தில் நடந்துவிடாது. ஆயினும் ஆங்காங்கே பரீட்சார்த்தமான முயற்சிகள் நடந்துகொண்டே

இருக்கின்றன. தமிழில் சுஜாதா வகை நாவலென அடையாளப் படும் நூல்களைவிட ஞானம் பாலச்சந்திரனின் நூல் வெகுஜன வாசிப்புக்கற்றதாய் வித்தியாசம் கொண்டுள்ளது. ஆயினும் பிறமொழி முன்னுதாரணம் இல்லாததுமில்லை. வரலாற்றையும் கருத்துக்களையும் ஒரு கதையையும் இணைத்து அவற்றின் எல்லைகள் தகரும்படி நூலாக்கம் செய்வது இதனுடைய பொதுத் தன்மை. ஆயினும் மர்மநாவல் வகைக்கான மொழியாக நூல் தொடர்ந்ததில் புதிரவிழ்ப்பு எதுவித எழுச்சியையும் வாசகருக்கு அளிக்கவில்லை. ஆயினும் இப்பகுதியில் இதன் இடம் தவிர்க்கப்பட முடியாதது.

17

நிறைவுரை

'பாரமுள்ள இடத்தில் பட்சம் வைக்கிறவ' னென கனதியான எழுத்தைத் தான் விரும்புவதான அர்த்தத்தில் ஒருபோது தமிழகத்து விமர்சகர் க.நா. சுப்பிரமணியம் சொன்னதுபோல், பிரதியின் தரத்தைமட்டும் கவனத்தில்கொண்டு அவற்றின் உற்பவத்தை உந்தித்தள்ளிய இலக்கியக் காலகட்டங்களின் மேல் அரசியல் பொருண்ணிலைப் பின்னணியில் மெய்யாகவே கருதியிருந்தபடி வரலாறும் திறனாய்வும் சார்ந்த இப்பிரதி முடிவுக்கு வந்திருக்கிறது.

ஆனாலும் ஒரு விஷயம் தவறிவிட்டது போலவே தோன்றிக்கொண்டு இருக்கிறது. இது முன்னேயுள்ள பதினாறு அத்தியாயங்களோடு சேர்ந்ததும் சேராததுமான பகுதிதான். அதை இந்த நிறைவுரையில் சொல்வதுதான் சிறப்பு. இப்பிரதிக்காரனின் ஆசைகளும் எதிர்பார்ப்புகளும் பற்றியதே அது.

மிகேல் ஒண்டாற்ஜியின் 'அனிலின் ஆவி'[1] இலங்கையைக் களமாகக்கொண்டு எழுதப்பட்ட நாவல். அண்மையில் இலங்கை அகழாய்வுத் துறையினால் கண்டுபிடிக்கப்பட்ட நான்கு புராதன காலத்து மனித எலும்புக் கூடுகள்பற்றி ஆய்வறிக்கையொன்றைத் தயாரிக்க, ஐ.நா.வின் மனிதவளத் துறையிலிருந்து அனில் திசெரா என்கிற இலங்கையில் பிறந்து அமெரிக்காவில்

---

1. Michael Ondaatje, 'Anil's Gost', 2006

வாசஞ்செய்யும் பெண்ணொருத்தி பதினைந்து வருஷ கால நீண்ட இடைவெளியின் பின் இலங்கை வருகிறாள். அவளுக்கு சரத் தியசேன என்கிற இலங்கை அகழாய்வுத்துறை நிபுணனொருவன் உதவிக்கு ஏற்பாடாகியிருக்கிறான்.

அவர்களது ஆய்வில், கண்டுபிடிக்கப்பட்ட நான்கு எலும்புக்கூடுகளில் மூன்று கி.பி. 6ஆம் நூற்றாண்டைச் சேர்ந்ததென்றும் நான்காவது மிக அண்மைக் காலத்தைச் சேர்ந்ததென்றும் தெரியவருகிறது. அது யாருடைய எலும்புக்கூடு, ஏன் அங்கே புதைக்கப்பட்டதென அனிலின் ஆய்வு கூர்மையடைகிறது. ஆனால் ஆய்வுக்குத் தேவையான தகவல்கள் அரச தரப்பிலிருந்து கிடைப்பதில்லை.

வடக்கே தனிநாடு கேட்கும் போராட்ட இயக்கம், தெற்கிலும் தென்மேற்கிலும் ஜனதா விமுக்தி பெரமுனவின் தீவிரவாத நடவடிக்கைகளென நாடு குழப்பத்திலிருந்த 80களின் காலகட்டம் அது. அரச படைகளின் வன்முறையும் நாடளாவி தலைவிரித்தாடுகிறது.

அனிலும் சரத்தும், வன மத்தியில் மடாலயமமைத்து வாழ்ந்துவரும் எழுபது வயதான கல்வெட்டுச் சாசன படிப்பாளியிடம் சென்று ஆலோசனை பெறுகிறார்கள். அது ‘நேத்ர மங்கள’ என்ற ஆண்டு விழா நடக்கிற காலமாக இருக்கிறது. விழாவின் முக்கியமான அம்சம், நியமிக்கப்பட்ட தெய்வீக ஓவியன் தான் வரைந்த புனித புத்தரின் திருவுருவப் படத்திற்கு மகத்துவமளிக்கும் கண்களை வரைவது.

அனிலின் ஆய்வினை விரும்பாத அரசு தரப்பிலிருந்து அனிலுக்கும் சரத்துக்கும் நிறைய எச்சரிக்கைகளும் இடைஞ்சல்களும் கொடுக்கப்படுகின்றன. அதனால் கொழும்பு ஆஸ்பத்திரியில் பிரதான வைத்திய அதிகாரியாக இருக்கும் சரத்தின் சகோதரன் காமினியை இருவரும் அணுகுகிறார்கள்.

அவர்களது தேடலில் நான்காவது எலும்புக்கூடு, தீவிரவாதிகளுக்கு உடந்தையென அரச படையினரால் கைது செய்யப்பட்ட ருவான் குமார என்பவனதெனத் தெரியவருகிறது. தனது ஆய்வறிக்கையைப் பூரணம் செய்யும் அனில் அதை அனுப்பவோ வெளிப்படையாகக் கொண்டுபோகவோ முடியாததால் கடத்திக்கொண்டு போகத் தீர்மானிக்கிறாள்.

இந்த நிலையில் சரத் காணாமல் போகிறான். மறுநாள் போரில் மரணமடைந்தவர்களின் சடலங்கள் வைத்திய ஆய்வுக்காக ஆஸ்பத்திரி வரும்போது அவற்றுள் ஒன்றாக சரத்தின் உடலும் இருக்கிறது.

‘அனிலின் ஆவி’ நேர்கோட்டில் சொல்லப்பட்டதானாலும் ஐதீகங்களும் மர்மங்களும் முடிச்சுகளும் நிறைந்ததாய்த் தகவலும் பரவசமும் ஆகிய நிலைகளில் நிறைவான வாசிப்பைத் தருகிறது. ஒரு யதார்த்தவகையான நாவலானது மர்மங்களும் முடிச்சுகளும் கொண்டிருப்பது முக்கியமானதெனச் சொல்லப்படுவது சரிதான். நாவலும் அவ்வாறமைந்து கவனமாகும் நாவலாகவே ஆகியிருக்கிறது.

இலங்கையின் முக்கியமான ஆங்கில நாவலாகப் பேசப்பட்ட நிஹால் டி சில்வாவின் *‘The Road from Elephant Pass’*, 2003இல் வெளிவந்தது. வெளிவந்து 2013க்கிடையில் 23 பதிப்புகளைக் கண்டது.

விடுதலைப் புலிகள்பற்றிய முக்கியமான தகவலொன்றைக் கூறமுடியுமென்றும், தன் சொந்தப் பாதுகாப்பு கருதி தான் நாடு கடந்து செல்லத் தேவையான உதவிகளைச் செய்துதர வேண்டுமென்றும் முன்வருகிறாள் முன்னாள் விடுதலைப் போராளியான கமலா வேலாயுதன். உயர் ராணுவ அதிகாரிகளிடமே தன் இரகசியங்களை வெளியிட முடியுமெனவும் வற்புறுத்துகிறாள். அவளை கொழும்பு ராணுவத் தலைமையகத்துக்குக் கூட்டிச்செல்லும் பொறுப்பை ஆனையிறவு ராணுவ முகாமில் வேலைசெய்யும் கப்ரன் வசந்த ரத்நாயக்க ஏற்றுக்கொள்கிறான்.

பளையிலிருந்து அவர்களது பயணம் முதலில் வாகனத்திலும், பின் வனங்களை ஊடறுத்து நடையிலுமாகத் தொடர்கிறது. ராணுவத்திடமோ புலிகளிடமோ அகப்பட்டுவிடக் கூடாத அவதானம் மேற்கொள்ளப்படுகிறது. முன்னாள் விடுதலைப் புலிப் போராளியின்மீது ஒரு ராணுவத்தானாய் மனத்துள் எழும் கோபத்தையும் வெறுப்பையும் அடக்கிக் கொண்டு வன விலங்குகள், கள்ளர்கள், வனத்தில் புகல்கொண்டிருக்கும் தப்பியோடிய ராணுவத்தாரையும் எதிர்கொள்ளுதலிலிருந்து சமயோசிதமாகத் தப்பி அவளைக் கொழும்பு கொண்டு சேர்க்கிறான் வசந்த.

அதீத பயம், அடக்குமுறைகளிலிருந்து மனம் விடுபடுகிற போது சிலருக்கு உடம்பையும் கட்டறுத்துவிடும் விடுதலையுணர்வு ஏற்படுகிறது. அப்படியான ஒரு தருணம் வசந்தவுக்கும் கமலாவுக்கும் ஏற்பட்டாலும் வெகு பிரக்ஞையுடன் அந்த இணைவை இருவருமே மனத்துள் புதைக்கிறார்கள். ஆயினும் கொழும்பு சேர்கிற அளவில் அவர்களிடையே ஓர் அந்நியோன்யம் வந்துசேர்ந்திருக்கும்.

ராணுவத் தலைமையத்தில் ஒப்படைக்கப்படும் கமலா பலமான விசாரணைக்குள்ளாகிறாள். அவள் கொடுத்த தகவல்களின்படி புலிகள்மீதான ஒரு தாக்குதலுக்கும் ஏற்பாடு செய்யப்படுகிறது. இந்நிலையில் கமலாவின் தகவல்களது உண்மைத்துவம் தெரிந்துகொள்ளப்படாத நிலையிலேயே ஆனையிறவு ராணுவ முகாம்மீதான புலிகளின் தாக்குதல் தொடங்கிவிடுகிறது. கமலா ராணுவ பாதுகாப்புச் சிறையிலிருந்து விடுவிக்கப்படுகிறாள். அவள் கேட்டபடி அவள் அகதியாய் வேறு நாடு சென்றுசேர தேவையான முயற்சிகளும் மேற்கொள்ளப் படுகின்றன.

பணிக்குத் திரும்பிய வசந்த ரத்நாயக்க ஆனையிறவு முகாம் போரில் மரணமான செய்தி பரவுகிறது.

சிறப்பாகச் சொல்லப்பட்ட நாவலாயினும் நிஹால் டி சில்வவின் எழுத்தில் எந்தக் கைத்திறன் உத்தியும் பயன்படுத்தப்பட் டிருக்கவில்லை. இயல்பான வேகமும் இயல்பான நடையும் இயல்பான விபரிப்பும். ஆனாலும் யுத்தம்பற்றி ஒரு சாதாரண சிங்களரின் பார்வைக் கோணத்திலேயே கதையை விரித்திருக் கிறார் அவர். வாசிப்புக்கு உகந்தது என்பதைத்தவிர 23 பதிப்புகள் கண்ட நாவலில் வேறு எந்தச் சிறப்பும் காணப்படவில்லை.

2016இல் வெளிவந்தது சாருலதா அபேசேகர தேவரதந்திரி யின் 'கதைகள்' (Stories) நாவல். சிறிலங்காவினது ஆங்கில நூல்களுக்கான 'Gratiaen' பரிசுபெற்றது. நூலின் புறவயமான காரணங்களுக்காகப் பரிசு கொடுக்கப்படவில்லை என்பது நாவலின் உள்ளே பிரவேசித்த சிறிதுநேரத்திலேயே வாசகருக்குத் தெரிந்துவிடுகிறது.

இங்கிலாந்திலிருந்து சேரனும் எலிஸபெத்தும் இலங்கை வருகிறார்கள். சேரன் இலங்கை வடபகுதியையும், எலிஸபெத் (லிஸ்) இரத்தினங்களின் புரியான இரத்தினபுரியையும் சேர்ந்தவர்களாயிருக்கிறார்கள். இனக் கலவரமற்றிருந்த காலமது; சிங்களர், தமிழர், இந்தியத் தமிழர் நல்லிணக்கத்துடன் வாழ்ந்த காலமும். அரசியல், மக்களின் வாழ்க்கையை அழுத்தும் விதத்தில் ஆபத்தானதாய் இருக்கவில்லை. பொருளார்த்தமான உயர்ச்சி தாழ்ச்சிகள் மனங்களின் நல்லெண்ணங்களால் கடக்கப்பட்டிருந்தன.

தன் சொந்த ஊரிலேயே வாழ விரும்பி இரத்தினபுரியில் தன் புராதன வீடு திரும்பும் லிஸ் மக்கள், பேரர்கள் கண்டு முழுவாழ்வுடன் மரணிக்கும்வரை அங்கேயே வாழ்கிறாள். அவளது தாய், தாயின் பிரிட்டிஷ் கணவன், அவர்களுக்கிடையே

ஏற்படும் பிரிவு, பெருநிலம் சூழ்ந்த வீட்டில் உறவுகள் உற்றங்களிடை ஏற்படும் இணக்கமும் மோதலும், அன்பும் பகையும், அமைதியும் ஆவேசமும் அற்புதமாக நாவலில் வெளிக்காட்டப்பட்டுள்ளன. ஐதீகங்களூடாக, சமயக் கதைகளூடாக மனித வாழ்க்கையின் உந்நதம் எடுத்தோதப்படுகையில் வாசகரிடம் பரவசம் பிறக்கிறது.

என்ன வாசித்தோமெனத் தெரியாதபடி நாவல் முடிகையில் 'வாழ்க்கையை அழகாக வாழுதல்' என்ற கருத்தியல் மனத்துள் மேலோங்கி நிற்கிறது. ஆயின் அதுவொரு மெய்ஞ்ஞான அடைதல். அப் பேறினை வாசகருக்கு 'கதைகள்' முழுவதுமாய் மறுத்துவிடவில்லை.

இந்த மூன்று நாவல்களில் முதலாவதை எழுதிய மிகேல் ஒண்டாற்ஜி இலங்கையில் பிறந்து, இங்கிலாந்தில் வளர்ந்து, தற்போது கனடாவில் வாழ்ந்துவருகிறார். இரண்டாவதை எழுதிய நிஹால் டி சில்வா இலங்கையில் பிறந்து இலங்கையில் வளர்ந்து இலங்கையிலேயே மரணித்தவர். சாருலதா இலங்கையில் பிறந்து இலங்கையில் வளர்ந்து இன்னும் அங்கேயே வாழ்ந்துகொண்டிருப்பவர். அவர்களால் இலங்கையைக் காணமுடிந்தளவுக்கு, இலங்கையின் ஐதீகங்களுடனும் வரலாற்றுடனும் இணையமுடிந்தளவுக்கு, மர்மங்களுடன், முடிச்சுகளுடன் தம் புனைவுகளை வளர்த்துச்சென்றளவுக்குத் தமிழ்ப் படைப்பாளிகள் முனைந்து பார்க்கவில்லை. சிங்கள மொழியானது தேசத்தின் தீவாகும் தன்மையால் தனக்கான அவதான வெளிகளைத் திறக்கிறதென்றும், தமிழ் தனக்கு முன்னுதாரணமும், முன்னோடிச் செயற்பாடுகளும் உள்ளமையின் காத்திருத்தலைச் செய்கிறது அல்லது கவனயீனமாக இருக்கிறதென்றும் கொள்ளலாம். இதில் முன்னுரிமையென்று எதுவுமில்லை, சிறந்ததைத் தொடர்வதில் சுணக்கம் வேண்டியதுமில்லை அது ஆங்கிலமாயினும் சிங்களமாயினும் சரிதான்.

இலக்கிய வரலாற்றில் முன்பும் இதுபோன்ற கேள்விகள் எழுந்திருக்கின்றன. 'சிங்கள இலக்கியத்தில் நடந்த பரிசோதனைகள் தமிழ் இலக்கியக் கர்த்தாக்களையும் கவரச் செய்தன' ('தமிழ் இலக்கியத்தில் ஈழத்தறிஞரின் பெருமுயற்சிகள்', பேராசிரியர் பொ. பூலோகசிங்கம், 1970, பக்: viii) என்பதன் அர்த்தம் அதுவாகவே இருக்கமுடியும்.

வாழ்வின் அவலங்களது வெளிப்பாட்டுக்கான அவசியம் தமிழ்ப் படைப்பாளிகளிடம் இருப்பதை மறுப்பதற்கில்லை. ஆனால் 'முதல் விசாரணை அறிக்கை' தயாரிப்பதுபோல்

அல்லது ஒரு கட்புலனாகிய சம்பவமொன்றைக் கடிதமொழியில் உறவினரொருவருக்குத் தெரிவிப்பதுபோல் படைப்பிலக்கியம் ஆகிவிடாதென்ற தெளிவு அவசியம். எழுதுவதற்கான கச்சாப்பொருள் அந்த மண்ணில் நிறைய விழுந்தும் விதைத்துமாய்க் கிடக்கின்றன. களத்தில் ஆய்வு நடத்திச் சிறந்த உலக நாவல்கள் சில வெற்றிகரமாக எழுதப்பட்டுள்ளன. ஆனால் இலங்கை அல்லது புலம்பெயர் படைப்பாளிகளுக்குக் கள ஆய்வின் அவசியமின்றியே கச்சாப்பொருள் கிடைத்திருக்கிறது. குடும்பம் உறவுகளை இழத்தல், உடைமைகளை இழத்தல், புலப்பெயர்வின் அவலம், நாடிழப்பின் சோகம், சொந்த மண்ணிலேயே அகதியாகும் நிர்க்கதி போன்ற பேரவல அனுபவங்கள் நவீன ஆன்மீகம்தான் தமிழ்ப் படைப்பாளிகளுக்கு. கீழ்த்திசை இலக்கியம் தொடர்புபடுவதால் இதுபற்றிய தீவிரமான, சீரிய சிந்தனை இங்கே அவசியமாகிறது.

மேற்றிசை இலக்கியமெனும்போது புள்ளிவைத்ததுமாதிரி ஒரு நாட்டின் இலக்கியத்தைக் குறிப்பதில்லைப்போல,[2] கீழ்த்திசை இலக்கியமென்கையிலும் அது ஒரு புள்ளியில் நிலைத்து ஒரு நாட்டின் இலக்கியத்தை மட்டும் குறிப்பிட்டு விடாது. அது ஒரு திசையின் இலக்கியப் பண்பையே சுட்டுகிறது. இந்தியாவினதோ இலங்கையினதோ சீனாவினதோ அல்ல, கீழ்த்திசை இலக்கியமென்பது கீழ்த்திசை நாடனைத்தினது இலக்கியங்களினதும் மொத்தப் பண்பாகவே விளங்குகிறது. அது ஆன்மிகம் என்கிற ஓர் இழையினால் கட்டப்பட்ட அலகுவன்றி வேறல்ல.

டேவிட் ஜே. மக்கிற்சியன்[3] இந்திய நாவல்கள்பற்றிச் சொன்ன ஒரு விஷயம் இங்கே ஞாபகமாகத் தக்கது. அவர் ஒருமுறை சொன்னார், 'இந்தியர்களுக்கு நாவல் எழுதத் தெரியாதிருக் கிறது அல்லது அவர்கள் எழுதும் நாவல்கள் ராஜா ராவின் 'பாம்பும் கயிறும்'[4]போல் இருக்கின்றன' என்பதாக.

இலக்கியம், சிந்தனை ஆதியாம் போக்குகளில் மேற்குலகு வகித்த மேலாதிக்க நிலையை மறுத்துக் கீழைத் தேயத்தின் இலக்கிய, சிந்தனை வளப்பங்களை எட்வர்ட் செயித்தின் 'கீழைத்தேயவியல்'[5] சொல்லியதிலிருந்து சர்வதேசத் தளத்தில் அதன்மேலான அவதானம் கூடியிருக்கிறது. தமிழ், உருது ஆகிய

2. Edward W.Said (1935-2003), 'Orientalism', 1978
3. David J. MacCutchion (1930-1972)
4. Raja Rao (1908-2006), 'The Serpent and the Rope', 1960
5. Edward W.Said (1935 - 2003), 'Orientalism', 1978

மொழிகளிலான இலக்கிய அவதானங்கள் வலுத்திருக்கின்றன. அதை உறுதிப்படுத்தும் இன்னுமோர் அம்சமாய்த் தமிழின் புலம்பெயர் இலக்கியம் இருக்கமுடியும். அவ்வாற்றலை நோக்கிய வளர்ச்சியின் முயல்வுகள் தமிழில் இல்லையென்பதுதான் துர்ப்பாக்கியம். இவற்றை ஈடுசெய்யும்படியான முயற்சிகள் தோன்றுகிறபோது மிகுந்த தீட்சண்யத்துடன் புலம்பெயர் இலக்கியத்தின், இலங்கைத் தமிழ் இலக்கியத்தினதும்தான், வீச்சுகள் இருக்கமுடியும்.

●

அனுபந்தம்

(மேலே குறிப்பிடப்பட்ட நாவல்களில் சிலபற்றி இப் பிரதியாளனால் ஏற்கெனவே பல்வேறு ஊடகங்களில் எழுதப்பெற்ற மதிப்பீட்டுரைகளிலிருந்து தேர்ந்தெடுக்கப்பட்ட சில பகுதிகள் இவ் அனுபந்தத்தில் தரப்பட்டுள்ளன.)

'நிலக்கிளி'
(பாலமனோகரன்)

... எழுபதுகளில் 'நிலக்கிளி' நாவலை வாசித்தபோது அதுபற்றிக் கொண்டிருந்த என் அபிப்பிராயங்கள் பெரியவை. ஈழத்துத் தமிழிலக்கியம் குறித்து அதிக அக்கறை கொண்டிருந்த அக்காலப் பகுதியில் சொல்லும் தரத்தினதாய் 'நிலக்கிளி' வெளிவந்து எதிர்கால நம்பிக்கைகளை வலுப்படுத்தியது. 'நிலக்கிளி' இன்றும் ஈழத்து தமிழ்நாவல் இலக்கியமாகத் தமிழிலக்கியத்தில் நிற்கும் வல்லபம் கொண்டது. பாலமனோகரன் 'நிலக்கிளி'பாலமனோகரனாக ஆனதற்கும் காரணம் சரியான தெனவே எண்ணுகின்றேன்.

ஆனால் 'வட்டம்பூ' அப்படியானதல்ல. அதுபற்றிய என் அபிப்பிராயங்கள் வேறானவை.

வட்டம்பூ இரத்த நிறமாய்ப் பூக்கும் ஒரு சிறு தாவரம். அதிகமுமாய் வன்னி மண்ணில் காணக்கிடைப்பது. மணல் விழுந்த படுகையில் அவற்றின் உயிர்ப்பு அற்புதம். அதை ஆண்மையின் அல்லது அடங்காமையின் அடையாளமாக பாலமனோகரன் காட்டியிருப்பதைப் புரிய முடிகிறது. சிங்கராயர் கதாபாத்திரம் ஒருவகையில் வட்டம்பூவின் வீறினைக் கொண்டிருப்பதாகவே தோன்றுகிறது. நீண்டகாலமாய்ப் பல்வேறு சிரமமான முயற்சி களை மேற்கொண்டும் தோல்வியே காணும் அவரது முயற்சி,

இறுதியாக கலட்டியனைப் புதைசேற்றில் சிக்கவைப்பதோடு முடிவுபெறுகிறது. அதேவேளை மரணமும் வந்து கவிந்து அவரது வாழ்வை முடித்துவைக்கிறது. ஒரு புராணனாக அவரை நிலைநிறுத்தக் கதைசொல்லி *bleeding earth* பற்றிய ஒரு கதையைத் தமிழாசிரியர் கே.பி. கூறுவதாக வெளிப்படுத்தியிருக்காவிட்டாலும், அவர் அதிசிறந்த வாழ்க்கையை வாழ்ந்த மனிதராகக் காணப்படவே செய்திருப்பார்.

மொத்தத்தில் ‘வட்டம்பூ’ சாதாரண மனிதர்களின் சாதாரணக் கதை. சாதாரணமான காலத்தில் தொடங்கி, இனமோதல்கள் வலுப்பெறத் தொடங்கும் ஒரு காலத்தோடு முடிகிறது. ஆனாலும் சாதாரண மனிதர்களின் விசேஷித்த நிகழ்வுகளின் விசேஷித்த விவரிப்புக்களே நாவலாகக் கூடியன என்ற நிர்மாணங்களில் என் நம்பிக்கை அதிகம். அதனாலேயே ‘வட்டம்பூ’ நாவலாக ஆகாமல் நூலாகத் தேங்கிப்போயிருப்பதாகச் சொல்லமுடிகிறது. களப் பதிவுக்காகக் கதையைச் சொல்லவந்ததில் இந்தச் சோகம் சம்பவித்திருக்கிறது.

***தாய்வீடு*, ஏப்ரல் 2009**

‘மூன்றாம் சிலுவை’

(உமா வரதராஜன்)

. . . பாலியல் சார்ந்த விஷயங்களையும், பாலியல் நிகழ்வுகளையும் எழுதக்கூடாதென்பதில்லை. தமிழிலக்கியத்தின் இறுகிப்போயுள்ள மரபார்ந்த ஒவ்வொரு முறிப்பையும் கரகோஷத்தோடு வரவேற்கத் தீவிர வாசக உலகம் தயாராகவே இருக்கின்றது. எஸ்.பொ.வின் ‘தீ’ அப்படித்தான் வரவேற்புப் பெற்றது.

. . . பெருந்திணை வகையான பொருந்தாக் காமமாக பிரபஞ்சன் தன் முன்னுரையில், இந்த மாதிரியான வயது இடைவெளி அதீதமாகவுள்ளவர்களிடையே தோன்றும் பாலியல் உறவுகளை அடையாளம் காண்கிறார். அவ்வகை உறவுகள் இலக்கியங்களில் பயில்வும் பெற்றிருக்கின்றன. இது பெருந்திணையை மீறிய வெறும் உடலுறவாகிவிடும் பெருங்காமம் வகைப்பட்டதுதான் . . .

இந்தமுறையான உடலுறவு விழைச்சல் தொடர்பில் ஒரு புள்ளி என்றோ விழத்தான் செய்யும். சேடிஸ்டிக் மனநிலையோடு குடும்பமான உறவை அனுபவித்துவிட முடியாது. இதிலிருந்து திரும்புதல் என்பது ஒரு நோயிலிருந்து குணமாதல் போல்தான். இந்த மனநிலையிலிருந்து ஜூலி விடுபட்டுவிட்டாள் எனக் கொண்டால், விஜயராகவன் விடுபடவில்லை என அர்த்தமாகிறது.

தானுமே ஒருகாலம் படைப்பாளியாக, இன்னும் பல எழுத்தாளர்கள் கவிஞர்களைச் சமகாலத்தில் நண்பராகவும் பெற்றிருக்கும் விஜயராகவன், இந்த வகைப்பாடான உடலுறவு விவகாரத்தில் எப்படிப் புரிதலற்றும், இதையே காதலென்னும் மயக்கமும் கொண்டிருந்தார் என்பது அதிசயமானது. ஜூலி இதைப் புரிந்துகொண்டாளோ இல்லையோ, விடுபட்டுக் கொண்டாள் என்றுதான் வாசகரொருவரால் கொள்ளமுடியும்.

பாவிகளே சிலுவையில் அறையப்படுவார்கள். அதை விரும்பாத ஒரு சிலுவை என்றோ ஒருநாள் அதிலிருந்து தப்பி ஓடிவிடலாம். அதை அது தன் புனிதத்தைக் காப்பதற்காக எடுத்த செயற்பாடாகவே கொள்ள வேண்டும். ஜூலி விஷயத்தில் புனிதமென்று எதுவுமில்லை, ஆனால் தான் வாழவேண்டிய முறையைத் தீர்மானிப்பதற்கும், தன்னை வைப்பாட்டியாகவே காலம் முழுக்க வைத்திருக்கும் நினைப்பை நிராகரிப்பதற்குமான அவளது உரிமையில் தலையிடவும் யாருக்கும் அதிகாரமில்லை.

தூறல் இதழ், காற்றுவெளி மின்னிதழ், ஜூலை 2010

'ஆறாவடு'
(சயந்தன்)

...நாலுக்கான ஒரு மீள்பார்வையில் முதல் வாசிப்பில் சிக்காத சில கூறுகள் தீர்க்கமாய்த் தெரிந்தன. அவற்றை விரிவாக எழுதும் எண்ணம் திண்ணப்பட்ட பின்னரும், மேலும் அக்கறைப்பட வேண்டிய சில விபரங்களை நான் தேடவேண்டியிருந்தது.

...துவக்கத்திலிருந்து முடிவுவரை கண்ணீரும், கண்ணீர் நின்ற இடத்திலிருந்து இரத்தமும் கொலையுமாய் மாறிமாறித் தொடர்ந்துகொண்டு இருந்த நூல், முடியாது எனக்கருதக்கூடிய இடங்களிலும் ஒரு நகைச்சுவைத் தொனியை இழையோட விட்டிருக்கும். சாதாரணமாக முடிந்துவிடுவதில்லை. அதை பின்வரும் இடத்திலே கவனிக்க முடியும்: 'இந்திய இராணுவம் வருகிறதாம் எனக் கதையடிபட்டபோது இவனுக்கு இந்தியாவைப்பற்றி மூன்று சங்கதிகள் தெரிந்திருந்தன. (1. இந்தியா ஒரு வெளிநாடு (2. இந்தியாவின் ஜனாதிபதி எம்.ஜி.ஆர். அவர் ஒரு தமிழர் (3. இந்தியாவில் ரஜினிகாந்த், கமலஹாசன், விஜயகாந்த் முதலான நடிகர்களும் ராதா, அமலா, நதியா ஆகிய நடிகைகளும் வாழ்ந்துவருகிறார்கள்.' இதை நகுதற் பொருட்டானதாக எடுக்காவிட்டால், ஐயாத்துரை பரந்தாமன் குழந்தைப் போராளியாக இயக்கத்தில் சேர்ந்திருப்பதற்கான வாய்ப்புகள் மலிந்திருப்பதைக் கண்டுகொள்ள முடியலாம்.

இது சர்வதேச மனிதவுரிமைக் கழகங்கள் இயக்கத்தின்மீது சாட்டிய குற்றச்சாட்டுகளுக்கு இன்னொரு ஆதாரமாவதோடு, இக்குற்றச்சாட்டு தொடங்கிய காலத்தையும் கணக்கிட்டுக் கொள்ள வாய்ப்பாகிறது.

... நாவல் இரண்டு கதைகளைக் கொண்டிருக்கிறது. ஒன்று சொல்லப்பட்ட இயக்கங்களினதும் இராணுவங்களினதும் கொடுமைகள் மலிந்த நேரத்தில் சமூகத்தின் இருப்பு எவ்வாறிருந்தது என்பதைக் கூறுகிறது. இன்னொன்று, கப்பல் பயணத்தில் பங்குபெறும் இரு ஓட்டிகள் தவிர்ந்த அறுபத்து நான்கு பேர்களைக் கொண்ட கதை. உட்பிரதிக் கதையாக வளரும் இது Fishing Trawler எனப்படும் மீன்பிடிப் படகு எரித்திரிய நாட்டோரக் கடலில் மூழ்குவதோடு முடிவடைகிறது. இத்தாலியை நோக்கிப் பயணிப்பவர்களில் பத்துப் பேர் சிங்களவர், மீதி ஐம்பத்து நான்கு பேர் தமிழர். பயண ஆரம்பத்தில் சிங்களவர் தமிழர்களுக்கிடையில் பெரிதான நல்லுறவு நிலவுவதில்லை. பயண எல்லையின் இடைத்தூரமும் தெரியாத நிலையில் நாட்கள் நகர நகர இரண்டு இனப் பயணிகளுக்குமிடையே ஒரு புரிதல் உருவாகிறது. அவர்கள் நாடுபற்றிய எந்தச் சிந்தனையுமில்லாத தனிமனிதர்கள்.

...பயணிகள் எதிர்பார்த்திருந்தபடி அவர்கள் இத்தாலி போய்ச் சேர்ந்திருந்தாலும் உட்பிரதியின் தன்மை மாற்றமடையாமலேதான் இருந்திருக்கும். மொழியையும் மதத்தையும் இனம்சார் மற்றும் கூறுகளையும் ஒரு ஒற்றைவழிப் பயணமானது தேவைக்கானதை மட்டும் எடுத்துக்கொண்டு மீதியை ஒதுக்கிவைத்துவிடுகிறது. அது கப்பல் பயணமாக மட்டும் இருக்கவேண்டிய அவசியமில்லை. 'ஆறாவடு' ஒரு சம்பவக் கோவை நூலாகவிருந்து நாவலாக நிமிர்கிற இடம் இந்த உட்பிரதிக் கூறினாலேயே நிகழ்கிறது.

பதிவுகள்.கொம், 2012

'ம்'
(ஷோபாசக்தி)

... புலம்பெயர்ந்தோர் இலக்கியமானது ஈழ இலக்கியத்தின் ஒரு பகுதியேயென்பதை எப்போதும் நான் சொல்லிவந்திருக்கிறேன். அந்த முடிவில் மாற்றமெதுவும் வராதென்பதே என் நம்பிக்கை. அதனால் அது குறித்த விஷயங்களில் கொஞ்சம் கூடுதலான அக்கறை எனக்குண்டு. அந்த வகையில் புலம்பெயர்ந்தோர் இலக்கியத்தில் ஷோபாசக்திக்கான இடம் முதன்மையானது. ஆனால் படைப்பாளியின் அரசியலை முதன்மைப்படுத்தும் முனைப்பு 'ம்' பிரதியை, அது அடையவேண்டிய அல்லது

அடைந்திருக்கவேண்டிய இடத்தைத் தடைக்கல்லாய் நின்று தடுத்திருக்கிறது. பிரதியாக்கத்தில் எந்த அரசியல், எவ்வளவு அரசியல் இடம்பெற வேண்டும் என்பதைப் படைப்பாளியேதான் தீர்மானிக்கிறார். 'நான் தமிழனில்லை, இலங்கையனில்லை, பிரான்ஸியனில்லை' என்று சொல்லிக்கொண்டிருப்பினும் இவையொன்றுள்தான் ஷோபாசக்தி இருக்கமுடியும். அந்தளவுக்கு அவருக்கு அரசியலும் இருக்கும். இருக்கலாம் என்பதே என் வாதமும்.

ஆனால் படைப்பை அது எந்தளவுக்கு வலிவுபடுத்துகிறது அல்லது நலிவுறச் செய்கிறதென்பதே என் கரிசனை. ஒரு அரசியலைப் பேச வந்ததின் மூலம் படைப்பு எவ்வளவு தாக்கத்துக்கு உள்ளாகியுள்ளது என்பதை இங்கே கவனிக்க வேண்டும். இங்கே அரசியல் ஒருகாலகட்டத்தினது இடதுசாரி இயக்க எழுத்தாளர்களது எழுத்துக்களிலிருந்த கருத்துக்கள்போல் துருத்திக்கொண்டு நிற்கவில்லையென்பது மெய்யே. ஆனாலும் நோக்கம் அதுவாகவே இருந்ததென்பது எவர் கண்ணுக்கும் புலனாகாது போகமுடியாது.

'கொரில்லா' தீவான மொழியின் அத்தனை அழகையும் வீறையும் தன்னுள் அடக்கிக்கொண்டு வந்திருக்க, 'ம்' ஒரு செயற்கை மொழியில் உருவாகியிருக்கின்றதெனவே எனக்குப் படுகிறது. குறிப்பாக நூலின் முதற் பாதியில் இந்தப் பலஹீனம் அதிகம். ஷோபாசக்தியின் எழுத்தில் இந்த அம்சம் மகாபிரதானமானது. எழுத்தை அத்தனை வீச்சோடு பிரயோகித்தவர்களுள் முந்திய தலைமுறையைச் சேர்ந்தவர்களில் எஸ்.பொ.வைச் சொல்ல முடியும். இளைய தலைமுறையில் ஷோபாசக்திதான். இந்த நிர்மாணம் இந்தப் பிரதியில் மறுவாக்கம் காணாது போனதேன்? இவை வருத்தப்படக்கூடிய கேள்விகள். எவருக்கும்.

நாவலென்பது தன்னுள் ஒரு விகாசத்தைக் கொண்டிருக்க வேண்டும். நாவல் பல் பரிமாணமெடுப்பதென்பதின் அர்த்தம் இதுதான். அது யதார்த்தவகையான நாவலென்றாலும் சரி, பின்நவீனத்துவ வகை நாவலென்றாலும்தான் சரி இந்த வரையறையைப் பெரும்பாலும் நீங்கி வந்துவிட முடியாது. நூறோ ஆயிரமோ பக்கங்கள் எத்தனையானாலும் ஒரு நூல் நாவலாவதென்பது அது தன்னுள் விகாசமெடுக்கும் இந்த அம்சத்தை வைத்தே கணிக்கப்படுகிறது. 'ம்' விகாசமெடுக்க முடியாமல் தனக்குள் முனகுவது வாசகருக்குத் தெளிவாகவே கேட்கிறது. ஒரு நாவலின் கட்டுக்கோப்போடு 'ம்' வரமுடியாது போயிருக்கிறது. அது வெறும் சம்பவங்களாய்க் குறுகிப்போனது என்பதே இறுதியான முடிவாகிறது.

காலம், *மார்ச் 2005*

'கானல் வரி'
(தமிழ்நதி)

... அகநிலை வாழ்வின் முக்கோணமாய் அமைந்து கோவலன், கண்ணகி, மாதவி ஆகியோருக்கிடையிலான காதல், கற்பு என்ற இருநிலைகளில் காப்பியம் எடுத்தோதப்பட்டுள்ளது எனக் கொள்ளமுடியும். இதை யோசிக்கிறபோதே, 'கற்பின் கொழுந்தும், காதல் கொழுந்தும்' என்ற தலைப்பில் சுமார் ஐம்பது ஆண்டுகளுக்கு முன்னால் சிலம்புச் செல்வர் ம.பொ.சிவஞானம் மலேசியாவில் ஆற்றிய நீண்ட உரைதான் நினைவுக்கு வருகிறது. கற்பு, காதல் ஆகியவற்றுக்கிடையிலான இந்த முக் கதாபாத்திர உறவினை எடுத்தியம்பியதாகச் சிலப்பதிகாரத்தைக் கொள்ள முன்முனைப்புக் காட்டியது அந்த உரைதான் என்று தோன்றுகிறது. அதுவரை ஓர் ஆடற் கணிகையாய்க் கணிக்கப்பட்டு வந்த மாதவி கோவலனின் காதற் கிழத்தியாய்ப் போற்றப்பட ஆரம்பித்தது அன்றிலிருந்துதான்.

தமிழ்நதியின் 'கானல் வரி'யும் ஏறக்குறைய இந்த முக்கோண வடிவத்தில் காதல், கற்பு என்ற விஷயங்களின் ஆழமான வரிப்புடன் ராகவன், மௌலி, மாதவி ஆகியோருக்கிடையிலான உறவுநிலையைப் பேசுவதாகக் கொள்ளமுடியும். ஆயின், சிலம்பு இரண்டு பெண்களும் ஓர் ஆணும் என்று கதையை எடுத்துரைக்கையில், 'கானல் வரி'யோ இரண்டு ஆண்களும் ஒரு பெண்ணுமெனத் தன் பார்வையின் நியாயங்களை நிறுவக் கதையை விரிக்கிறது.

கோவலன் பிரிந்துசென்ற பின்னால் மாதவி, சித்திராபதி மூலம் அவனுக்கு ஒரு மடல் அனுப்புகிறாள். அதுபோல் தன்னிலை விளக்கமாய்த் தொடங்கி, அந்த உறவுநிலையின் உடைப்பாய் முடியும்படி தமிழ்நதியின் மாதவி எழுதும் கடிதம் அமைகிறவேளையில், அதையே தன் வடிவமாகவும்கொண்டு உருவெடுத்திருப்பது இந்தப் படைப்பு.

மாதவி எழுதும் கடிதம் காதலின் தோல்வியில் விளையும் அத்தனை வலியினையும் கொண்டிருக்கிறது என்பது மிகையான கூற்றல்ல. ஒருவகையில் இதை மௌலியென்ற காதலனுக்கு மாதவி எழுதும் கடிதமாகவன்றி, தன்னிலைத் தடுமாற்றத்தினால் ஒருவகை மனப்பிறழ்வு நிலையை அண்மிக்கும் மாதவிக்கு அந்த அவலத்திலிருந்தான தனது மீட்பின் முயற்சியாகவும் அது தென்படுகிறது.

காதல், காமம் என்ற இரு நிலைகள் மிகத் துல்லியமற்றவை. இவை ஒன்றாக இருக்கும் தருணங்கள் அரிதானவையெனினும்,

அவையே உன்னதம் பெறத் தக்கன. இவ்வாறான எந்தக் காதலும் பெரும்பாலும் இதுவரை வரலாறானதில்லை. தோல்வியுற்ற காதல்களே, உதாரணமாக ரோமியோ – யூலியற், சலீம் – அனார்க்கலி, படைப்பாளுமையால் வரலாறான தேவதாஸ் – பார்வதி காதல்களே, நிலைபேறும் இலக்கியக் கனதியும்பெற்று நிற்கின்றன. தமிழ்நதியின் 'கானல்வரி' மாதவியிடத்தில் இருந்தது காதலா, காமமா என்ற வினாவை எழுப்பவைத்துக் காதலுக்கும் காமத்துக்குமான எல்லைக்கோட்டை மறுவிசாரணைப்படுத்தி நிற்கிறது.

***தாய்வீடு*, 2014**

'கொலம்பஸின் வரைபடம்'

(யோ. கர்ணன்)

. . . ஒரு போராட்டத்தில் இழப்புகளும் வலிகளும் ஏற்படாமல் விட்டுவிடுவதில்லை. ஆனால் அதன் தார்மீக நியாயங்களோடு அதன் வழிமுறை இணைகோடாகச் சென்றிருக்க வேண்டும். தோல்வியின் வடுக்கள் மட்டுமே எஞ்சிய போராட்டத்தில், அதன் வழிமுறைமீதான சந்தேகத்தைக் கோடிட்டுக் காட்டுகிறது 'கொலம்பஸின் வரைபடம்'. இத்தனைக்கும் இதன் குரல் அநியாயங்களுக்கான எதிர்மையாக ஓங்கி ஒலிக்கவில்லை யென்பது இப்பிரதியின் விசேஷம். விஷயங்களைச் சொல்லக் கட்டியமைக்கப்பட்ட வடிவம், உத்திகள் இதனினும் விசேஷம்.

சொல்லமுடியாத சேதிகளென்று எதுவுமில்லை. சொல்லாத சேதிகளே வரலாற்றில் பரக்கக்கிடக்கின்றன. அரசியல், பொருளாதாரம், சமயம் என்ற எந்தப் பகுப்பினது உரைப்பிலும், கலாபூர்வமான நேர்த்தி அமைந்துவிட்டால் அது மேலே இலக்கியமாக மட்டுமே எஞ்சுகிறது. அது அனுபவிப்பதற்குரியது. தம்தம் அரசியல்களை மீறியும். 'கொலம்பஸின் வரைபடங்கள்' நியாயமான அந்த வாய்ப்பினைப் பெருமளவு பெற்றிருக்கவில்லையென்றே தோன்றுகிறது. தமிழ்ப் பிரக்ஞையுலகத்தில் இது துர்ப்பாக்கியம்.

. . . எழுபத்திரண்டு பக்கங்களை மட்டுமே கொண்டுள்ள இந்தக் குறுநாவல், தனக்காக எடுத்துக்கொண்டுள்ள பக்கங்கள் அறுபத்தாறுதான். அவையும் மூன்று பகுதிகளாகப் பிரிக்கப்பட்டுள்ளன. முதலாவது பயண முயற்சி முதலாம் பகுதியிலும், இரண்டாம் பயண முயற்சி மூன்றாம் பகுதியிலும் விவரணமாகின்றன. இரண்டாம் பகுதி இறுதி ஈழ யுத்தத்தின் சிலநாள்கள் முன்னரையும், சிலநாள்கள் பின்னரையும் கொண்டிருக்கிறது. ஓர் உரைக்கட்டாக மட்டும் அமைந்து மற்ற

இரண்டுபகுதிகளோடும் ஒட்டாமல் இருந்திருக்கவேண்டிய பகுதிகூட. இதை ஓர் உரைக்கட்டாக இல்லாமல் ஆக்கிய முக்கியமான அம்சம், அது புனைவு வீறுக்கான மொழி வலிமையைக் கொண்டிருப்பது. மற்றது, அது விரிக்கும் களம், அக்காலகட்டத்திய வாழ்க்கைக் களமாக இருந்தமை. இந்த இரண்டாம் பகுதியின் தன்மை எட்டுணையளவு மாறியிருந்தாலும், இரண்டு பயண முயற்சிகளை மட்டுமே கொண்டிருந்து ஒரு குறுநாவல் வடிவத்துள் அமையமுடியாத தன்மையை இக்கதைகள் கொண்டிருந்துவிடும்.

சிறுகதை, குறுநாவல், நாவலெனப் பதிப்பகப் பக்கத்தில் எதுவிதப் பிரஸ்தாபமும் இல்லை, இதன் வடிவம்பற்றி. வடிவ தர்க்கம் குறிசுடலை இயலாததாக்கியதோ? அதனாலென்ன? இரண்டு சிறுகதைகளும் ஓர் அனுபவப் பகிர்வுமென்றிருந்தாலோ, நாவலென்றிருந்தாலோ ஏற்றுக் கொண்டு பேசாமலிருந்துவிடமுடியுமா? இது ஒரு குறுநாவலெனச் சொல்லித்தானேயாக வேண்டும்!

_தாய்வீடு_, 2014

‘ஊழிக்காலம்’

(தமிழ்க்கவி)

. . . இனி இந்நூலின் இடைவெளிகளூடாக வாசகர் கண்டு கொள்ளக் கூடிய மூடுண்டு கிடக்கும் உண்மைகளுக்கு வருகையில் வரலாறு இனிமேல்தான் சொல்லப்பட வேண்டியதிருக்கிறது என்கிற நிஜம் வெளிக்கிறது.

. . . பார்வதிபோல் நூற்றுக்கணக்கான பாத்திரங்கள் களமுனையிலிருந்து தப்பிப் பிழைத்திருப்பது தெரிந்த விஷயம். அவரின் அவதிகள் அந்த நூற்றுக்கணக்கான பேர்களும் அடைந்த அதே அவதிதான். அதுமாதிரியான அவதிக் கணங்கள் கருணை ரவி, யோ. கர்ணன் போன்றோரின் சிறுகதைகளில் பதைக்கவைக்கும் விதத்தில் பதிவாகியிருக்கின்றன. இந்த நூலில் மறக்கமுடியாதவையாய் வரும் இந்த இரண்டு பாத்திரங்களும் மிகவும் விபரிப்புக்குள்ளாகாதவை. எந்த நூலிலும்கூட. ஒன்று, பாரி. மற்றது, பார்வதியின் கணவர் மணியம்.

_தாய்வீடு_, டிசம்பர் 2014

‘இந்த வனத்துக்குள்’

(நீ.பி.அருளானந்தன்)

. . . வனத்தின் குழந்தைகளாக வாழும் இவ் இனக் குழுமத்தின் இயல்பு எவ்வாறு புறநிலைகளால் சீரழிகின்றது என்பதுதான்

நாவல் பேசவருகிற விஷயம். தங்கள் பண்பாட்டுடனும் வாழ்முறைகளுடனும் வாழும் இவர்களது வாழ்க்கையே பெரிதாகப் பேசப்பட்டிருப்பினும், நாட்டின் புறநிலைமைகளால் இவர்களுறும் அவதிகளையும் நாவல் சொல்கிறது.

இதுபோன்ற இனக் குழுமங்கள்பற்றி செங்கை ஆழியானின் 'ஜன்ம பூமி'போன்ற நாவல்களில், பேசப்பட்டிருப்பினும், நாவலுக்காகப் படைப்பாளி தேர்ந்துகொண்ட நடை முக்கியத்துவம் 'இந்த வனத்துக்குள்' நாவலில் அதிகம். தன்னை வெளிப்படுத்த அது எடுத்துக்கொண்டது பொருளையும்விட நடையாகவே இருக்கிறது. அதனால்தான் அது மரபு மீறியதாக வேற்றுமை உருபுகளையும், வசன அமைப்புகளையும் கையாள்கிறது. ஒரு பிரதி மொழியால் அமைவது என்பதை இந்த நாவல் வலிமையாக உறுதிசெய்கிறது.

'சடைத்து வளர்ந்த உயரமான அந்த மரம், நடுக் காட்டுக்குள் உள்ள ஒரு மரம்தான். அந்த மரத்தின் வாகான ஒரு கிளையில் தொத்திக் கிடக்கின்ற தேனடையில் தேனீக்கள் மா பிசைந்தமாதிரி அப்பிப்போய்க் கிடந்தன' என்று தொடங்கும் இந்த நாவல், ரங்கமுத்து, தும்பண்ணா, எங்கட்டண்ணா, அணவத்து, மூங்கோட், பச்சோர், நல்லக்கா, மசக்கா என பல்வேறு பாத்திரங்களோடு 254 பக்கங்களில் விரிந்துசென்று முடிகிறது.

இது வேற்றுமையுருபுகளை இதுவரையான அவற்றின் பயன்பாட்டினடியாக இல்லாமல் வித்தியாசமாகப் பிரயோகிப்பது சுவையாகவே இருக்கின்றது. 'இப்போ வெண்ணிறக் காட்டுப்பூ பூத்த மரமொன்று அவர்களது கண்களுக்குச் சந்தித்தது' என்பதுபோலப் பல்வேறு வேற்றுமையுருபுகளும் இலக்கணம் மீறிய பயன்பாடு கொள்கின்றன.

இயக்கமொன்றின் பிரசன்னத்தை அவர்கள் காண்கிற காலத்திலிருந்து அவர்கள் மேலான பொலிஸ் இராணுவ வன்முறை தொடங்குகின்றது. உரிமைக்கான போராட்டத்தில் பாதுகாப்புப் படையினரின் தாக்குதல்களைத் தமிழர்கள் அடைகிறார்களெனில், தமிழர்களாயில்லாத இந்த இனக் குழுமம் தமிழ்போன்ற ஒரு மொழியைப் பேசுவதாலேயே கைதுசெய்யப்பட்டும், காவலில் வைக்கப்பட்டும் இன்னல்களை அடைவதை 'நாவல்' தெளிவாகப் பேசுகிறது. தம் இன்னலின் காரணமே தெரியாமல் அவர்கள் அடையும் குழப்பமும் கலக்கமும் மனத்தை அதிரவைக்கின்றன.

மரபை மீறிய நடையை இது கைக்கொள்வதும், வேற்றுமையுருபுகளை வேறுவேறுவிதங்களில் கையாள்வதும், பொருத்தமற்ற நிறுத்தக் குறியீடுகளை இடுவதும் செய்கிறபோதே வாசிப்பின் இயல்பான வேகத்துக்குத் தடை ஏற்பட்டுவிடுகிறது.

தேவகாந்தன்

அதுவே இதன் சுவையாக இருப்பதில் தீவிர வாசகர் பின்னிற்பது இல்லையென்றாலும், வாசிப்புக்கான இடைஞ்சல் நிச்சயமாக இருக்கிறது. இதைத் தாண்டிச் சென்றே பிரதியின்பத்தை அடையவேண்டியிருக்கிறது. குறையாக இருக்கும் இதனை மீண்டும் மீண்டுமான செம்மையாக்கத்தின் மூலம் நேர்படுத்தியிருக்க முடியும்.

இறுதியாக, இவ்வாறான தொடர்ந்தேர்ச்சியான முயற்சிகளால் ஈழத்து தமிழ் நாவலை ஒரு செறிவானதும் நேர்ச்சியானதுமான பாதையில் பயணப்பட வைக்க முடியுமென்று நிச்சயமாக நம்பலாம். அந்தவகையில் வெகு கவனிப்புக்கும் முக்கியத்துவத்திற்கும் உரிய நாவலாகிறது 'இந்த வனத்துக்குள்'.

பதிவுகள்.கொம், ஏப்ரல் 2016

உசாத்துணைகள்

- 'ஈழத்து தமிழ் நாவல் வளர்ச்சி' – சில்லையூர் செல்வராசன்
- 'ஈழத்துத் தமிழ் நாவல் இலக்கியம்' (1978) – கலாநிதி நா. சுப்பிரமணியன்
- 'திருகோணமலை கலை இலக்கிய வரலாறு' – திருமலை நவம்
- 'ஈழத்து இலக்கிய வளர்ச்சி' – கனக செந்திநாதன்
- 'நவீனத் தமிழிலக்கியம்' – ஜெயமோகன்
- 'நாவல்' – ஜெயமோகன்
- 'அசன்பே சரித்திரம்', முன்னுரை – எஸ்.எம். கமாலுத்தீன்
- 'ஈழத்துத் தமிழிலக்கியச் செந்நெறி' – எஸ். சிவலிங்கராஜா
- 'ஏழாண்டு இலக்கிய வளர்ச்சி' – மு. தளையசிங்கம்
- 'மொழியும் இலக்கியமும்' – எம்.ஏ. நுஃமான்
- 'ஈழத்து தமிழ் இலக்கிய வரலாறு' – கவிஞர் த. துரைசிங்கம், (4ஆம் பதிப்பு 2018)
- 'தமிழ் நாவல் இலக்கியம்' – பேராசிரியர் க. கைலாசபதி
- 'ஈழத்து இலக்கிய முன்னோடிகள்' – பேரா. க. கைலாசபதி
- 'ஈழத்துத் தமிழிலக்கியத் தடம்' – பேராசிரியர் கா. சிவத்தம்பி
- 'நாவலும் வாழ்க்கையும்' – பேரா. கா. சிவத்தம்பி
- 'கூலித் தமிழ் – மு. நித்தியானந்தன்
- 'ஒரு நூற்றாண்டின் இரு தமிழ் நாவல்கள்' – எஸ். அகஸ்தியர்
- 'இலங்கை முற்போக்கு இலக்கியமும் மரபுப் போராட்டமும்' – சுபைர் இளங்கீரன்

- 'இலங்கை முற்போக்கு இலக்கியம்' – ந. இரவீந்திரன்
- 'ஈழத்துத் தமிழ் நாவல்களிற் சில: திறனாய்வுக் குறிப்புகள்' (1999) – கே.எஸ். சிவகுமாரன்
- 'இலங்கைத் தமிழரின் புலம்பெயர் இலக்கியம்' (1995) – சித்திரலேகா மௌனகுரு
- 'தமிழ் நாவல்: நூற்றாண்டு வரலாறும் வளர்ச்சியும்' – பெ.கோ. சுந்தரராஜன், சோ. சிவபாதசுந்தரம்
- 'Elements of Fiction by Robert Scholes', Rosemary Sullivan
- 'Traditional and Renewal: Essays in 20th century Latin American Literature and Culture' – Merlin H. Foster, 1975
- 'Critical Essays' – A Presentation Volume for Professor V.S. Sethuraman. Edited by S. Viswanathan, C.T. Indra, T. Sriraman, 1987